कहत कबीर...

कहत कबीर...

मंजुश्री गोखले

सकाळ प्रकाशन

सकाळ प्रकाशन

Kahat Kabeer...
© 2025, Manjushri Gokhale

कहत कबीर...
© २०२५, मंजुश्री गोखले

प्रथम आवृत्ती	:	एप्रिल, २०२५
प्रकाशक	:	सकाळ मीडिया प्रा. लि.
		५९५, बुधवार पेठ, पुणे ४११ ००२
संपादन	:	ऐश्वर्या कुमठेकर
अक्षरजुळणी	:	उमा लोवलेकर
मुखपृष्ठ व मांडणी	:	यशोधन लोवलेकर
मुद्रणस्थळ	:	विकास प्रिंटिंग ॲण्ड कॅरिअर्स प्रा. लि.
		प्लॉट नं. ३२, एमआयडीसी, सातपूर, नाशिक
ISBN	:	978-93-49487-29-1
संपर्क	:	०२०-२४४० ५६७८ / ८८८८८ ४९०५०
		sakalprakashan@esakal.com

संतसाहित्याच्या बाबतीत ज्यांचा शब्द अखेरचा होता
आणि या क्षेत्रात जे माझे आधारस्तंभ होते,
ते माझे गुरू, मार्गदर्शक, माझे मानसपिता
कै. डॉ. अशोक कामत सर यांना...

भूमिका

चरित्रात्मक कादंबरी लेखन हे जबाबदारीचं, जोखमीचं आणि कष्ट साध्य असतं. काल्पनिकतेला धरून पण ऐतिहासिकतेला पुरून उरावं लागतं. या दोन्हींचा संगम जिथे होतो, तिथे अमाप यश मिळतं; अन्यथा कितीही महान चरित्र असलं, तरी ती साहित्यकृती गर्दीतील व्यक्तीप्रमाणे गर्दीचा अंश होऊन जाते. म्हणूनच अशा सर्वच साहित्यकृती *ययाती, मृत्युंजय, महानायक, स्वामी, महात्मा* यांसारख्या श्रेष्ठ साहित्यकृतींच्या पंगतीला बसू शकत नाहीत.

पण मंजुश्री गोखले लिखित 'कहत कबीर...' ही कादंबरी याला अपवाद म्हणावी लागेल. भूमिकालेखनाच्या निमित्तानं ती वाचण्याचा योग आला आणि निर्भेळ आनंद मिळाला. रसास्वादन, विचार-चिंतन, मंथन आणि यथास्थितिवादी व्यवस्थेत परिवर्तन या सर्वच पातळ्यांवर कादंबरी उत्तम असल्याचे स्पष्ट दिसते. हिंदी संतसाहित्यक्षेत्रातील आपल्या समकालीनांमध्ये आज कबीरांना पसंती प्रथम क्रमांकाची हे वेगळं सांगण्याची गरज नाही. बहुतांश लोकांना कबीर अधिक जवळचे, आपले आहेत असं वाटतं. ज्या काळी लिहिण्या-बोलण्याचं स्वातंत्र्य देणारं भारताचं संविधान नव्हतं, त्या काळी ते जे बोलत, वागत, जगत होते आणि समाजप्रबोधन-परिवर्तन करण्याचं कार्य करीत होते ते निश्चितच थक्क करणारं होतं. असंही वाटतं की, विधायक बदलांसाठीचा कबीरांचा आग्रह आणि विद्रोह हा केवळ वाखाणण्यापलीकडचा, शब्दातीत आहे. त्याला कादंबरी या साहित्यप्रकारात अत्यंत खुबीनं साकार करण्याचं महत्त्वपूर्ण काम मंजुश्री गोखले यांनी केलं याबद्दल त्यांचं अभिनंदन नव्हे, कौतुक करणंही क्रमप्राप्त ठरतं.

खरं तर अज्ञात विषयांवर लिहिणं जितकं कठीण असतं, त्याहून ज्ञात किंवा सर्वज्ञात विषयांवर लिहिणं कठीण असतं. कारण शंका-कुशंका घेणारे, आपलं अस्तित्व दाखवण्यात-मिरवण्यात धन्यता मानणारे उदंड असतात. पण 'कहत कबीर...' ही कादंबरी मानवता, सहिष्णुता, डोळस धार्मिकता, संपन्न सामाजिकता, दृष्टिकोनमूलक वैज्ञानिकता आणि आचरणगत नैतिकता यांसारखी मूल्याधिष्ठितता संवर्धित करायला उपयुक्त ठरेल यात शंका नाही.

ही कादंबरी मध्यकालीन महान संत कबीरांच्या जीवनकार्यावर आधारित असली, तरीही तिची मूल्यवत्ता, गुणवत्ता नक्कीच प्रासंगिकता दर्शवते. चरित्रनायक असो की महात्मा, तो वेळ-काळ-जाती-धर्मनिरपेक्ष असतो. तो कोणत्याही वेळी, कोणत्याही समाजात, धर्मात, जातीत जन्माला येतो. सगळ्या संत-महंतांचा इतिहास याचीच साक्ष देतो. ज्यांना इतिहास लाभला नाही, त्यांनीच तो घडवलेला दिसतो. याचं उत्तम उदाहरण संतांच्या मांदियाळीत दिसेल. मराठीत संत तुकाराम, ज्ञानदेव, नामदेव, गोरोबा, चोखोबा, जनाबाई, मुक्ताबाई, सोयराबाई असतील किंवा हिंदीतले सूरदास, तुलसीदास, रोहिदास, मीराबाई, दादू दयाल, पीपा असतील. संतशिरोमणी कबीरही त्याला अपवाद नाहीत. ही कादंबरी निडर, थोर, ज्ञान-विज्ञानाचा शक्तिपुंज असलेल्या महान कबीरांचं दर्शन घडवतेच, पण तत्कालीन सामाजिक संदर्भाच्या अनुषंगाने वर्तमानकालीन सामाजिक अव्यवस्थेचं भेदक वास्तवही दर्शवते.

पालन-पोषण मुस्लीम कुटुंबात झालेलं असूनदेखील कबीर रामाचे उपासक असल्यानं ते मुस्लीमधर्मीयांच्या रोषाचे बळी ठरले आणि कर्मठ हिंदूंच्या रोषाचेही! पण एक सत्य स्वीकारावं लागतं, ते म्हणजे कबीरांच्या उपासनेचं आणि त्यांच्या ज्ञानसाधनेचं कौतुक हिंदू-मुस्लीम दोन्ही धर्मांतल्या सर्वसामान्य लोकांनी आणि विद्वानांनीदेखील केलं. ही चांगली बाब या कादंबरीच्या माध्यमातून स्पष्ट होते, हे या कादंबरीचं बलस्थान आहे.

सदर कादंबरीच्या माध्यमातून कबीरांना अभिप्रेत असलेला राम स्पष्ट करण्यात लेखिकेला कमालीचं यश मिळाल्याचं दिसतं. तेव्हा 'कहत कबीर...' या कादंबरीला भावी काळात कुण्या एका नामांकित संस्थेचा किंवा साहित्य अकादमीचा मानाचा पुरस्कार मिळाला, तर मला तरी नक्कीच नवल वाटणार नाही. लेखिकेला तटस्थतेचं, कल्पकतेचं, तसंच वास्तवतेचं भान आणि जाण असल्यानं सदर कादंबरी संत कबीरांच्या व्यक्तिमत्त्वाला साजेशी उंची गाठल्याची साक्ष देते.

कबीरकाळातील कित्येक कंगोरे

'कहत कबीर...' ही कादंबरी आपल्या चरित्रनायकाचंच नव्हे, तर तत्कालीन समाजव्यवस्थेचं दारुण चित्र उभं करते. टाकाऊ आणि कालबाह्य सामाजिक रूढी, प्रथा-परंपरा, उच्च-नीचता, धार्मिक अवडंबर, राजनीतिक क्षेत्रातील विलासिता, पतनोन्मुखता, नैतिक अध:पतन, अनाचार आणि घोर अज्ञान हे कबीरकाळातलं वास्तव त्याला सुधारणेसाठी खुणावत होतं. त्यातून प्रेरणा, सत्संग, आत्मचिंतन, मानवप्रेम, सामाजिक चेतना आणि परमात्म्याप्रति विश्वास ही कबीरांच्या जीवनाची संहिताच बनली.

काळाच्या पुढे व सर्वसामान्यांना प्रिय असलेले कबीर

कबीरांना जेव्हा मौलवी संतापून विचारतात, 'तू ना हिंदू है, ना मुसलमान! तो फिर तू कौन है?' तेव्हा कबीरांनी त्यांना दिलेलं सडेतोड उत्तर धाडसी तर होतंच, पण काळाच्या कितीतरी पुढं होतं. ते म्हणतात, "मैं खुदा का बंदा हूँ। राम का लल्ला हूँ। ईश्वर का भक्त हूँ। अल्ला का बंदा हूँ। जिसका कोई नहीं होता, उसका ईश्वर होता है। उसका खुदा होता है और मेरी माँ, मेरे पिताजी, सब कुछ तो खुदा है, जिसका नाम राम है।" (भाग १०)

सर्वसामान्यांना मान्य असलेले कबीर हे या कादंबरीचं आणखी एक महत्त्वाचं वैशिष्ट्य होय. कादंबरीचं बलस्थान म्हणजे चरित्रनायक कबीर हे सर्वसामान्य हिंदू व मुसलमान लोकांना मान्य होते.

धर्माचं खरं रूप स्पष्ट करणारे कबीर

कादंबरीच्या पानोपानी धर्माचं खरं रूप स्पष्ट करणारे कबीर या साहित्यकृतीचा आत्मा आहेत. याकडे लेखिकेचा अधिक कल असल्याचे जाणवते. कादंबरीतील कबीर स्पष्ट सांगतात, "लोकहो, धर्म हा समाधानानं जगायला शिकवतो. खरं तर त्यानं तसं शिकवलं पाहिजे. पण धर्माचा खरा अर्थ कुणालाच माहीत नाही. हत्ती आणि चार आंधळ्यांच्या त्या गोष्टीप्रमाणे प्रत्येक जण आपल्याला जसा समजला, तसाच त्याचा अर्थ लावतो. धर्मानं आनंद दिला पाहिजे. जगण्यासाठी आधार दिला पाहिजे. पण आमचे धर्म आम्हाला पांगळं बनवतात." (भाग ११) या अर्थानं प्रस्तुत कादंबरी ही वैश्विक धर्मसत्यावर भाष्य करणारी महत्त्वाची कादंबरी वाटते. ती तत्कालीन असूनदेखील वर्तमानकालीन संदर्भांवर प्रासंगिक ठरते.

संत कबीरांना अभिप्रेत राम

संत कबीरांचा राम पारंपरिक रामापेक्षा वेगळा आहे. कबीर हे रामभक्त, पण त्यांना अभिप्रेत असलेला राम त्यांनी आपल्या रचनेतून जागोजागी व्यक्त केलेला आहे.

दशरथ सुत तिहि लोक बखाना।
राम नाम का मरम है आना॥

प्रस्तुत कादंबरीत लेखिकेनं कबीरांना अपेक्षित जे रामरूप वर्णिलेलं आहे, ते अगदी तंतोतंत असल्यानं मान्य करावं लागेल, असंच आहे. 'राम' या शब्दाचा अर्थ जाणून घेणाऱ्या कबीरांना पुजारीबाबा सांगतात, ''राम म्हणजे केवळ हिंदूंचा देव नाही. राम ही एक शक्ती आहे. सृष्टीतील पंचमहाभूतं या शक्तीत एकवटली आहेत. राम हे केवळ नाव नसून ते एक प्रतीक आहे. पराक्रमाचं, सद्गुणांचं, वचनबद्धतेचं, सभ्यतेचं, अन्यायाचा प्रतिकार करण्याचं, शांततेचं, सहृदयतेचं, कल्याणकरी विचारांचं, आश्वासकतेचं, प्रेमाचं... आपण 'राम' हा हिंदूंचा देव आहे एवढंच शिकलो... पण राम हा शक्तीचं, भक्तीचं प्रतीक आहे आणि ते सर्वव्यापक आहे. ते धर्म-जाती-पंथ यांच्या पलीकडचं आहे, असा विचार आपण केलाच नाही.'' (भाग ११) अर्थातच संत कबीर हे रामभक्त का होते, त्यांचं आराध्य दैवत हे रामच का होतं, याचं गमक कळायला वेळ लागत नाही. सदर कादंबरी याचं दर्शन घडवण्याच्या कामी मोलाची भर घालते, हे मात्र खरं.

जरी धर्ममार्तंड विरोध आणि छळ करीत होते, तरी तत्कालीन जनमानस, सामान्य लोक कबीरांचे चाहते होते. लोकांना आपले विचार पटतात हे कबीरांना बळ देणारं ठरलं. 'आपल्या स्वप्नातला, विचारांतला, तर्कातला, भविष्यातला आपल्याला अपेक्षित असलेला समाज याच विचारांच्या बांधणीतून, याच लोकांच्या आधारशिलेतून तयार होणार आहे, याची ग्वाही त्याला मिळाली आणि त्याच्या मनाला एक प्रकारचं समाधान लाभलं.' (भाग ११) हेदेखील तितकंच महत्त्वाचं.

शांत आणि संयमी कबीर

निडर आणि दृढनिश्चयी कबीरांचं व्यक्तिमत्त्व शांत आणि संयमी होतं, हेदेखील लेखिकेने अत्यंत सहज परंतु प्रभावशाली रूपात मांडलंय. जेव्हा हिंदू पंडित कबीरांना सुनावतात, ''तुला काय वाटतं, तू मुसलमान असून रामाचं नाव घेतोस, म्हणजे तू स्वर्गात जाशील? तुला नरकातसुद्धा जागा मिळणार नाही. वैकुंठात जायची तर

बातच सोड.'' (भाग १२) पंडितांचं म्हणणं ऐकून खरं तर राग येणं अपेक्षित होतं, पण कबीर शांत आणि संयमी असल्याने शांत स्वरात म्हणतात, ''अहो पंडितजी, शांत व्हा! कशाला स्वतःला त्रास करून घेताय? आणि तोही माझ्यासाठी? मी नरकात जाणार की वैकुंठाला, असा विचार करून कशाला त्रास करून घेताय?'' (भाग १२) हिंदू आणि मुस्लीम धर्ममार्तंडांच्या डोक्यात सतत सलणारे कबीर स्वतः मात्र तावून-सुलाखून निघत होते, हे मात्र लेखिकेनं अचूक हेरलं असल्याचं पानोपानी दिसतं. कबीरांची परीक्षा घेण्यासाठी आलेल्या दोन्ही पंडितांना आपल्या पांडित्यपूर्ण ज्ञानाचा, शिक्षणाचा गर्व असल्यानं त्यांनी जेव्हा कबीरांना विचारलं, ''कबीर महाराज, आपलं शिक्षण कुठं आणि किती झालंय?'' (भाग १२), तेव्हा त्यांना कबीरांनी दिलेलं उत्तर 'मसि कागज छुयो नहीं, कलम गही नहीं हाथ।' (मी कागदाला स्पर्श केलेला नाही. लेखणी हातात धरलेली नाही.) हे त्या काळातील जातिव्यवस्थेनं कबीरांना शिक्षण नाकारल्याचा पुरावा ठरतं.

गुरूबद्दलचे विचारचिंतक कबीर

उत्तम गुरू कसा असतो आणि त्याचं महत्त्व सांगणारे कबीर आजच्या काळातदेखील प्रासंगिक वाटतात. ते ईश्वरापेक्षा गुरूला श्रेष्ठ मानत, कारण गुरूमुळेच त्या परमात्म्याचं दर्शन होतं. गुरू आणि देव जर दोन्ही पुढे आले, तर मी प्रथम गुरूचे पाय धरीन आणि नंतर देवाचे अशी त्यांची धारणा होती. पण जर गुरू हा अज्ञानी, अल्पज्ञानी असेल, तर गुरू-शिष्य दोघांचं अधःपतन होतं. ही कबीरांची विचारधारा आज अधिक प्रासंगिक वाटते. कादंबरीत लेखिकेनं या सर्व बाबींचा विचारपट अचूकपणे रेखाटला, हे या कादंबरीचं बलस्थान म्हणता येईल.

जीवघेण्या प्रसंगातून बचावलेले कबीर

खरं तर कबीरांसारख्या थोर समाजसुधारकाचा जीव घेण्याचा प्रयत्न अनेकदा केला गेला, पण त्यांपैकी त्यांना साखळदंडांनी बांधून गंगेत फेकून देण्याचा, हत्तीच्या पायाखाली देण्याचा आणि रात्री घर पेटवण्याचा, असे तीन प्रसंग कादंबरीत अत्यंत ताकदीने मांडले आहेत. या सर्व जीवघेण्या प्रसंगांतून ते सहीसलामत वाचतात, पण इथं 'नाट्यशास्त्र'कार भरतमुनींच्या रससूत्राची आठवण येते. शांत रस, करुण रस आणि प्रामुख्याने भक्तिरस या सर्वांची प्रतीती वाचकांना प्राप्त करून देण्यात लेखिकेचे कौशल्य उल्लेखनीयच नाही, प्रशंसनीयही म्हणावं लागेल.

हिंसा आणि वर्णव्यवस्था विरोधी कबीर

हिंसेचा व वर्णव्यवस्थेचा विरोध करणारे कबीर हेही प्रस्तुत कादंबरीचं बलस्थान म्हणावं लागेल. या कामी त्यांनी हिंदू आणि मुस्लीम यांचा मुलाहिजा ठेवला नाही. रोष पत्करण्याची, त्याची किंमत मोजण्याची तयारी ठेवणारा लोकनायक कबीर कादंबरीत नक्कीच उठून दिसतो. मुल्ला-काजी असो, की हिंदू पंडित; त्यांच्या रूढी-परंपरांवर ते तुटून पडल्याशिवाय राहत नाहीत. काजी-मुल्लांना स्पष्टपणे सुनावतात. अनिष्ट आणि कालबाह्य रूढी-प्रथा-परंपरा यांबाबत पंडितांना ते खडे बोल ऐकवतात. 'कहत कबीर...' या कादंबरीचं हेच मोलाचं यश म्हणावं आणि मानावं लागेल, तसंच फलितदेखील. कादंबरीलेखनाच्या अनेक तत्त्वांपैकी उद्दिष्ट हे एक महत्त्वाचं तत्त्व. त्यात लेखिका खूप यशस्वी झालेली आहे, हे वेगळं सांगण्याची गरज नाही. संत कबीरांचं जगणं-वागणं आणि मानवकल्याणासाठीचं मागणं पाहून स्वामी केशवप्रभू यांच्या तोंडून जणू स्वतः लेखिकाच सार्वजनिक सत्य बोलते, ''कबीरदास! तुमच्यासारखे महात्मा हे युगायुगातून एकदाच जन्माला येतात आणि आपलं अवघं आयुष्य समाजासाठी व्यतीत करतात. पण तुमचा चांगुलपणा समजायला लोकांना वेळ लागतो. समाजातली बुराई नष्ट करायला तुम्ही जो प्रयत्न करता, तो अमूल्य आहे.'' (भाग २०) यातून हेच स्पष्ट होतं, की कबीरांचं समाजसुधारक रूप हे सर्वश्रेष्ठ आहे.

प्रबोधनकारी आणि विद्रोही कबीर

'कहत कबीर...' या कादंबरीमध्ये कबीरांची प्रमुख दोन रूपं ठळकपणे रेखाटली आहेत. बुरसटलेले विचार, निकृष्ट प्रथा-परंपरा यांचा आयुष्यभर त्याग करण्यासाठी प्रबोधन करणारे कबीर आपल्या आयुष्याच्या शेवटच्या श्वासापर्यंत धडपडतात, नव्हे लढतात, हे सदर कादंबरीत पानोपानी दिसतं. तेव्हा अशी लोकमान्यता होती, की वाराणसीत मृत्यू आला तर माणूस स्वर्गात जातो आणि मगहरमध्ये मृत्यू आला तर नरकात जातो. ही लोकमान्यता खोटी आहे, हे ते आपल्या कृतीतून सिद्ध करतात. आयुष्याचा शेवटचा काळ ते वाराणसी सोडून मगहरमध्ये वास्तव्य स्वीकारून शेवटचा श्वास तिथे घेतात.

आपल्या जन्मातूनच नव्हे, तर मरणातूनदेखील समाजाला सुधारण्याचं काम करणारे कबीर हेच खरे लोकनायक, ज्ञानोपासक, वैज्ञानिक ठरतात हे सिद्ध करण्यात मंजुश्री गोखले या प्रचंड यशस्वी झाल्या आहेत, यात शंका नाही.

'कहत कबीर...' ही जबर कलाकुसर

प्रस्तुत कादंबरी ही एक जबर कलाकुसर आहे हे अनायास सिद्ध होतं. तिच्यात फक्त साहित्यिक मूल्य सामावलेलं नसून भाषिक सौष्ठवही तुडुंब भरल्याचं पानोपानी दिसतं. भाषासौंदर्य आणि आविष्कार या दोन्ही दृष्टींनी लेखिकेचं सिद्धहस्त रूप ठळक जाणवतं. धाराप्रवाही, ओघवती, मनोवैज्ञानिक आणि पात्रानुकूल भाषा ही कादंबरीची बलस्थानं ठरतात. माता आपल्या पोटी जन्मलेल्या बाळाचा लहरतारा तलावाच्या काठी नाईलाजाने त्याग करायला निघते, त्या वेळी तिच्या त्या व्याकूळतेचं वर्णन लेखिका शब्दबद्ध करते, ''गालावरून अविरत अश्रू वाहत होते, पण प्रत्येक अश्रूत वेगळी भावना होती. तान्हुल्याविषयी वाटणारं वात्सल्य, त्याची वाटणारी चिंता, त्याला सोडून जावं लागतंय म्हणून अपराधाची भावना, त्याच्या वियोगाचं दुःख, आपण आई असून त्याचा त्याग करतोय या विचारानं स्वतःबद्दल वाटणारा तिरस्कार, बाळाच्या सुखरूपतेबद्दल वाटणारं भय, लोकपवादाची भीती, समाजरीतींबद्दलचा संताप, आई-बाबांविषयी वाटणारी कीव, त्यांची दिसत असलेली अगतिकता, परमेश्वराला केलेली विनवणी, त्याला घातलेलं साकडं, बाळाच्या भवितव्याबद्दल त्याच्याजवळ मागितलेलं वचन आणि या सगळ्या भावनांसोबत आपण स्वतःला संपवावं ही आत्मघाताची भावना. इतक्या सगळ्या भावना घेऊन तो अश्रूपात होत होता.'' (भाग ३) कबीरांना जन्म देणाऱ्या त्या विधवा मातेची घालमेल वाचकाचं हृदय हेलावून सोडते, हे वेगळं सांगायला नको.

म्हणी आणि वाक्प्रचारांचा वापर अनेक ठिकाणी पाहायला मिळतो. कबीरांचं वागणं आणि जगणं पाहून पालकांना वाटतं, 'हे पोरगं सरळ असलं तर सूत, नाही तर भूत!' (भाग ९), तसेच 'ना काम का, ना काज का, दुश्मन अनाज का' (भाग ९), 'न रहेगा बाँस, न बजेगी बाँसुरी' (भाग १८) अशा प्रकारची रसाळ भाषा कादंबरीचं वर्चस्व सिद्ध करते, हे मात्र खरं. कादंबरी रंगवत, वाचकांना दंगवत, गुंगवत लेखिका किती हळुवार, पण कल्पकतेनं पुढे घेऊन जाते हे कादंबरी वाचून संपल्यावर चटका लावून जाते. आणखी काही भाग पुढे हवे होते हे नकळत वाटू लागतं. हेच मंजुश्री गोखले यांच्या साहित्यकृतीचं वैशिष्ट्य ठरतं.

आणखी एक सत्य कादंबरीची प्रासंगिकता सिद्ध करतं. कबीरांच्या मृत्यूनंतर हिंदू-मुस्लिमांनी कबीर आमचे म्हणून अंत्यसंस्कारासाठी जो अट्टाहास, प्रमाद

केला, तो या ना त्या रूपाने आजदेखील दिसतो. हा प्रमाद थोडा जरी कमी झाला, तरी हे या कादंबरीचं सर्वांत मोठं यश म्हणावं लागेल. या श्रेष्ठ, प्रांजळ आणि निखळ सामाजिक भान आणि जाण जागृत करणाऱ्या लेखिका मंजुश्री गोखले यांना माझ्या मनस्वी शुभेच्छा! तसंच त्यांच्या सिद्धहस्त लेखणीतून पुढील काळातही उत्तमोत्तम साहित्यसेवा घडावी, ही अपेक्षा!

प्रा. डॉ. अर्जुन चव्हाण
माजी हिंदी विभाग प्रमुख, शिवाजी विद्यापीठ, कोल्हापूर

मनोगत

महाराष्ट्रात बारावं-तेरावं शतक हे संतांचं शतक मानलं जातं. कारण त्या शतकापासून ते या क्षणापर्यंत संतांचा एक अमिट ठसा जनमानसावर उमटलेला आहे. मराठी भाषेवर संतांचे अनंत उपकार आहेत. अनेक प्रकारच्या भाषांमध्ये साहित्य लिहून संतांनी मराठी भाषा समृद्ध केली आहे. हेच हिंदी भाषेच्या बाबतीतसुद्धा खरं आहे. संत तुलसीदास, रैदास, सूरदास, मीरा आणि कबीर यांनी आपापल्या भाषेत साहित्यनिर्मिती करून मूळ भाषा असलेली हिंदी समृद्ध केली आहे. तुलसीदास, सूरदास, रैदास, मीरा यांनी प्राचीन वाङ्मयावर आधारित अनेक रचना केल्या आणि प्राचीन पुराणकथांना आमच्या साहित्यातून पुढे आणलं. कबीरदासांच्या साहित्यात प्राचीन कथा, काव्य अभावानंच आढळतं आणि असलंच तरी ते उदाहरणांच्या रूपात येतं. कबीरदासांचं साहित्य मूलतः प्रापंचिक, व्यावहारिक, सामाजिक, धार्मिक समस्यांचं निराकरण करतं. कदाचित कोणत्याही एकाच धर्माशी ते निगडित नसल्यामुळे असं झालं असावं.

कबीरदास हे एक गूढ वलय असलेले संतकवी आहेत. त्यांच्या जन्माबद्दल तर अनेक रहस्यं आहेत. कोणी म्हणतं, की ते एका उच्चकुलीन विधवेचा पुत्र होते; तर कोणी म्हणतं, की लक्ष्मीदेवीच्या पदरातल्या फुलांचं रूपांतर बाळात झालं, तोच हा कबीर. कोण म्हणतं, की तो शुकदेवाचा अवतार होता. शुकदेवांनी स्वतःला शिंपल्यात बंद करून घेतलं व त्यांच्या अनुयायांनी तो शिंपला भागीरथी नदीत सोडला. तो शिंपला वाहत बनारसजवळच्या लहरतारा तलावात पोहोचला आणि तिथं शुकदेव बाळाच्या रूपात शिंपल्यातून बाहेर पडले. मात्र या कथा अनेक प्रकारच्या असल्या, तरी

कबीराचं पालनपोषण निरू आणि निमा या मुस्लीम विणकर जोडप्यानं केलं हे निश्चित आणि याचमुळे कबीर हिंदू की मुस्लीम हा वाद निर्माण झाला. त्यातच कबीर मुस्लीम धर्मासोबतच हिंदू धर्मावरही टीका करत असत आणि रामनामाचा जप करत. त्यांचा राम सगुण, साकार, कोदंडधारी राम नव्हता; तर राम या शब्दात असलेल्या शक्तीवर, सामर्थ्यावर त्यांचा विश्वास होता. राम या नावाची ते भक्ती करत.

धर्मकारणांबद्दल, धार्मिक परंपरांबद्दल कबीरांची मतं परखड आणि टोकाची कटू होती. विशेष म्हणजे आपली ही मतं स्पष्टपणे सांगताना, नव्हे, ती धाडसानं मांडताना कबीर कधीच घाबरत नसत. एकीकडे मुस्लीम घरात लहानाचे मोठे झालेले; स्वामी रामानंदांसारख्या हिंदू तपस्व्याला गुरुस्थानी मानणारे; हिंदू आणि मुस्लीम या दोन्ही धर्मांवर, त्यातल्या दुष्ट रूढी-परंपरांवर आपल्या साहित्यातून धाडसाने हल्ला चढवणारे; रामनामाची भक्ती आणि जप करणारे; जन्माविषयी, जनकधर्माविषयी शंका असणारे कबीरदास त्यांच्या मृत्यूनंतरही धार्मिक वादाला कारणीभूत ठरले. जिवंत असताना अनेक चमत्कारांचे धनी असलेले कबीरदास मृत्यूनंतरही चमत्काराचे धनी तर ठरलेच, पण समाजसुधारणेचं व्रत घेतलेल्या कबीरांनी आपल्या मृत्यूनंतरही एका अंधश्रद्धेचा निचरा केला, निराकरण केलं. पण या सगळ्या भिन्नभिन्न विचारधारांमुळे कबीरांच्याभोवती नेहमीच एक गूढ वलय राहिलं आहे.

कबीरांवर कादंबरी लिहिताना या गूढतेच्या वलयासोबत कबीरांना समजून घेण्याचा मी प्रयत्न केला. त्यांच्या या बहुरंगी व्यक्तिमत्त्वाचे जेवढे कंगोरे मला नीट सापडले, भावले, उलगडले; ते धरून ही कादंबरी लिहिली आहे. कदाचित त्यांच्या व्यक्तिमत्त्वातील काही कंगोऱ्यांना स्पर्श करण्याचं माझ्याकडून राहून गेलं असेल; पण मला कबीर जेवढे समजले-उमजले, तेवढे मी या कादंबरीत मांडले आहेत. मला असं वाटतं की, या कादंबरीमुळे कबीरांभोवती असलेल्या गूढतेच्या वलयाला थोडा तरी छेद जाईल. तसं झालं, तरी माझ्या या कादंबरीला मोठं यश मिळाल्यासारखं मला वाटेल. अर्थात हा निर्णय मी माझ्या वाचकांवर सोडते आहे.

समाजाला शहाण बनवण्याचं कबीरांनी घेतलेलं व्रत त्यांच्या साहित्यातून प्रतिबिंबित होतं. कबीरांचं साहित्य तीन प्रकारांत विभागलं जाऊ शकतं - दोहे, साखी आणि पदं. कादंबरी लिहिताना प्रसंगानुरूप या तिन्ही प्रकारांतील साहित्य मी उद्धृत

केलंय. ही कादंबरी लिहिण्यासाठी मला सकाळ प्रकाशनाने प्रेरणा दिली. कै. डॉ. अशोक कामत सर यांनी पारसनाथ तिवारींच्या 'कबीर' पुस्तकाचा केलेला अनुवाद आणि पं. रामकिशोर शर्मा यांचा सटीक कबीर ग्रंथावली या दोन पुस्तकांचा मला अतिशय उपयोग झाला. कामत सरांनी या कादंबरी लिखाणाच्या प्रांतात मला बोट धरून आणलं. कामत सर माझे आधारस्तंभ होते. मी कबीरावर कादंबरी लिहिणार आहे म्हटल्यावर ते मला म्हणाले होते, ''आधी अभ्यास करून कबीर समजून घ्या. तुमचा फोकस नक्की करा आणि मग लिहा.'' माझ्या या कादंबरीबद्दल सरांना अपार उत्सुकता होती. कादंबरी बघायला ते नाहीत, पण मला खात्री आहे की देवाच्या दरबारातूनही ते मला आशीर्वादच देत असतील. त्यांचा आशीर्वाद आणि वाचकांचं प्रेम माझ्या 'कहत कबीर...' या कादंबरीला लाभणार आहे असा विश्वास व्यक्त करते. याच विश्वासाने ही कादंबरी वाचकांच्या हाती आनंदाने सोपवते. धन्यवाद.

मंजुश्री गोखले

ऋणनिर्देश

खरं तर कबीर या विषयावर काही लिहावं असं मनात नव्हतं, पण सकाळ प्रकाशनाचे प्रमुख आशुतोष रामगीर यांनी सुचवलं, ''तुमच्या इतर कादंबऱ्या पाहता कबीर तुम्ही चांगली लिहाल!'' मग मात्र कबीर लिहायचं असं मी ठरवलं. रामगीर सरांना मी धन्यवाद देते, की एक वेगळा विषय त्यांनी माझ्याकडून लिहून घेतला. सकाळच्या संपादक ऐश्वर्या कुमठेकर यांनी वारंवार विचारणा करून पाठपुरावा केला. मी त्यांचीही आभारी आहे. या कादंबरीला साजेसं मुखपृष्ठ आणि मांडणी करणारे यशोधन लोवलेकर यांचेही मी आभार मानते.

मला आणखी एका व्यक्तीचे आभार मानायचे आहेत ती व्यक्ती म्हणजे डॉ. अर्जुन चव्हाण. हिंदी साहित्याचे लेखक, संशोधक, अनेक पुरस्कारांचे विजेते. दिल्ली, लखनऊपर्यंत आपल्या कार्याने पोहोचलेले साहित्यिक. इतका मोठा आणि बिझी माणूस असूनही या कादंबरीला प्रस्तावना देण्याचं त्यांनी कबूल केलं. कसलेही आढेवेढे न घेता. डॉ. अर्जुन चव्हाण हे कामत सरांचे अत्यंत लाडके विद्यार्थी. एका परीने माझ्याशी नातं गुरुभगिनीचं, पण तरीही माझ्या फोनवरील विनंतीला मान देऊन त्यांनी वेळ काढून या कादंबरीला प्रस्तावना लिहिली. मी त्यांच्या ऋणात राहणंच पसंत करेन. त्यांच्या प्रस्तावनेनं या कादंबरीची उंची वाढण्यास मदत झाली आहे हे नक्की.

'कहत कबीर...' ही कादंबरी लिहिताना ज्या ज्ञात-अज्ञात सुहृदांचं योगदान मला लाभलं आहे, त्या सर्वांचे मी आभार मानते.

✻

कबीरवाणी...

राम नाम के पटंतरे, देवे कों कछु नाहिं ।
क्या है गुर संतोखिए, हौंस रही मन मांहिं॥

जे गुरूने मला दिले आहे, त्या रामनामाबरोबर ज्याची तुलना होऊ शकेल, असे दुसरे काही देण्यासारखे माझ्यापाशी नाही. काही देऊन गुरूला संतुष्ट करावे ही माझी इच्छा मनामध्येच अपुरी राहिली.

१.

मध्यान्हीची वेळ. सूर्य माथ्यावर येऊ लागला होता. उन्हाचे चटके चांगलेच बसत होते. जमीन, आकाश सगळंच तापलं होतं आणि अशा उन्हात पाचसहा वर्षांचा कबीर तापलेल्या मातीवर उभा होता. पायांखाली माती प्रचंड तापली होती, तर डोक्याला उन्हाच्या झळा लागत होत्या. कबीरची कोमल, इवलीशी पावलं चटके बसून लाल झाली होती. तो सतत कधी हा पाय, तर कधी तो पाय उचलत होता. एका पायावर जास्त वेळ उभंही राहता येत नव्हतं. तोल जात होता. एकदोनदा तो धडपडलासुद्धा. पण मदरशात अलिफ-बे-पे-से शिकवणाऱ्या मौलवींनी लक्षच दिलं नाही. कबीरानं त्यांना दोन-चार हाकाही मारल्या; पण ते शिकवण्यात इतके दंग होते, की चिमुकल्या कबीरच्या हाका त्यांना ऐकायला गेल्या नाहीत. शेवटी धीर करून कबीरानं जीव एकवटून मोठ्यांदा हाक मारायचा प्रयत्न केला. खरं तर उन्हानं आणि उष्म्यानं त्याचा घसा सुकला होता, पण त्यापेक्षा पायाला बसणारे चटके जास्त होते. म्हणूनच त्यानं सगळा जोर एकवटून हाक मारली, ''मौलाना साहबऽऽ! मौलाना साहबऽऽ!'' कशी कोण जाणे, पण त्याची हाक मौलानांपर्यंत पोहोचली. शिकवण्यात व्यत्यय आला म्हणून ते चिडले. ''क्या है पोट्टे? क्यूं बार बार मुझे तकलीफ दे

रहा है। चुपचाप खडे रहो! और अगर नहीं हो तो अंदर आ। तुझे सीधा करता हूँ।'' मौलानांच्या डोळ्यांतून राग उफाळत होता. ते बघून कबीर पुन्हा गप्प झाला. मौलानांच्या रागानं पुन्हा कबीराला ते चटके सहन करायला थोडी शक्ती दिली.

पण मौलाना कबीराला रागावलेले बघून तिथे असलेली इतर मुलं मात्र फिदीफिदी हसू लागली. त्याच्याकडे बोट दाखवून खिदळू लागली. कबीर मान खाली घालून उभा राहिला. आपल्याला वर्गाबाहेर काढलंय आणि उन्हात उभं केलंय हे बघून बाकीची मुलं हसतायत याचा त्याला राग येऊ लागला. पायाला बसणाऱ्या चटक्यांनी आणि वरून ओतणाऱ्या उन्हाच्या झळांनी आधीच तो वैतागला होता. त्यात मुलं आपल्याला चिडवतायत, खिजवतायत, हसतायत हे बघून त्याला संताप आला. बसल्या जागेवरूनच तोही त्यांना तोंडं वेडीवाकडी करून चिडवून दाखवू लागला. ते बघून ती मुलंही चेकाळली. तीही जास्तच चिडवू लागली. जमिनीवरचे खडे उचलून कबीराला मारू लागली. कबीरही खालचे खडे उचलून त्यांना मारायला लागला. काही क्षणांत हे घडलं. मौलानांच्या जेव्हा हे लक्षात आलं, तेव्हा त्यांना संताप अनावर झाला. या कबीरमुळे सगळा वर्ग विस्कटला होता. त्यांनी कोपऱ्यात ठेवलेला फोक उचलला. सपासप मुलांच्या पायावर त्यांनी फटके मारले. मुलं कळवळून गप्प बसली. आता त्यांनी मोर्चा वर्गाबाहेर उभ्या राहिलेल्या कबीरकडे वळवला. मौलाना छडी घेऊन आपल्याकडे येतायत हे बघितल्यावर कबीरची पाचावर धारण बसली. आपलं आता काही खरं नाही हे त्याला कळून चुकलं. आता पाठीवरचं सालडं सोललं जाईपर्यंत आपल्याला मार बसणार, हे लक्षात आल्यावर त्यानं ताबडतोब एक निर्णय घेतला आणि तो तातडीनं अंमलातही आणला. उभारलेली जागा सोडून तो तिथून पळत सुटला.

मौलानांनी त्याला पळताना बघितलं आणि हे पोरटं आपल्याला सापडणार नाही हे ओळखून त्यांनी वर्गातल्या दोन मुलांना त्याला पकडण्यासाठी त्याच्या मागे पाठवलं. ती मुलं त्याला पकडायला त्याच्यामागे धावत सुटली. मौलाना थांबलेले बघून तो जरा सुटका झाल्यासारखा थांबला, पण त्यांनी दोन मुलं पाठवली म्हटल्यावर मात्र तो जीव मुठीत धरून धावत सुटला. तो असा धावायला लागला, जणू काही वाघ मागं लागलाय. बघता बघता तो त्या गल्लीतून बाहेर पडला. थोडं पुढं जाऊन त्यानं मागं वळून बघितलं. ती दोन मुलं - हसन आणि रसूल त्याच्यामागे धावत होतीच. फक्त ती जरा अंतरावर होती. कबीर पुन्हा धावत सुटला. यांच्या

हातात सापडलो, तर हे दोघे पुन्हा आपल्याला मदरशात नेतील आणि मग मौलाना पुन्हा आपल्याला चांगलंच ठोकून काढतील, याचा त्याला अंदाज आला. 'आता धावलं पाहिजे आणि या दोघांना चकवलंही पाहिजे' त्याच्या मनानं घेतलं. धावता धावता तो लपण्यासाठी जागा शोधू लागला. कुठं लपलं म्हणजे या दोघांना चुकवता येईल, हे बघू लागला आणि अचानक त्याचं लक्ष उजव्या बाजूला गेलं. तिथे एक कुंपणाची भिंत होती. चांगली चार हात उंच होती. भिंतीला एक लहानसंच दार होतं आणि ते उघडं होतं. क्षणाचाही विचार ना करता कबीर तिकडे धावला. त्या दारातून पळतच आत आला आणि भिंतीजवळच दुबकून लपून बसला.

काही क्षण गेले आणि त्या दोघांच्या पळणाऱ्या पावलांचा धपधप असा आवाज कबीराला ऐकू आला. "कहाँ गया ये? लगता है कहीं छुप गया है। चल, वापस चलते है। मौलाना साहब को बताएंगे कि वो घर चला गया।" हसनचं बोलणं त्याला ऐकायला आलं. "हां। चल चल! तू ठीक कहता है। हम वापस जाएंगे।" रसूलनं हसनच्या बोलण्याला दुजोरा दिला. बहुधा दोघे परत गेले असावेत, कारण आता बाहेर शांतता होती. कबीर आता जरा विसावला. एक तर इतका वेळ तो उन्हात उभा होता. पायांना आणि डोक्याला चटके बसले होते. त्यातच तो इतक्या दूरपर्यंत पळत आला होता. दम लागून त्याचा श्वास जोरजोरात होत होता. पण तरीही तो विसावला होता. कारण तो जिथं भिंतीला चिकटून लपून बसला होता, तिथेच जवळ कडुनिंबाचं एक गर्द, डेरेदार, मोठं झाड होतं. त्यांची थंडगार सावली त्या भिंतीच्या आसपास पडली होती. त्या सावलीमुळे खालची जमीनही थंड होती. कबीर तिथे असा विसावला, की तो त्या भिंतीला टेकून बसला होता तिथेच त्याला झोप लागली. सहा-सात वर्षांचं कोवळं वय. पहाटे उठून निमासोबत कमळं तोडून आलेला, सकाळी मदरशात येण्यापूर्वी घेतलेली वाडगाभर पेज, दोन तास त्या मौलानांनी उन्हात उभं रहाण्याची केलेली शिक्षा आणि आता पळत पळत कापलेलं इतकं अंतर! दमून शिणलेला कबीर कडुनिंबाच्या त्या गर्द सावलीत भिंतीलगत लपून बसला आणि तिथेच निजला. पेंगुळला आणि बघता बघता त्याला गाढ झोप लागली. इतकी गाढ, की आपण लपलो आहोत, झोपलो आहोत ती जागा कोणती याचंही भान त्याला राहिलं नाही. तो गाढ निजला त्या मंदिरात.

होय! कबीर पळता पळता लपायची जागा शोधत होता आणि त्याला कुंपणाची ती भिंत दिसली. तिथे लपता येईल या विचारानं कबीर त्याच्या दारातून आत शिरला.

ते रामाचं मंदिर होतं. गावाबाहेर गर्द झाडीत असलेलं, लहानसं, टुमदार. दोन खणी गाभारा होता. गाभाऱ्यात प्रभू श्रीराम आणि सीता यांच्या हातभर उंचीच्या मूर्ती होत्या. राम कोदंडधारी होता. पायाशी वीरासनात बसलेली हनुमानाची अंदाजे एक वीतभर उंचीची लहानशी मूर्ती होती. केशवप्रभू त्या मंदिराचे पुजारी होते. मंदिराच्या मागेच ते एका लहानशा खोलीत राहत असत. मंदिराच्या भोवती पुरुषभर उंचीची भिंत बांधलेली होती. गाई-म्हशी, कुत्री मंदिराच्या आवारात येऊ नयेत म्हणून ही भिंत होती. केशवप्रभू मध्यान्हीला श्रीरामाची पूजा बांधत. मग त्यांनी घरी केलेला किंवा कुणीतरी आणून दिलेला नैवेद्य दाखवत आणि त्यानंतर श्रीरामाचं भजन गात तिथेच सभामंडपात बसत. मंदिर लहान असलं, तरी सभामंडप मात्र बऱ्यापैकी मोठा होता. चार-सहा खणांचा तरी असेल. तासभर भजन म्हणून झालं, की केशवप्रभू स्वत: भोजन करत. थोडी विश्रांती घेत. संध्याकाळी पुन्हा आरती करून ते भजनं गात. मग रात्र झाल्यावर आरती करून ते रामकथा वाचत. केशवप्रभूंचा आवाज गोड होता. भजन गाताना ते तल्लीन होऊन गात. सोबत एकतारी वाजवत. रामकथा वाचताना ते रसाळ वाणीत त्याचा अर्थही उलगडून सांगत. ऐकायला गावातले लोक गर्दी करत आणि रामकथा संपल्यावर देवासमोर प्रसाद म्हणून फळं, धान्य, मिठाई, वस्त्र, पैसे असं काहीतरी ठेवत. त्यावरच केशवप्रभूंची गुजराण होत असे. सकाळी लवकर उठून ते मंदिर आणि सभोवतालचा परिसर लख्ख झाडून घेत. पाणी मारत, झाडांना पाणी घालत. त्यामुळे मंदिराच्या परिसरातली सगळी झाडं हिरवीगार आणि फुलाफळांनी लगडलेली असत. मंदिरात इतकी शांतता, इतकी प्रसन्नता असायची, की तिथे साक्षात श्रीरामाचं वास्तव्य आहे असं वाटावं. आणि अशा मंदिराच्या आवारात कबीर शांत झोपला होता...

मध्यान्ह झाली. सूर्य माथ्यावर आला आणि केशवप्रभू श्रीरामाची पूजा करायला आले. ते गडबडीत होते. आज थोडा उशीरच झाला होता. मंदिराच्या मागच्या आवारात विहीर होती. कळशीत विहिरीचं पाणी भरून घेऊन कळशी खांद्यावर घेऊन ते मंदिरात आले आणि थेट गाभाऱ्यात गेले. श्रीरामाकडे बघत म्हणाले, ''रामा, आज उशीर झाला रे थोडा. क्षमा कर! स्नानासाठी खोळंबून राहिला असशील ना?'' असं म्हणून केशवप्रभूंनी श्रीरामाच्या स्नानाची तयारी केली. त्याला स्नान घालता घालता ते रामरक्षा म्हणत होते. श्रीरामाचं स्नान झाल्यावर त्यांनी त्याला वस्त्रालंकार चढवले. फुलांचे हार घातले. नेहमीच्या सवयीनं हिरव्या

चाफ्याचं एक फूल श्रीरामाच्या किरीटावर ठेवलं आणि ते पूजेच्या तयारीला लागले. मूर्तीला सजवून झालं होतं. आता गंध-अक्षता वाहून नैवेद्य दाखवून आरती केली, की झालं. केशवप्रभूंनी गंध उगाळलं. मूर्तीला लावलं. उरलेली फुलं घातली. घरातून आणलेल्या खिरीचा नैवेद्य दाखवला आणि घंटा खणखणत त्यांनी आरती करायला सुरुवात केली. घंटेचा तो खणखणीत नाद आसमंतात भरून राहिला.

त्या आवाजानं कबीराला जाग आली. डोळे उघडून त्यानं बसल्या जागेवरून इकडेतिकडे पाहिलं. आधी त्याला काही कळेना की, आपण कुठं आहोत! तो अवघा परिसर अगदीच अनोळखी होता. डोळे किलकिले करून तो आसपास बघायला लागला, तोच त्याच्या कानांवर घंटेचा खणखणाट पडला. त्यानं खाड्कन डोळे उघडले. तो उठून उभा राहिला. आपण मंदिरात आहोत एवढं त्याला कळलं. केशवप्रभूंनी आरती संपवली आणि ताम्हनातल्या अक्षता मंदिरात सगळीकडे टाकण्यासाठी ते सभामंडपात आले. तोच त्यांना कबीर दिसला. हा छोटा मुलगा कोण? तो अचानक इथे कसा आला? कुठून आला? का आला? हे प्रश्न मनात उद्भवण्यापूर्वी त्यांच्या हाताच्या स्वाभाविकपणे चाललेल्या हालचालींनी ताम्हनातल्या अक्षतांचं प्रोक्षण त्यांनी कबीरच्या मस्तकावर केलं. कबीर गांगरला, बावचळला. मंदिरातले हे मौलवी आपल्या डोक्यावर तांदूळ का टाकतायत, असा प्रश्न त्याला पडला. तो ते विचारणार तोच ते गृहस्थ म्हणाले, ''जा बेटा! श्रीरामप्रभूंचं दर्शन घेऊन ये! मग तुला प्रसादाची खीर खायला देतो!'' त्यांनी जे सांगितलं त्यातले 'खीर' आणि 'खायला देतो' हे दोनच शब्द कबीराला समजले. त्याच्या दृष्टीनं ते फार महत्त्वाचे होते त्या क्षणी. पण ते कुठे जा म्हणाले, ते काही त्याला समजलं नाही. तो तसाच उभा राहिला. ते बघून केशवप्रभूंनी त्याचा हात धरला आणि ते त्याला मंदिराच्या गर्भागाराजवळ घेऊन आले. हातातलं ताम्हन बाजूला ठेवून त्यांनी हात जोडले आणि कबीरलाही तशी खूण केली. त्यांचं बघून कबीरानंही हात जोडले. केशवप्रभूंनी डोळे मिटलेले बघून कबीरानंही डोळे मिटले. पण त्यांनी कबीराला गर्भागाराजवळ उभं केल्यावर कबीराला श्रीरामाची ती कोदंडधारी मूर्ती क्षणभर दिसली. तोच त्या गृहस्थांनी त्याला डोळे मिटायला सांगितले. कबीरानं डोळे मिटले आणि तीच मूर्ती त्याला मिटल्या डोळ्यांसमोरही दिसली. नवल वाटून त्यानं डोळे उघडले. समोर तीच मूर्ती होती. त्यानं परत डोळे मिटले, तरी मिटलेल्या डोळ्यांसमोरही तीच मूर्ती होती. कबीराला नवल वाटलं. जोडलेले हात तसेच ठेवून

मूर्ती जवळून बघण्यासाठी तो पुढं झाला. गाभाऱ्यात शिरला. मूर्तीसमोर उभा राहून तो ती निरखून बघू लागला. हात जोडलेले तसेच होते, मात्र अम्मीनं शिकवलेल्या नमाजाच्या सवयीमुळे जोडलेल्या हातांची ओंजळ झाली होती. कबीर मूर्तीसमोर उभा होता. श्रीरामाच्या बाजूला असलेली हनुमानाची लहानशी मूर्ती वाकून बघत होता. केशवप्रभू मागे वळले. त्यांनी बघितलं, की तो लहान मुलगा गर्भागारात गेला होता. ओंजळ करून रामप्रभूंसमोर उभा होता. केशवप्रभू त्याला 'बाहेर ये' म्हणून हाक मारणार तोच...

...तोच श्रीरामाच्या किरीटावर त्यांनी खोचलेलं हिरव्या चाफ्याचं फूल किंचित हललं आणि थेट कबीरानं - त्या छोट्या मुलानं मूर्तीसमोर धरलेल्या ओंजळीत पडलं. मूर्ती बघण्यात दंग असलेला तो छोटाही दचकला, पण हातात फूलच आहे बघितल्यावर सावरला. मात्र आपण 'याचि देही याचि डोळा' जे पाहिलं तो चमत्कार होता, की योगायोग हे ना कळलेले केशवप्रभू मात्र तसेच स्तिमित होऊन उभे राहिले. त्यांच्या मनानं कौल दिला, हा योगायोग नक्कीच नव्हता. कारण हिरव्या चाफ्याचं फूल रोजच ते श्रीरामाच्या किरीटावर खोचत असत. आजपर्यंत कधीच ते असं पडलं नव्हतं. आजच ते कसं पडलं? आणि तेही त्या बालकाच्या ओंजळीत? आहे कोण हा बालक? कुणाचा मुलगा आहे? कुठून आला आहे? आणि बरोबर इथे मंदिरात कसा आला? एक ना दोन! अनेक प्रश्न केशवप्रभूंच्या मनात घोंघावत राहिले. त्यांनी पाहिलं. तो बालक निरागसपणे मागे वळला आणि आपल्या हातात पडलेलं ते फूल पुन्हा केशवप्रभूंना देत म्हणाला, ''चाचाजी, हे फूल त्या मूर्तीवरून हातात पडलं. मी ते घेऊन काय करू? हे तुम्ही परत घ्या आणि त्या मूर्तीवर घाला!'' निरागसपणे कबीरानं ते फूल केशवप्रभूंच्या हातावर ठेवलं. ते फूल हातात घेऊन केशवप्रभू गर्भागारात गेले. श्रीरामाच्या मूर्तीसमोर उभे राहिले आणि म्हणाले ''रामप्रभू, ही काय लीला आहे? तुम्ही त्याला कौल दिलात, पण त्यानं तोच प्रसाद पुन्हा आपल्याला परत दिला. तुम्ही त्याला प्रसाद आणि आशीर्वाद दिलात हे योग्य आहे, प्रभू, पण तो तुम्हाला काय देणार आहे? त्यानं फूल तर तुम्हाला परत दिलं आणि ते पुन्हा तुमच्या माथ्यावर ठेवायला सांगितलं. रामराया, या बालकाच्या हातून असं काहीतरी घडणार आहे जे तुझ्या मस्तकावर विराजमान होईल. असाच तर या संकेताचा अर्थ नसेल?'' रामरायाला असे प्रश्न विचारून केशवप्रभूंनी ते हिरव्या चाफ्याचं फूल पुन्हा रामप्रभूच्या त्या किरीटात खोचलं. मात्र आता ते फूल

तिथे छान बसलं. ते बघून उड्या मारत, टाळ्या वाजवत कबीर म्हणाला, ''बहुत सुंदर! चाचा, आता हा तुमचा भगवान... काय याचं नाव?''

''श्रीरामचंद्र!'' केशवप्रभूंनी उत्तर दिलं.

''हां! श्रीरामचंद्र! आता छान दिसतोय! मी ते फूल तुम्हाला परत दिलं, ते तुम्ही त्याच्या सिरपर ठेवलं. त्यालाही ते आवडलेलं दिसतंय! बघा ना चाचा, तो कसा छान हसतोय ते?'' केशवप्रभू त्या छोट्या मुलाच्या चेहऱ्याकडे बघत राहिले. त्याच्या चेहऱ्यावरून तर आनंद ओसंडत होताच, पण त्यानं सांगितल्यावर केशवप्रभूंची नजर अनवधानानं प्रभू रामचंद्राच्या मूर्तीकडे गेली. त्या मूर्तीचा चेहराही आज, आता, याक्षणी अतिप्रसन्न दिसत होता. नेहमीपेक्षा अतिप्रसन्न!

न राहवून त्यांनी त्या मुलाला विचारलं, ''बाळ, तुझं नाव काय?''

तशाच हसऱ्या चेहऱ्यानं त्यानं उत्तर दिलं. ''कबीर! कबीर माझं नाव!''

''कबीर? तू कुणाचा मुलगा?'' केशवप्रभूंनी पुन्हा विचारलं.

''निमा आणि निरूचा! निमा आणि निरू या जुलाह्याचा!'' कबीरानं केशवप्रभूंना उत्तर दिलं खरं, पण त्याची नजर राममूर्तीवरून हटत नव्हती. केशवप्रभूंनी पुढचा प्रश्न केला. ''अरे बाळा, मग तू इथे कसा आलास?''

''चाचा, मी मदरशातून पळून आलो. मौलवींनी मला शिक्षा केली होती. ते मला अजून शिक्षा करणार होते, म्हणून मी पळालो. त्यांनी हसन आणि रसूलला माझ्या मागे मला पकडायला पाठवलं. त्यांना चुकवून मी आत येऊन लपलो, म्हणून वाचलो. या रामानं मला वाचवलं!'' कबीरानं सगळी हकिकत सांगितली.

''मदरशातून पळून आलास? अरे बाळा, मग तू मुस्लीम आहेस! यवन आहेस! तू इथे कसा आलास? हे हिंदूंचं मंदिर आहे! तू इथे आलेला लोकांना चालणार नाही.'' केशवप्रभूंनी त्याला वस्तुस्थितीची जाणीव करून दिली.

''चाचा, तुम्हाला चालेल ना? या रामाला चालेल ना? त्याला नक्कीच चालेल. त्याला चाललं, म्हणून तर त्यानं माझा मार वाचवला. चाचा, मला हा राम फार आवडला. त्याचं नावही मला फार फार आवडलं. मी पण त्याला आवडलो असणार! म्हणून तर त्यानं त्याच्या डोक्यावरचं फूल मला दिलं! होय ना, चाचा?'' श्रीरामाच्या मूर्तीच्या माथ्यावरचं हिरव्या चाफ्याचं फूल या पोराच्या ओंजळीत पडलं, त्याचा या मुलानं निरागसपणे लावलेला अर्थ बघून केशवप्रभूंना नवल वाटलं. 'किती साधा, सोपा, सरळ अर्थ त्यानं लावला होता त्या घटनेचा! आणि आपण मात्र

उगीचच 'कौल दिला', 'प्रसाद दिला' असे अर्थ लावत बसतो. केशवप्रभू विचार करत होते. आपला वेडेपणा आणि कबीरची निरागसता लक्षात आल्यावर त्यांच्या चेहऱ्यावर हास्य उमटलं.

''मग तू ते फूल त्याला परत का दिलंस?'' केशवप्रभूंनी कबीरची परीक्षा पाहण्यासाठी विचारलं.

''चाचा, मी त्याला आवडलो म्हणून त्यानं मला फूल दिलं. तसंच तोही मला आवडला, म्हणून मीही त्याला फूल दिलं. त्याच्याकडे फूल होतं, ते त्यानं मला दिलं. माझ्याकडे दुसरं फूल नव्हतं, म्हणून मी तेच फूल त्याला परत दिलं. मग झाली ना फिटंफाट?'' कबीरचं तत्त्वज्ञान काही वेगळंच होतं. केशवप्रभूंना त्याच्या या विचारांचं कौतुक वाटलं. त्यांच्या चेहऱ्यावर ते उमटलं. ते बघून कबीरानं लगेच पुढं विचारलं, ''चाचा, तुमच्या रामाला मी आवडलो. म्हणून तो आता माझाही राम झाला. मग मी रोज इथे आलो तर चालेल? तुम्हालाही मी आवडलो ना? मग तुम्हाला चालेल ना मी इथे आलो तर?'' कबीरानं केशवप्रभूंना विचारलं. केशवप्रभू हसले. म्हणाले, ''कबीर तुझ्या रामाला चालणार आहे, आवडणार आहे, तर मी कोण नाही म्हणणार? तुला हवं तेव्हा तू इथे येत जा!'' त्यांचं हे उत्तर ऐकून कबीराला झालेला प्रचंड आनंद त्याच्या चेहऱ्यावर पसरला. तिथल्या तिथे उडी मारून त्यानं टाळीही वाजवली आणि 'रामा, मी आता इथे रोज येणार रे!' असं श्रीराममूर्तीला सांगून आणि 'चाचा, मी आता घरी जातो' असं केशवप्रभूंना सांगून कबीर पळतच तिथून बाहेर पडला. तो गेला त्या दिशेकडे केशवप्रभू बघतच राहिले. अनवधानानं त्यांचं लक्ष श्रीरामाच्या मूर्तीकडं गेलं. कबीरच्या चेहऱ्यावरचा ओसंडून वाहणारा आनंद मूर्तीच्या चेहऱ्यावरही पसरला होता. आनंद हाही संसर्गजन्य असतो असं म्हणतात, कारण केशवप्रभूंचा चेहराही आनंदानं भरला. तरीही मनात एक प्रश्न धडका देतच होता.

कोण आहे हा कबीर?

✽

कबीरवाणी...

सतगुर की महिमा अनंत, अनंत किया उपगार ।
लोचन अनंत उधारिया, अनंत दिखावनहार ।।

सद्‌गुरूंचे माहात्म्य अनंत आहे, आणि त्यांनी माझ्यावर थोर उपकार केलेले आहेत. त्यांनी मला व्यापक दृष्टी दिली. त्यामुळेच मी अनंत अशा ईश्वराचे दर्शन घेऊ शकतो.

२.

वाराणसी गावात महादेवाच्या मंदिरामागे सोमनाथ आणि सुप्रभा नावाचे पती-पत्नी राहत असत. सोमनाथ विद्यासंपन्न, विद्वान होता. ठिकठिकाणी जाऊन तो पौरोहित्य करीत असे. यज्ञ-याग, होमहवन, पूजाअर्चा, जपजाप्य असे सर्व धार्मिक विधी तो अत्यंत निष्ठेने आणि श्रद्धेने करत असे. लोकांचाही त्याच्यावर विश्वास होता. वेदशास्त्रसंपन्न आणि धर्मशास्त्रात पारंगत अशा सोमनाथची पत्नी सुप्रभा हीसुद्धा एक साध्वी होती. धर्मकार्यात तीसुद्धा पतीला मदत करत असे. सदाचरण, सद्वर्तन, नम्रता आणि श्रद्धायुक्त अंत:करणानं करत असलेले धार्मिक विधी यांमुळे सोमनाथच्या घरी सुबत्ता होती, सुखसमृद्धी होती. आल्या-गेल्या अतिथींचं स्वागत होतं. त्याच्या पोटात समाधानाचे घास पडत होते. या दांपत्याला एक मुलगी होती. सुकांता तिचं नाव. संस्कारी, सद्‌गुणी, विनयशील स्वभावाची सुकांता आईवडिलांची अतिशय लाडकी होती. ती विवाहयोग्य झाल्यावर तिच्या आईवडिलांनी तिचा विवाह बुद्धदेवशी करून दिला. कन्यादानाचं पुण्य पदरात घेऊन, आपण आपल्या कर्तव्यातून मुक्त झाल्याची भावना मनाशी बाळगून सोमनाथ-सुप्रभा जरा विसावले. तोच एक भयंकर बातमी त्यांच्या कानावर आली. त्यांचा जावई, सुकांताचा पती

बुद्धदेव हा सर्पदंशाने मृत्यू पावल्याची भयंकर बातमी त्यांना कळली. त्यांच्यावर या बातमीनं फार मोठा आघात झाला, तर सुकांतावर तर दुःखाचा पहाड कोसळला. पतीच्या मृत्यूची वार्ता ऐकून तिची तर शुद्धच हरपली. मोठ्या मुश्किलीनं तिला शुद्धीवर आणलं. पण अपशकुनी असा शिक्का तिच्यावर बसून तिच्यासाठी सासरचा दरवाजा कायमचा बंद झाला. सोमनाथ तिला घरी घेऊन आला. दुःखात बुडलेली सुकांता आईवडिलांच्या घरी राहू लागली. त्यांच्या आधारानं, मायेनं ती हळूहळू सावरू लागली. धर्मकार्यात प्रत्यक्ष भाग घेणं तिच्यासाठी निषिद्ध असलं; तरी आईला स्वयंपाकात, घरातल्या कामकाजात मदत करून ती आईचा हात हलका करीत असे. तिला स्वतःला विणकामाची आवड होती. काम आवरलं आणि वेळ मिळाला, की ती विणकाम करत असे. तिचं विणकाम अत्यंत सुबक आणि सुंदर होतं. विणकामात तिचा हात भरभर चालत असे. अतिशय सुंदर आणि देखणे शेले ती विणत असे. त्यावर आपल्या विणकामातून रामायण-महाभारतातली चित्रं ती गुंफत असे. त्या चित्रांतले चेहरे, त्यांतला जिवंतपणा, त्यांची रंगसंगती, त्या चित्रांच्या चेहऱ्यांवरचे भाव यांचा इतका सुरेख मेळ ती साधत असे की बघणारा आश्चर्यचकित होई. आपल्या आईवडिलांच्या घरी राहून सुकांता आपलं दुःख विसरायचा असा प्रयत्न करत होती. दिवस सरत होते.

वाराणसी गाव तसं पूर्णतः धार्मिक. काशीविश्वेश्वराचं पुरातन मंदिर या गावात होतं. हा काशीविश्वेश्वर स्वयंभू मानला जात असे. वाराणसीत त्यामुळे अनेक साधुसंत, भक्त यांची सतत ये-जा असायची. वाराणसी हे धर्मपीठही होतं आणि तिथे धर्माधिष्ठित ज्ञान आणि कर्मकार्य शिकवणाऱ्या अनेक वेदशाळाही होत्या. त्या वेदशाळांतून अनेक वेदशास्त्रसंपन्न, विद्वान पंडित अध्यापनासाठी येऊन राहत होते. त्यांच्यामुळे साहजिकच वाराणसी ही ज्ञान आणि विद्या यांनी संपन्न नगरी म्हणून प्रसिद्ध होती. म्हणूनच अनेक संत-महंत वाराणसीला येऊन राहत. कोसल नरेश विद्यांचा, कलांचा भोक्ता होता. त्याच्या दरबारी जसा कलागुणांचा गौरव होत असे, तसा साधुसंताचा सन्मानही. त्या परिसरातले प्रसिद्ध संत-महंत स्वामी रामानंद यांचंही वाराणसी इथे वारंवार येणं होत असे. स्वामी रामानंदांना नरेशाने एक मठ ही तिथे बांधून दिला होता. रामानंद महिनोन् महिने तिथे येऊन राहत आणि धर्म-संस्कृती, यांच्या सोबतच धर्मशास्त्र आणि वैदिक ज्ञान यांचे अध्यापन करत. स्वामी रामानंदांना वाराणसीमध्ये खूप मान होता.

सुकांताचा पिता सोमनाथ हाही अधूनमधून स्वामींच्या दर्शनासाठी जात असे. सोमनाथच्या विनम्र आणि निष्ठापूर्ण स्वभावामुळे रामानंद स्वामींचा त्याच्यावर विशेष जीव होता. आजही सोमनाथ स्वामींना भेटण्यासाठी मठात आला होता. मठात खूप गर्दी होती. या वेळी स्वामी बऱ्याच काळानंतर, म्हणजे जवळपास दीड-दोन वर्षांनंतर वाराणसीला आले होते. मधला दोन वर्षांचा काळ ते हिमालयात वास्तव्याला होते. ते वाराणसीत आल्याचं कळल्यावर सोमनाथ त्यांना भेटायला गेला. स्वामींच्या दर्शनाला गर्दी होती. सोमनाथ गर्दीतून वाट काढत स्वामींसमोर गेला. त्याला समोर बघताच स्वामींचा चेहरा प्रसन्न झाला. ''या या! सोमनाथशास्त्री, या! आम्हाला ज्ञात होतंच की तुम्ही आम्हाला भेटायला येणार ते! कसं आहे? सर्व काही क्षेमकुशल?'' स्वामींनी विचारलं. सोमनाथ हात जोडून उभा होता. त्यानं मान हलवली; पण स्वामींच्या लक्षात आलं, की काहीतरी समस्या आहे. त्यांनी आसपास नजर टाकली. खूप गर्दी होती. स्वामींच्या दर्शनासाठी लोक रेटारेटी करत होते. या गर्दीत सोमनाथशी बोलणं शक्य नव्हतं. सोमनाथ हात जोडून समोर उभा होता. त्याच्या डोक्यात विनवणी होती. स्वामींनी ती ओळखली. स्वामी त्याला म्हणाले, ''सोमनाथशास्त्री, आम्ही उदईक मध्यान्ह भोजनाला तुमच्या घरी येऊ! तेव्हा आपल्याला सविस्तर बोलता येईल.'' स्वामींचं हे बोलणं ऐकून सोमनाथच्या चेहऱ्यावर समाधान पसरलं. स्वामींनी आपल्या मनातली भावना ओळखली हे जाणून त्याला आनंद झाला. तो मठातून बाहेर पडला, तेव्हा उत्साही होता. मधल्या काळात घडलेल्या घटना, सुकांताचा विवाह, बुद्धदेवाचा मृत्यू, त्यामुळे तिला आलेलं वैधव्य यातलं काहीच स्वामींना माहीत नव्हतं. ते सगळं त्यांना सांगून त्यावर मार्ग दाखवण्याची विनंती स्वामींना करायची होती. इतक्या गर्दीत हे बोलणं शक्य नव्हतं. आपल्या मनातलं ओळखून स्वामी 'घरी येतो' म्हणाले या गोष्टीचं त्याला समाधान वाटलं. तो लगबगीनं घरी आला. आता स्वामी रामानंदांच्या स्वागताची तयारी करायची होती. स्वामी भोजनासाठी येणार होते. म्हणजे शिधासामग्री लागणार होती. पत्नी सुप्रभाला विचारून शिधा आणावा लागणार होता. सोमनाथ उत्साहानं घरी आला.

शब्द दिल्याप्रमाणे स्वामी आपला एक अनुयायी दिवाकर याला सोबत घेऊन सोमनाथच्या घरी आले. त्यांना सोमनाथच्या घरी सोडून दिवाकर मठात परत गेला. भगवी कफनी घातलेले, गळ्यात आणि दंडांत रुद्राक्षाच्या माळा, माथ्यावर केसांचा

बुचडा बांधून त्याभोवती रुद्राक्षमाळा बांधलेली. उरलेले काळेभोर केस मानेवर रुळत असलेले, काळीभोर दाढी छातीवर रुळत असलेली, उंचेपुरे, बलदंड शरीरसंपदा लाभलेले, गहू वर्णाचे, भेदक पण तेजस्वी डोळ्यांचे स्वामी रामानंद सोमनाथच्या दारात उभे राहिले. सुप्रभा आणि सुकांता यांना तर साक्षात काशीविश्वेश्वर दारात आल्यासारखं वाटलं. विधवा असल्यामुळे एकरंगी भगवं वस्त्र परिधान करून सुकांता बाजूला उभी होती. पदरानं तिनं आपला चेहरा झाकला होता. विधवेनं आपलं तोंड कुणाला दाखवू नये ही समाजरीत पाळण्याची त्या मागची भावना होती. स्वामी दारात येताच सुप्रभा पुढे झाली. तिनं स्वामींच्या पावलांवर दूध घालून त्यांचे चरण प्रक्षाळले. नंतर पंचारतीनं त्यांना औक्षण केलं. आरतीचं ते तबक सुकांताच्या हातात देऊन सुप्रभेनं वाकून स्वामींना त्रिवार नमस्कार केला. ''आयुष्यमान भव! अखंड सौभाग्यवती भव!'' स्वामींनी आशीर्वाद दिला. सुकांता आत गेली आणि आरतीचं तबक देव्हाऱ्यात ठेवून आली.

ओवाळून झाल्यावर फुलांच्या पाकळ्यांवरून स्वामी आत आले होते. सोमनाथशास्त्रींच्या घरी झालेल्या या स्वागतानं स्वामी भारावून गेले. आत येऊन उभ्या राहिलेल्या स्वामींची नजर त्या खोलीत भिरभिरत होती. भिंतींवर ठिकठिकाणी सुकांताच्या विणकामाचं कौशल्य सांगणाऱ्या वस्तू होत्या. भारावून जाऊन, कौतुकाच्या नजरेनं स्वामी ते बघत होते. तोच एका बाजूला उभ्या राहिलेल्या सुकांतानं चेहऱ्यावरचा पदर आणखी ओढून घेऊन स्वामींना त्रिवार नमस्कार केला. सवयीनं अन् अनवधानानं, हात उंचावून स्वामींनी आशीर्वाद उच्चारला, ''आयुष्यमान भव! पुत्रवति भव!''

स्वामींनी उच्चारलेला हा आशीर्वाद ऐकून सोमनाथ आणि सुप्रभा जोरात किंचाळले, ''स्वामी! हे काय?'' तर स्वामींनी उच्चारलेला आशीर्वाद ऐकून सुकांता बेशुद्ध पडली. एकच गोंधळ उडाला. सुप्रभाने धावत जाऊन पाणी आणलं. सुकांताच्या तोंडावर शिंपडलं. ती सावध झाली आणि हुंदका आवरत आत पळाली. स्वामींना समजेना, की नक्की काय झालं? आपलं काय चुकलं? तेही भांबावून उभे राहिले.

यातून पहिल्यांदा सावध झाला तो सोमनाथ. त्यानं स्वामींना बसायला आसन दिलं. स्वामी त्यावर बसल्यावर तो स्वामींसमोर हात जोडून उभा राहिला. म्हणाला, ''क्षमा असावी, स्वामी! थोडीशी गडबड झाली. पण त्यात माझीच चूक आहे.

त्यामुळे मीच अपराधी आहे. मला क्षमा करा!'' सोमनाथचं हे बोलणं ऐकून स्वामी अजूनच गोंधळात पडले. ''सोमनाथशास्त्री, नक्की काय झालं? ही आता बेशुद्ध झालेली कन्या कोण? आणि ती बेशुद्ध का झाली? सोमनाथशास्त्री, आपण मला सविस्तर वृत्तान्त सांगाल का?'' स्वामींनी स्पष्टपणे विचारलं. सोमनाथ क्षणभर नि:शब्द उभा राहिला. शब्दांची जुळवाजुळव करत असावा. तरीही स्वामींना काय आणि कसं सांगावं हे त्याला उमगेना. शेवटी धीर करून तो म्हणाला, ''स्वामी, आता क्षणभरापूर्वी जी बेशुद्ध झाली, ती माझी कन्या सुकांता! ती... ती बेशुद्ध झाली, कारण... आपण तिला आशीर्वाद दिला 'पुत्रवती भव'! पण... पण स्वामी, ती... ती विधवा आहे. माझी... माझी एकुलती एक लाडकी लेक विधवा होऊन घरी परत आली आहे, स्वामी! तिचा पती बुद्धदेव विवाहानंतर काही दिवसांतच सर्पदंश होऊन मृत्यू पावला. अपशकुनी म्हणून सासरच्या मंडळींनी तिला घराबाहेर हाकलली. आम्ही तिला घरी घेऊन आलो. आता ती आमच्यासोबत राहते. पण मगाशी जेव्हा ती आपल्या समोर नमस्कारासाठी वाकली, तेव्हा आपण तिला अनवधानाने 'पुत्रवती भव!' असा आशीर्वाद दिला. तो ऐकून तिची शुद्ध हरपली. स्वामी, यात माझीच चूक आहे. मीच आपल्याला या गोष्टीची कल्पना द्यायला हवी होती. खरं तर हे सांगण्यासाठीच मी काल मठात आलो होतो. तिथली गर्दी बघून मी सांगू नाही शकलो. मला क्षमा करा स्वामी!''

सोमनाथनं जे सांगितलं ते ऐकून स्वामी सुन्न झाले. आपल्या हातून हे काय घडलं, अशी खंत त्यांना वाटू लागली. एका विधवेला आपण पुत्रवती होण्याचा आशीर्वाद दिला. आशीर्वाद कसला? शापच ठरणार आहे तो तिच्या दृष्टीनं! स्वामींचं मन या घटनेमुळे विचलित झालं. काही क्षण तसेच गेले. स्वामींनी स्वत:ला सावरलं. समोर सोमनाथ उभा होता. त्याची नजर स्वामींकडेच लागली होती. जे अघटित घडलं, ते स्वामीच नीट करतील, हा विश्वास त्या नजरेत होता. ''सोमनाथशास्त्री तुमचं देवघर कुठे आहे? मला प्रश्नांची उत्तरं मिळवायची आहेत!'' स्वामींनी विचारलं.

सोमनाथ पुढे झाला. स्वामींना देवघरात घेऊन गेला. एक खणाचं देवघर होतं. सुबक देव्हारा होता. शंकराची चार बोटं उंचीची पिंडी होती. गणपती, अन्नपूर्णा यांच्या चांदीच्या मूर्ती होत्या. देव्हाऱ्यासमोर चौरंग होता. त्यावर मृगाजिन घातलं होतं. सुंदर पूजा केलेली होती. कोपऱ्यात समई शांतपणे तेवत होती. तिचा मंद

प्रकाश देव्हाऱ्यात पडला होता. देवघर आणि देव्हारा बघून स्वामींना प्रसन्नता वाटली. त्यांच्या मनाची घालमेल थोडी कमी झाली. ''मी इथे थोडा वेळ बसतो! चालेल ना?'' त्यांनी सोमनाथला विचारलं.

''होय स्वामी! सगळं घर आपलंच आहे. आपण आसनस्थ व्हा. मी बाहेर थांबतो. काही लागलं, तर मला हाक मारा!'' असं सांगून स्वामींना प्रणाम करून सोमनाथ बाहेर गेला. स्वामी क्षणभर निश्चल उभे राहिले. सगळ्या देवघरात एक नजर टाकली आणि ते पद्मासन घालून चौरंगावर बसले. एक नजर पिंडीवर टाकून त्यांनी डोळे मिटले. श्वासांवर लक्ष केंद्रित करून चित्त एकाग्र केलं आणि दुसऱ्या क्षणाला स्वामींची भावसमाधी लागली.

थोड्या वेळानं स्वामी समाधीतून जागे झाले. या वेळी त्यांचा चेहरा अतिप्रसन्न दिसत होता. मनात वाटणारी खंत जी चेहऱ्यावर उमटली होती, ती कुठल्या कुठे गेली होती. त्यांच्या मनातल्या प्रश्नाचं उत्तर त्यांना मिळालं होतं. पद्मासन सोडून ते उभे राहिले. तिथेच त्यांनी साष्टांग दंडवत घातला. देवाचे आभार मानले आणि ते देवघरातून बाहेर आले. बाहेरच्या दालनात सोमनाथ त्यांची प्रतिक्षा करत उभा होता. स्वामी बाहेर आलेले बघून तो पुढे झाला. स्वामींना प्रणाम करून म्हणाला, ''स्वामी, सगळं कुशल आहे ना?'' स्वामींचा चेहरा प्रसन्न होता. पुढे येऊन त्यांनी सोमनाथच्या खांद्यावर हात ठेवला. म्हणाले, ''सोमनाथशास्त्री, भोजनाची सिद्धता झाली आहे ना? चला, भोजन करू या. भूकही लागली आहे. जेवताना बोलू आपण. आणि हो! आपली कन्या सुकांताच आम्हाला भोजन वाढेल.'' स्वामींचं बोलणं ऐकून सोमनाथला नवल वाटलं. पण काही ना बोलता त्यानं होकारार्थी मान डोलावली आणि 'भोजनाची व्यवस्था करा' हे पत्नी सुप्रभाला सांगायला तो आत गेला. तो त्या खोलीत आला, तेव्हा त्यानं पाहिलं. सुकांता रडत होती आणि तिची आई तिची समजूत काढत होती. स्वामींनी अनवधानानं दिलेल्या आशीर्वादामुळे सुकांताला धक्का बसला असणार हे निश्चित. पण स्वामी म्हणाले होते, की भोजन करताना बोलू या! त्या अघटिताचा ते निश्चित खुलासा करतील याचा सोमनाथला विश्वास होता. त्याच विश्वासानं त्यानं सुप्रभा आणि सुकांताला सगळा वृत्तान्त सांगितला आणि स्वामींची इच्छाही सांगितली. ते ऐकून सुप्रभा लगबगीनं उठली. डोळे पुसत सुकांताही तिच्या मागोमाग गेली. सोमनाथही समाधानानं खोलीतून बाहेर पडला.

पानं वाढली. स्वामी पाटावर येऊन बसले. सोमनाथ त्यांच्या बाजूला बसून

त्यांना हवं-नको ते बघायला बसला. सुप्रभानं सुरुवातीचं सगळं वाढलं. सुकांता तूप घेऊन वाढायला आली. स्वामींपुढे वाकून तिनं नम्रतेनं तूप वाढलं. तोच स्वामी तिला म्हणाले, ''सुकांता, बेटी थांब! आत जाऊ नकोस! मला सांग आता तू तूप वाढलंस! तूप काय काम करतं?'' सुकांता क्षणभर बावचळली, मात्र लगेच सावरली. पदर सावरत म्हणाली, ''स्वामी, तूप हे अन्न आणि शरीर शुद्ध करण्याचं काम करतं!''

''बरोबर सांगितलंस, पोरी! मी तुला मगाशी 'पुत्रवती भव!' असा आशीर्वाद दिला. तेव्हा मी तो आशीर्वाद अनवधानाने दिला असला, तरी त्यामागे ईश्वरी योजना आहे, बेटी! मी दिलेला आशीर्वाद सत्य ठरणारच. तुझ्यापोटी पुत्र जन्माला येणार. हे तूप जसं अन्न आणि देह शुद्ध करण्याचं काम करतं, तसं तो पुत्र समाज शुद्ध करण्याचं काम करणारा ठरेल. देवी शारदेचा त्याला आशीर्वाद असेल. तो आपल्या लेखणीनं दिगंत कीर्ती मिळवेल. शेकडो वर्षं त्याचं नाव लोकांच्या ओठांवर, मनात, हृदयांत राहील. मात्र हे सारं तुला पाहता येणार नाही. कारण त्याचा जन्म होताच तुला त्याचा त्याग करावा लागेल. लोकापवादासाठी तुला आपलं मन कठोर करावं लागेल. त्याचा त्याग करून तुम्ही तिघंही हिमालयात निघून जाल. पुन्हा कधीही परत न येण्यासाठी. हेच तुझं आणि तुझ्या पुत्राचं प्रारब्ध असेल पोरी. साक्षात प्रभू रामचंद्रानं माझ्याकडून हा आशीर्वाद वदवून घेतला आहे.'' आपल्या हातून घडलेल्या 'त्या' अघटिताचं समर्थन आणि विश्लेषण स्वामींनी केलं आणि खाली बघून ते जेवू लागले. काही क्षण तिथे स्तब्धता पसरली. शांतता पसरली. तिला छेद दिला सुकांतानं.

''स्वामीजी, विधवा असूनही माझं मातृत्व जर असा कीर्तिमान पुत्र जन्माला घालणार असेल, तर मला ते मान्य आहे. मी त्या मातृत्वाचा आनंदानं स्वीकार करेन.'' असं म्हणून सुकांतानं सतत भरून येणारे आपले डोळे निग्रहानं पुसले. तिच्या चेहऱ्यावर निग्रह दिसत होता. तो बघून स्वामीजींना समाधान वाटलं. श्रीरामाला दिलेला शब्द पाळला गेला होता. त्यानंतर स्वामी समाधानानं जेवले. सुकांताला होणाऱ्या पुत्राची भविष्यवाणी सांगितल्यामुळे सोमनाथच्या घरातलं दुःखी वातावरणही निवळलं. आपल्या लेकीच्या पोटी येणारा पुत्र हा दिगंत कीर्तिवान ठरणार ही स्वामींची भविष्यवाणी सोमनाथच्या घराला सुखावून गेली. आता कुणालाच स्वामींच्या त्या आशीर्वादाची खंत वाटत नव्हती. स्वामींचं जेवण झालं. सोमनाथही जेवला. सुप्रभा आणि सुकांता जेवायला बसल्या. आता दोघींची मनं शांत होती. काही वेळापूर्वी घरात असलेलं दुःखाचं, संकटाचं वातावरण आता

बदललं होतं. दोघी शांतपणे जेवल्या. मागचं सगळं आवरून झालं. स्वामीजी जायला निघाले. सोमनाथ, सुप्रभा दोघांनी स्वामींना प्रणाम केला. सुकांता थोडी दूर उभी होती. स्वामींनी तिला हाक मारली. म्हणाले, ''पोरी, आता तू स्वत:ला कमी लेखू नकोस. दिगंत कीर्तिमान असा पुत्र तुझ्या पोटी येणार आहे. अशी समोर ये!'' स्वामींचे शब्द ऐकून सुकांताला धीर आला. ती पुढं आली आणि तिनं स्वामींना वाकून त्रिवार नमस्कार केला. स्वामींनी तिच्या मस्तकावर हात ठेवला. म्हणाले, ''तो श्रीराम तुला शक्ती देवो.''

स्वामींनी मस्तकावर हात ठेवला आणि क्षणभर सुकांताची जणू भावसमाधी लागली. स्वामींच्या हाताच्या त्या उबदार स्पर्शानं सुकांता अंगोपांगी थरारली. त्या एका क्षणात तिला असं वाटलं, की स्वामींच्या तळव्यातून तेजाची एक लखलखती रेषा निघाली आहे आणि ती आपल्या शरीराला व्यापत आरपार जात आहे. ते तेज जसं दाहक होतं, तसंच ते शीतलही होतं. त्याची आभा विजेप्रमाणे लखलखत होती, तर पौर्णिमेच्या चंद्रकिरणांप्रमाणे शीतलही होती. त्या तेजाचं वलय आपल्या देहाभोवती फिरतंय आणि आपण त्यात विरघळून जातोय असं तिला वाटायला लागलं. तिनं आपले डोळे घट्ट मिटून घेतले. का कोण जाणे, तिच्या डोळ्यांतून घळाघळा अश्रू वाहू लागले. ती हुंदके देऊन रडायला लागली. स्वामी तिला थोपटत राहिले. सरस्वतीच्या वीणेतला एक स्वर तिच्या पोटी जन्मणार होता. त्यासाठी तिचं सामर्थ्यवान होणं गरजेचं होतं. लोकापवाद तर येणारच होते. त्यासाठी मनाचं सामर्थ्यही गरजेचं होतं. तिच्या मनातलं दु:ख, खंत, भीती हे सगळं त्या अश्रूंतून वाहून जात होतं. स्वामींनी तिला पोटभर रडू दिलं. मनातल्या साचलेल्या भावना रिकाम्या झाल्यावर ती शांत झाली. तिच्या चेहऱ्यावरचा निग्रह आणि डोळ्यांतलं सामर्थ्यच सांगत होतं, की आता ती कोणत्याही संकटाला तोंड द्यायला सिद्ध आहे. सगळ्यांचा निरोप घेऊन स्वामी गेले, तेव्हा ती निश्चल होती. ठाम होती.

स्वामी निघाले. सुकांतानं विचारलं, ''मी माझ्या पुत्राचं मुख एकदाचं पाहू शकेन. कारण विधिलिखिताप्रमाणे मला तो जन्मत:च त्याचा त्याग करायचा आहे. पण आपण स्वामी आहात. आपला सार्वत्रिक संचार असतो. आपण तरी त्याला कधीतरी भेटाल ना?'' सुकांतानं विचारलेल्या प्रश्नाला काय उत्तर द्यावं ते स्वामींना समजेना. विधिलिखिताप्रमाणे त्या पुत्राची आणि स्वामींची तशी ओझरतीच भेट होणार होती. पण आताच हे सुकांताला सांगून तिच्या डोळ्यांत उमटलेली आशा

त्यांना पुसायची नव्हती. ''श्रीरामप्रभूंच्या मनात असेल तसं होईल, बेटी!'' असं उत्तर देऊन स्वामी तिथून बाहेर पडले. तरीही सुकांतानं विचारलेल्या प्रश्नाचं खरं उत्तर आपल्याकडे नाही या गोष्टीची खंत त्यांना वाटत राहिली.

ती खंत तशीच हृदयात ठेवून स्वामी मठात आले आणि दोन दिवसांनी त्यांनी वाराणसीमधला आपला मुक्काम हलवला. त्यांनी सरळ हिमालयाचा रस्ता धरला. मात्र सुकांता आणि तिनं विचारलेला तो प्रश्न नंतर कितीतरी महिने त्यांचा पाठपुरावा करत राहिले. सुकांतानं विचारलेला प्रश्न स्वामी विसरणार नव्हते. विसरले असते तरी, ते सोमनाथच्या घरातून बाहेर पडताना सुकांतानं स्वत:च्या हातानं विणलेला आणि त्यावर श्रीरामाचं चित्र गुंफलेला जो शेला त्यांना दिला होता, तो शेला त्यांना सतत त्या प्रश्नाची आठवण करून देत राहणार होता. आत्ताही तोच शेला त्यांनी पांघरला होता. सुकांताच्या बोटांत जादू होती. शेल्यावर श्रीरामाचं चित्र इतकं हुबेहुब गुंफलं होतं, की ते सजीव वाटत होतं. तो शेला, सुकांताला दिलेला तो आशीर्वाद, तिनं विचारलेला तो प्रश्न हे सगळं पाठीवर पांघरून स्वामी पुढच्या प्रवासाला निघाले.

✽

कबीरवाणी...

चकई बुछुरी रैनि की, आइ मिलै रभाति ।
जे नर बिछुरे राम सौं, ते दिन मिले न राति॥

रात्री विरह झालेली चक्रवाकी सकाळी पुन्हा चक्रवाकाला भेटू शकते. परंतु जे लोक रामापासून दूर असतात, ते रात्रीही आणि दिवसाही त्याला भेटू शकत नाहीत. (त्यांचे दुःख कधी दूर होत नाही.)

३.

रामानंद स्वामी गेले, पण सुकांताचं सगळं आयुष्यच बदलून गेलं. आपल्याला वैधव्य आलंय या भावनेनं उदास राहणारी, दुःखी मनानं वावरणारी सुकांता, पण स्वामींनी दिलेला आशीर्वाद आणि त्या आशीर्वादाचं फलित याबद्दल त्यांनी सांगितल्यावर पार बदलून गेली. वैधव्याचं दुःख विसरली. लोकांच्या हेटाळणीच्या नजरांकडे दुर्लक्ष करू लागली. आनंदात राहू लागली. तिचे आईवडील सुप्रभा आणि सोमनाथ तिच्यातला हा बदल बघून सुखावले, पण चिंतितही झाले. लेकीच्या चिंतेबरोबरच त्यांना सामाजिक संकेतांचंही भान ठेवायचं होतं. त्यामुळे लेकीला झालेला हा आनंद लोकांच्या डोळ्यांवर येऊ नये याची खबरदारी दोघं कटाक्षानं घेत. मात्र तरीही त्यांना लोकापवादाची चिंता सतत लागून राहिलेली असायची. त्यातच अशी एक घटना घडली, जी अपेक्षित होती, पण तरीही लोकापवाद ओढवणारी होती. रामानंद स्वामींचा 'तो' आशीर्वाद फळाला आला आणि सुकांता गर्भवती झाली. ही घटना घडली आणि सुकांताची प्रसन्नता आणखी वाढली, तर सुप्रभा आणि सोमनाथची चिंता आणखी वाढली. लोकापवादाची चिंता त्यांना आता जास्तच भेडसावू लागली. सुरुवातीचे काही दिवस गेल्यावर मात्र त्यांनी एक निर्णय घेतला. वाराणसीमध्ये

ते जिथं राहत होते तो एक गजबजलेला, दाट लोकवस्ती असलेला भाग होता. त्यांनी तो भाग सोडण्याचा निर्णय घेतला आणि एके दिवशी आपलं सगळं सामान छकड्यांवर लादून ते गावाबाहेर राहायला गेले. 'सुप्रभाला क्षयाची बाधा झाल्यामुळे वैद्यराजांनी गावाबाहेर मोकळ्या हवेत जाऊन राहण्याचा सल्ला दिला असून आम्ही आता वर्षभर तिथेच राहणार आहोत' असं त्यांनी शेजाऱ्यापाजाऱ्यांना सांगितलं. हे कारण पटण्यासारखं होतंच. शिवाय काही जरुरीच्या वस्तू लागल्या, तर त्या घेण्यासाठी पुन्हा गावात येता येणार होतं.

गावाबाहेर 'लहरतारा' नावाचं एक छोटंसं गाव होतं. फारशी वस्तीही नव्हती. वीस-पंचवीस घरं होती. बहुतांश वस्ती मुस्लीमधर्मीयांची होती. त्यांच्यात आपसात सलोखा होता. सोमनाथ हा हिंदू, शास्त्री पंडित. त्यामुळे गावात राहणारी मुस्लीम कुटुंबं आपल्या फारशी संपर्कात येणार नाहीत आणि चौकशाही करणार नाहीत या विचारानं सोमनाथनं लहरतारा हे गाव निवडलं. त्याच नावाचा एक मोठा तलावही तिथे होता. तो तलाव कमलपुष्पांनी भरलेला असे. त्या तलावाचं वैशिष्ट हे होतं की, ती कमलपुष्पं तलावाच्या अगदी काठावरसुद्धा फुललेली असत. त्या कमलपुष्पांचं आकर्षण वाटून श्रीलक्ष्मी व श्रीविष्णू तिथे येतात अशी लोकांची श्रद्धा होती. त्यामुळे अश्विन शुद्ध अष्टमीला तिथे मोठी जत्रा भरत असे. त्या वेळी आसपासच्या गावातले हिंदू लोक तिथे जमत. सोमनाथनं त्या तलावाशेजारच्या रिकाम्या जागेत एक झोपडी बांधली आणि आपली पत्नी सुप्रभा आणि गर्भवती कन्या सुकांता यांच्यासह तो तिथे राहू लागला. त्याच्या पौरोहित्याच्या कामासाठी तो तिथून वाराणसीला येत असे. पहाटेपासून दुपार उलटेपर्यंत तो यज्ञ-याग, होमहवन ही कामं करी. त्यानंतर लहरतारा इथे परतत असे. त्याच्या अपेक्षेप्रमाणे त्यांची तिथे फारशी कुणी चौकशी करत नसे. त्यामुळे लहरतारा इथे राहणं त्याच्या पथ्यावरच पडलं.

बघता बघता दिवस सरले आणि ज्येष्ठ पौर्णिमेच्या रात्री, पूर्णचंद्र आकाशात तळपत असताना, चांदण्यांचा सडा आकाशात आणि धरणीवर पडला असताना, चंद्रविकासी कमलिनी उमलल्या असताना सुकांतानं एका सुंदर बालकाला जन्म दिला. त्याचा चेहरा पूर्ण चंद्रासारखा सुंदर होता. कमलपुष्पावरच्या भुंग्याप्रमाणे त्याचे डोळे काळेभोर होते आणि ते लुकलुकत होते. कमळाच्या मुळांच्या केसरांप्रमाणे त्याचे केस कुरळे होते. रंग होता आकाशासारखा निळा-सावळा.

सुकांता आपल्या त्या अंशाला न्याहाळत होती. एक गोष्ट तिच्या विशेषत्वानं लक्षात आली, ती म्हणजे त्या बाळाच्या हाताची बोटं प्रमाणापेक्षा लांब होती. त्याक्षणी ती होती इवलीइवलीच, पण त्याच्या इवलाल्या तळव्यापेक्षा ती लांबीला जास्त होती. तिनं त्याची मूठ उघडली, तर त्या चिमुकल्यानं तिचं बोट घट्ट धरलं. जणू तो तिला कधीच सोडणार नव्हता. त्याचा तसा अधिकाराचा स्पर्श होताच सुकांताच्या उरातून जणू अमृताचे स्त्रोत वाहू लागले. या चिमुकल्याला छातीशी घट्ट धरावं आणि आपल्या मातृत्वावर कायमचा ठसा उमटवावा असं तिला वाटायला लागलं. तिनं त्याला उचलून घेतलं, छातीशी कवटाळलं आणि त्या अमृताच्या स्त्रोतात ते चिमुकलं चिंब चिंब भिजलं. मातृत्वातली सार्थकता काय असते याचा खरा अर्थ सुकांताला त्या क्षणी समजला. अत्यानंदानं तिनं डोळे मिटून घेतले.

तिच्या मस्तकावर हात पडला, तेव्हा तिनं डोळे उघडले. तिचे वडील सोमनाथ आणि आई सुप्रभा दोघंही तिच्यासमोर उभी होती. ''सुकांता, चल पोरी! त्या बाळाला इथेच ठेवून जायची वेळ आता आलीय. स्वामींचा आदेश आपल्याला मानायला हवा! चल, उठ लवकर! त्या बाळाला बाजूला ठेवून ये! आपल्याला आता निघायला हवं!'' सुप्रभानं सुकांताला सावध करत सांगितलं. ते शब्द ऐकले आणि सुकांता दचकली. आपल्या कानांत कुणीतरी उकळतं तेल ओतलंय असं तिला झालं. 'याला सोडून जायचं? या इवल्याशा जीवाला सोडून जायचं? आपलं बोट घट्ट मुठीत धरून ठेवलेल्या या चिमुकल्या बाळाला सोडून, टाकून जायचं? अजून त्याला हे जग म्हणजे काय कळलेलं नाही. आई म्हणजे काय हे अजून त्याला समजलेलं नाही. अजून त्यानं डोळे उघडून आजूबाजूला बघितलेलंही नाही! ही हवा, हे पाणी, हे जग, ही सृष्टी, सगळं त्याच्यासाठी अनोळखी आहे, नवीन आहे. परकं आहे. आणि या अनोळखी जगात या इवल्याशा जिवाला टाकून, एकट्याला सोडून जायचं?' सुकांताच्या डोळ्यांतून घळाघळा पाणी वाहू लागलं. इतकं, की मांडीवर शांत निजलेल्या बाळाच्या अंगावर घातलेलं उपरण्याचं दुपटंसुद्धा भिजलं. त्याला सोडून जायचं या विचारानं घायाळ झालेली सुकांता आपल्या अश्रूंचं त्याच्यावर सिंचन करून त्याला अश्रूंत भिजवून आयुष्यभराचा मायेचा ओलावा देऊ पाहत होती.

पण आता थोड्या वेळानं उजाडायला लागलं असतं. पूर्णचंद्र फिकटला होता. एकेक चांदणी अस्तंगत व्हायला लागली होती. आता घाई करायला हवी होती. थोड्या वेळानं इथे लोकांची वर्दळ सुरू झाली असती. त्यानंतर बाळाला इथे सोडून

जाणं अशक्य होणार होतं. सोमनाथ पुढं झाला. सुकांताला म्हणाला, ''उठ, पोरी. याच्या मायेत गुंतू नकोस. ना ते तुझ्या भल्याचं आहे, ना त्याच्या! विधवेचा पोर म्हणून बदनामी झेलत जगण्यापेक्षा अनाथ म्हणून तो थोडा तरी सन्मानानं जगेल. चल उठ! आता थोड्याच वेळात उजाडेल. लोकांची वर्दळ सुरू होईल. आणि मग सगळंच अवघड होऊन बसेल. तुझंही आणि त्याचंही! जगणं आणि मरणंसुद्धा! तेव्हा उठ, पोरी. मन आवर. तुझं आईचं हृदय कठोर कर आणि त्या पोराला तलावाच्या काठावर ठेवून ये. इथे तलावावर पाणी भरण्यासाठी, वस्त्रं धुण्यासाठी रोज लोक येतात. अगदी उजाडताच येतात. त्यातलं कोणी तरी या बाळाला उचलून घेईल. त्याचा सांभाळ करेल. तू आता उठ!'' बोलता बोलता सोमनाथचा आवाज जडही झाला आणि थोडा तीव्र, थोडा कडकही झाला.

वडिलांच्या आवाजातली चिंता आणि स्वरातला कडकपणा सुकांताच्या लक्षात आला. त्यांचा स्वरही ओलावला होताच पण त्यातली अगतिकता, अपराधाची भावना, मनाला वाटणारं दुःख, लेकीला होत असलेल्या यातना, समाजाचं वाटणारं भय, लोकापवादाची चिंता, बाळाला तिथे सोडून जाण्यातली खंत, न जाण्यातला नाइलाज आणि उजाडण्यापूर्वी निघण्याची घाई इतक्या सगळ्या भावना त्यांच्या स्वरात होत्या. सुकांतानं त्यातली अगतिकता जाणली. लोकापवादाचं भय जाणलं आणि तिच्यातल्या मातेच्या जागी लेक उभी राहिली. क्षणभर त्या बाळाकडे तिनं नजर टाकली. फुटणारा पान्हा आवरला. त्या बाळाचे असंख्य मुके घेतले. डोळ्यांतून वाहणारं पाणी ना अडवता तिनं त्या लहानग्याच्या कपाळावर ओठ टेकवले. आपल्या उरातली सगळी माया, काळजातली सगळी चिंता, देहातली सगळी ऊर्जा, डोळ्यांतली सगळी स्वप्नं, मनातली सगळी आशा आणि आपलं उरलेलं सगळं आयुष्य त्याच्या कपाळावर टेकलेल्या आपल्या ओठांमध्ये तिनं एकवटलं आणि त्या चिमुकल्याच्या कपाळाचा दीर्घ मुका घेतला. जणू आपल्या देहातल्या ऊर्जेचा कण न् कण तिनं त्या चिमुकल्याच्या मस्तकात ओतला... दुसऱ्या क्षणाला बाळाला दोन्ही हातांवर घेऊन ती झटक्यात उभी राहिली. क्षणभर इकडेतिकडे बघत ती तलावाच्या दिशेनं धावत सुटली. तिला तसं बेभानपणे धावताना बघून क्षणभर सोमनाथ-सुप्रभाच्या काळजाचा ठोका चुकला. 'ही पोर आता त्या बाळाला घेऊन आत्मघात करते की काय?' अशी एक भयशंका त्यांच्या मनाला शिवून गेली आणि त्या दोघांनीही तिच्या पाठोपाठ धाव घेतली.

सुकांता बाळाला छातीशी कवटाळून धावत सुटली, ती थेट लहरतारा तलावाच्या काठावर येऊन थांबली. तलावाचं दृश्य अत्यंत मनोहारी होतं. चंद्रविकासी कमलिनी मोठ्या संख्येनं पूर्ण फुलल्या होत्या. त्यांचा मंद सुगंध हलकेच वाऱ्यावर दरवळत होता. त्या कमालिनींची मोठमोठी गोलसर पानं त्या तलावाच्या पाण्यावर तरंगत होती. सुकांता तलावाच्या काठाशी जाऊन थांबली. तिनं इकडेतिकडे नजर टाकली. भवताल सगळा शांत शांत होता. एक निळसर छटा वातावरणात भरून राहिली होती. त्या निळाईला कवेत घेत धुक्याचा एक पारदर्शी पटल आसमंतात हळूहळू पसरत होता. तो पटल पारदर्शी असला, तरी आसमंतातली दृश्यमानता कमी करायला तो पुरेसा होता. सुकांताच्या मनावरचं भीतीचं सावट जरा कमी झालं. ती तलावाच्या जवळ गेली. तलावाच्या अगदी काठापर्यंत कमलिनी फुलल्या होत्या आणि त्यांची ती विशाल कमलपत्रं पाण्याच्या बाहेर येऊन त्या ओलसर जमिनीवर पसरली होती. सुकांता पुढं झाली. बाळाला एकदा तिनं छातीशी घट्ट कवटाळलं. त्याला एकदा डोळे भरून बघितलं. त्याची छबी डोळ्यांत, मनात, हृदयात साठवली. आपल्या खांद्यावरचा शेला काढला. तो तिनं स्वतःच विणला होता आणि त्यावर विणताना रामनाम गुंफलं होतं. त्या शेल्यात त्या बाळाला घट्ट गुंडाळलं. मनाचा दगड केला. दोन पावलं पुढं झाली आणि काठावर ओलसर मातीत पसरलेल्या एका विशाल कमलपत्रावर तिनं ते शेल्यात लपेटलेलं तान्हुलं अलगद ठेवलं. मनाचा कितीही दगड केला, तरी अमृताचे स्रोत पाझरलेच आणि डोळ्यांतून अश्रूंच्या धारा लागल्या.

तिच्या पाठोपाठ धावत आलेल्या सोमनाथ-सुप्रभानं हे पाहिलं आणि ते तिच्याजवळ आले. तान्हुल्याला खाली ठेवून हात जोडून सुकांता डोळे मिटून उभी होती. जणू 'बाळाचं रक्षण कर' असं श्रीरामाला विनवत होती. सोमनाथनं तिच्या खांद्यावर हात ठेवला. तर सुप्रभानं तिला मिठी मारून जवळ घेतलं. एकदा जोराचा हुंदका देऊन आईच्या मिठीत सुकांतानं क्षणभर रडून घेतलं. गालांवरून अविरत अश्रू वाहत होते, पण प्रत्येक अश्रूत वेगळी भावना होती. तान्हुल्याविषयी वाटणारं वात्सल्य, त्याची वाटणारी चिंता, त्याला सोडून जावं लागतंय म्हणून अपराधाची भावना, त्याच्या वियोगाचं दुःख, आपण आई असून त्याचा त्याग करतोय, या विचारानं स्वतःबद्दल वाटणारा तिरस्कार, बाळाच्या सुखरूपतेबद्दल वाटणारं भय, लोकापवादाची भीती, समाजरीतींबद्दलचा संताप, आईबाबांविषयी वाटणारी कीव, त्यांची दिसत असलेली अगतिकता, परमेश्वराला केलेली विनवणी, त्याला

घातलेलं साकडं, बाळाच्या भवितव्याबद्दल त्याच्याजवळ मागितलेलं वचन आणि या सगळ्या भावनांसोबत आपण स्वत:ला संपवावं, या आत्मघाताच्या भावनेला घेऊन तो अश्रूपात होत होता. पण त्यातून तिला शांतवलं सोमनाथनं. ''पोरी, चल आता! आता इतक्यात उजाडेल! लोकांचं इथे येणं-जाणं सुरू होईल. आपल्याला आता निघायला हवं!'' असं सांगत सोमनाथनं तिचा हात धरला आणि तिला घेऊन निघाला. तिनं आपल्या उत्तरीयाचा बोळा तोंडात कोंबून हुंदका आवरला. तिनं एक अश्रुभरली नजर बाळाकडे टाकली. ते तान्हुलं त्या कमलपत्रावर शांत निजलं होतं. त्या उबदार शेल्यात आपण आईच्या कुशीतच आहोत या विश्वासानं निजलं होतं. ''बाळा, कमलपत्रावरच्या दवबिंदूप्रमाणे तू चमकशील आणि समाजातल्या गलिच्छ, अव्यवस्थेपासून कमलपुष्पाप्रमाणे अलिप्त राहशील; ते जसं चिखलापासून अलिप्त राहतं तसा! तुझ्या कीर्तीचा सुगंध या कमलिनीप्रमाणे आसमंतात दरवळेल. या पौर्णिमेच्या चंद्राप्रमाणे तुझ्या ज्ञानाचा प्रकाश दशदिशांना उजळून टाकेल. शतकानुशतकं लोकांच्या स्मरणात तुझं जे असेल ते नाव निनादत राहील. बाळा, या घायाळ झालेल्या, जखमी झालेल्या मातृत्वानं तुला हा आशीर्वाद दिला आहे. तो कधीच खोटा ठरणार नाही. तुला दिगंत कीर्ती मिळेल!'' असं त्या तान्हुल्याला सांगून सोमनाथनं धरलेला हात झटकून सुकांता पुन्हा पळत निघाली. मात्र आता उलट दिशेला. बाळापासून दूर, त्या तलावापासून दूर, कायमची!

लहरतारा तसं छोटंसं गावं. तिथल्या मुस्लीम वस्तीमध्ये राहणारे निरू आणि निमा हे दोघं नवरा-बायको 'जुलाहा' म्हणजे विणकर होते. त्यांच्याकडे एक हातमाग होता. त्यावर ते वस्त्रं विणत असत. आलटून-पालटून दोघे माग चालवत. निमा घरच्या कामकाजात व्यग्र असेल, तर निरू त्या वेळी मागावर बसत असे. तयार झालेलं कापड वाराणसीच्या बाजारात विकायला जेव्हा निरू जाई, तेव्हा निमा तो माग चालवत असे. त्यांना दोन मुली होत्या - कैसर आणि कमरी अशी त्यांची नावं होती. त्या दोघी लहान होत्या, तोवर त्यांच्या विणकाम व्यवसायात जे काही चार पैसे मिळत, त्यावर त्यांचं भागत असे. पण दोघी जशा मोठ्या झाल्या, तसा चौघांचा खर्च भागेना. यासाठी मग निमानं गावातल्या दोन श्रीमंतांघरची कामं धरली. निरू तलावाजवळ येऊन भल्या पहाटे तलावातली काही कमळं तोडून ती गावात असलेल्या दोन हिंदू मंदिरांत नेऊन विकत असे. त्यातून चार पैसे त्याला मिळत असत. एक मंदिर रामाचं होतं, तर एक होतं

विठ्ठलाचं. या दोन्ही मंदिरांत रोज सकाळी सातत्यानं पूजाअर्चा होत असत. निरू आणि निमा रोज पहाटे तलावावर येत असत आणि तलावातली कमळं तोडून या दोन्ही मंदिरांत नेऊन देत. त्या बदल्यात त्या मंदिरातले पुजारी त्यांना काही पैसे देत. हा त्यांचा रोजचा परिपाठ होता. निरू-निमाचं घर लहरतारा तलावाच्या अगदी जवळ होतं. अगदी हाकेच्या अंतरावर. त्यामुळे कमळं तोडून मंदिरात नेऊन देण्याचा हा त्यांचा परिपाठ नित्यनेमानं निर्विघ्नपणे चालत असे. आणि तसंही हिंदू-मुस्लीम या धर्मांशी त्यांना काही देणंघेणं नव्हतं. रोजी-रोटी कमावणं, आपलं घर चालवणं आणि दोन्ही मुलींना वाढवणं हेच त्याचं ध्येय होतं. त्यासाठी चार पैसे मिळवण्याचा कोणताही योग्य आणि इमानदारीचा व्यवसाय त्यांना चालणार होता. त्यामुळे आपण मुस्लीम आहोत आणि हिंदू मंदिरांत कमळाची फुलं नेऊन देतो, यात त्यांना काहीच विशेष, वेगळं वाटत नसे. आजही ते दोघं भल्या पहाटे लहरतारा तलावाजवळ कमळाची फुलं तोडायला आले होते.

नुकतंच उजाडायला लागलं. निमा मोठी वेताची बुट्टी कमळं नेण्यासाठी सोबत घेऊन आली होती. कमळाच्या कोमल पाकळ्या दुमडू नयेत म्हणून तिनं बुट्टीत मऊ कापड अंथरलं होतं. निरू तळ्यात उतरला होता. निमा काठावर थांबली होती. निरू चारपाच कमळं तोडून काठावर येऊन निमाकडे देत होता. त्याचं हे काम रोजच्यासारखं चाललं होतं. अचानक तान्ह्या बाळाच्या रडण्याचा आवाज दोघांनाही ऐकू आला. निरूला वाटलं आपल्याला भास झाला असेल, पण निमा मात्र 'नक्की कुठंतरी बाळ रडतंय' यावर ठाम होती. मध्येच तो आवाज बंद झाला म्हटल्यावर तो भासच होता, या ठाम विचारानं निरूनं पुन्हा कमळं तोडण्यावर आपलं लक्ष केंद्रित केलं. तोच पुन्हा तो आवाज ऐकू आला. आता मात्र निमाला राहवेना. तिनं थोड्याशा रागानंच निरूला सांगितलं, ''ते हातातलं काम सोडा! बच्चा कुठं रडतोय ते आधी बघा!'' पत्नीचा चढलेला स्वर ऐकून निरूचा नाइलाज झाला. त्यानं कमळं तोडायचं काम थांबवलं आणि तो तळ्यातून बाहेर आला. निमाला काही बोलणार तोच पुन्हा बाळाच्या रडण्याचा आवाज आला. मग मात्र त्याचीही खात्री पटली. त्यानं तो आवाज नीट ऐकला आणि आवाजाच्या रोखानं पावलं टाकायला सुरुवात केली. निमाही त्याच्या पाठोपाठ निघाली. तळ्याच्या दुसऱ्या कडेला १०० पावलं चालले असतील ती दोघं. आणि तो आवाज कुठून येत होता ते त्यांच्या लक्षात आलं. तळ्याच्या त्या बाजूच्या काठावर एक मोठ्या पसरलेल्या कमलपत्रावर

इवल्या इवल्या हातापायांची हालचाल होत होती. ते बघितलं आणि निरूला बाजूला करून निमानं तिकडे धाव घेतली.

एक इवलंसं तान्हुलं त्या कमलपत्रावर पहुडलं होतं. आपले चिमुकले ओठ उघडून असं रडत होतं. ते शोधत होतं मायेचा स्रोत! हाका मारत होतं आईला! साद घालत होतं मातृत्वाला, आवाहन करत होतं वात्सल्याला आणि जाब विचारत होतं ईश्वराला. निरूला ढकलून धावत पुढं आलेल्या निमानं त्या तान्हुल्याला उचललं आणि हृदयाशी धरलं. मायेची ऊब मिळताच ते तान्हुलंही त्या उबेला लगेचच बिलगलं. ''या अल्ला! ये किसका बच्चा है? मियां, बघितलंत का? हे बाळ... हे बाळ इथे कोणीतरी सोडून गेलंय! कितना प्यारा, नन्हा बच्चा है! हम इसे घर लेकर जाएंगे। कैसर के बापू, हम इसे ले जाएंगे।'' निमानं त्या तान्हुल्याला उचलून तर घेतलंच, पण त्याला घरी घेऊन जाण्याचा आपला इरादाही निरूला सांगितला. ''देख निमा! भलता हट्ट करू नकोस! कुणाचा बच्चा आहे ते आपल्याला माहीत नाही. आपल्यावर नसती आफत नको!'' निरूनं एक सावधगिरीचा विचार मांडला. ''असेल कुणीतरी मजबूर माँ, जिला आपलं बाळ इथे सोडून जावं लागलं असेल. मजबूरी असेल काही. पण जी कोणी असेल, तिनं हे बाळ सोडूनच दिलेलं आहे. नाहीतर इतक्या फज्जर पारे इथे बाळ कोण ठेवून जाईल? आसपास तर कुणीच नाही! ना आदमी है, ना औरत! म्हणून या बाळाला आपण घेऊन जाऊ. अपने निमली के वक्तही मैं चाहती थी की मुझे बेटा हो। पर हो गयी बेटी। अल्लाने मेरी उस वक्त की मुराद सुनी और मुझे ये बेटा दे दिया। कुछ भी हो, हम इसे ले जाएंगे।'' निमाच्या स्वरातला ठामपणा ऐकून निरू निरुत्तर झाला. निमा त्या बाळाला घेऊन बुट्टी ठेवली होती तिथे आली. कमळफुलांमध्ये किंचित जागा करून, ती फुलं एका बाजूला सरकवून तिनं त्या बाळाला अलगद त्या बुट्टीत अंथरलेल्या मऊशार कापडावर ठेवलं. ती बुट्टी उचलून डोक्यावर अलगदपणे घेतली आणि तिनं घरची वाट धरली. काही ना बोलता हातातला कोयता सांभाळत निरू मुकाटपणे तिच्या पाठोपाठ चालू लागला.

दोघं घरी पोहोचली. मुली अजून झोपल्या होत्या. निमानं बुट्टी खाली ठेवून त्यातून बाळाला उचललं. दोन्ही मुली निजल्या होत्या, तिथे त्यांच्या जवळ ठेवलं. वाडगा हातात घेऊन ती घराच्या मागं गेली. तिथे चारपाच शेळ्या बांधलेल्या होत्या. त्यातल्या एका शेळीसमोर चारा टाकून तिनं त्या शेळीचं दूध काढलं. ते घेऊन ती

आत आली. चूल पेटवून तिनं ते दूध तापवलं. निवण्यासाठी ताटलीत ओतलं. आपल्या पदराचं एक टोक फाडून ते स्वच्छ धुऊन घेतलं. आणि त्या बाळाला मांडीवर घेऊन ती चिंधी दुधात बुडवली आणि त्या तान्हुल्याला दूध पाजू लागली. तेही चांगलंच भुकेजलेलं होतं. ओठानं ती चिंधी चोखत तेही दूध पिऊ लागलं. सातआठ वेळा दूध प्यायल्यावर त्याचं पोट भरलं असावं. ते लगेचच निजलं. त्याला असं समाधानानं निजलेलं बघून निमालाही बरं वाटलं. दोन्ही मुलींच्या जवळ त्याला निजवून तिनं रोजच्या कामाकडे लक्ष दिलं.

निमानं दूध पाजवून बाळाला झोपवलं. तिथेच बसलेला निरू हे सगळं बघत होता. त्याला राममंदिरात काल घडलेला प्रसंग आठवला. काल नेहमीप्रमाणे तो कमळं घेऊन राममंदिरात गेला होता. केशवप्रभू पुजारीबाबा तिथे होतेच. निरू रोज कमळं आणून देतो याचं त्यांना फार कौतुक वाटायचं. ते निरूला नेहमी म्हणायचे, ''निरू, तू मुस्लीम असलास तरी ही जी सेवा करतोस ना, त्यासाठी श्रीरामाचा आशीर्वाद तुला नक्की लाभेल!'' कालही निरू कमळं घेऊन गेला होता. त्याच्याकडून कमळं घेऊन केशवप्रभू म्हणाले, ''निरू, तू मोठा भाग्यवान ठरणार आहेस! या कमळातूनच साक्षात देवदूत तुझ्या घरी येणार आहे. तुझ्या भाषेत सांगायचं, तर तो अल्लाचा प्रेषित असेल, पण तो केवळ अल्लाचा नसून सगळ्यांचा असेल!'' केशवप्रभूंनी काल हे सांगितलं आणि आज पहाटे कमळाच्या पानावर हे बाळ सापडलं. 'या दोन्ही गोष्टींचा एकमेकांशी काही संबंध असेल का?' त्या शांत निजलेल्या बाळाकडे एकटक बघत निरू मनात उद्‌भवलेल्या या प्रश्नाचं उत्तर शोधत होता. कितीतरी वेळ!

✽

कबीरवाणी...

बिरहा बिरहा मति कहौ, विरहा है सुलतान ।
इहि घट बिरह न संचरै, सो घट सदा मसान॥

'विरह', 'विरह' असे त्राग्याने म्हणू नका. 'विरह' तर राजाधिराज आहे! ज्याच्या देही-हृदयी विरह-दुःखच निर्माण होत नाही, तो सदैव स्मशानाप्रमाणे असतो.

४.

तो तान्हुला घरी आणला आणि घराचा माहोलच बदलला. निमाच्या दोन्ही मुली कैसर आणि कमरी तर अतिशय आनंदल्या. त्यांना हा छोटा भाऊ फार आवडला. त्या सतत त्याच्याजवळ राहू लागल्या. आपल्या लेकींना आनंदात बघून निमालाही आनंद झाला. त्यातच तिच्या अमीर मालकिणीनं तिचा पगार वाढवला. हा या बाळाचाच पायगुण समजून निमा त्याचे अधिकच लाड करू लागली.

एके दिवशी एक गंमतीशीर घटना घडली. कमरीनं विचारलं, ''अम्मी, या बाळाचं नाव काय? त्याला कोणत्या नावानं हाक मारायची? की त्याला 'नन्हे'च म्हणायचं?'' तिचा प्रश्न योग्य होता. पण काय उत्तर द्यावं हे निमाला कळेना. कारण जेव्हा ती बाळाला घरी घेऊन आली आणि दिवस चांगला उजाडला, तेव्हा तिनं पाहिलं, की बाळ अतिशय सुंदर तर आहेच, पण त्याच्या अंगाभोवती जो शेला गुंडाळला आहे त्यावर 'श्रीराम' असं ठिकठिकाणी विणलेलं होतं. कशिदाकारीचा उत्तम नमुना होता तो शेला. निमाला अक्षरओळख होती. तिनं ओळखलं त्या शेल्यावर रामनाम विणलेलं होतं. माग चालवत असल्यानं तिला ताणाबाणा माहीत होता. कापडाचे आडवे-उभे एकात एक गुंफलेले धागे म्हणजे ताणा-बाणा. पण

हातावर हे विणताना किती कमालीचं कौशल्य असावं लागतं, हे निमा जाणून होती. 'हा शेला बाळाभोवती गुंडाळलेला होता. या शेल्यावर रामनाम विणलेलं होतं, म्हणजे नक्कीच हे बाळ कुण्या हिंदूचं आहे. आपण मागचा पुढचा विचार ना करता ते उचलून आणलं. हे बाळ हिंदू, आपण मुस्लीम! कसं करायचं? बाळ घरी आणून तीन महिने होऊन गेलेत. आता इतक्या दिवसानं कोणाला विचारायचं? आणि सांगणार तरी कोण? मग हे हिंदूंचं बाळ आपण मुस्लीम असून आपल्या घरात ठेवून घ्यायचं?' असे अनेक प्रश्न लेकीच्या त्या एका प्रश्नानं निमाच्या मनात उभे केले, ज्यांची उत्तरं तिच्याकडे नव्हती आणि ती निरूकडेही असणार नव्हती. मनात असे अनुत्तरित प्रश्न घेऊन निमा बाळाच्या शेजारी बसली होती. चार महिन्याचं ते तान्हुलं तिथेच खेळत होतं. अचानक ते कुशीवर वळलं आणि आपले हात निमाकडे उंचावून तिला आवाज काढून बोलवायला लागलं. ते ओळखून निमानं त्याला उचलून घेतलं. तिनं उचलून घेतल्यावर त्या बाळानं निमाच्या गळ्याला मिठी घातली आणि ते गोड हसलं. त्याक्षणी निमाच्या मनातला गोंधळ संपला. 'हे बाळ कोणाचंही असो... हिंदूचं किंवा मुसलमानाचं! हे बाळ माझं आहे, हेच खरं आहे!' तिच्या मनानं कौल दिला आणि बाळाला हृदयाशी कवटाळत ती आनंदानं म्हणाली, ''मेरा बच्चा! मेरा लाडला!''

निमाच्या मनातला, विचारांतला गोंधळ जरी संपला असला, तरी कैसरनं विचारलेला प्रश्न तसाच राहिला होता आणि त्याबद्दल विचार करणं गरजेचं होतं. आज संध्याकाळी निरू, जो सामान आणायला वाराणसीला गेला होता, घरी आला की त्याच्या जवळ बाळाचं नाव ठेवण्याबद्दल विषय काढायचा असं निमानं ठरवलं आणि ती निरूच्या येण्याची वाट बघत बसली.

निरू संध्याकाळी घरी आला. आल्या आल्या निमानं कैसर काय म्हणाली ते त्याला सांगितलं. बाळ आता चार महिन्यांचं झालंय, तेव्हा त्याचं नाव ठेवायला पाहिजे, हेही आग्रहानं सांगितलं. विचाराअंती निरूलाही हे पटलं. तो म्हणाला, 'या शुक्रवारी मी नमाज पढायला मशिदीत जाईन, तेव्हा मौलवींना विचारीन' असं सांगून त्यानं विषय संपवला. त्याच्या तेवढ्या आश्वासनानंही निमाचं समाधान झालं. आता ती शुक्रवारची वाट बघू लागली. अखेर दोन दिवसांनी तो शुक्रवार आला. सकाळी निरू नमाज पढायला निघाला, तेव्हा निमानं परत त्याला आठवण केली. 'ध्यान में है मेरे!' असं तिला सांगून निरू बाहेर पडला. मशिदीत पोहोचला. नमाज करून

झाली. मशिदीत नमाजासाठी जमलेले लोक बाहेर पडले. निरू मागे घुटमळला. मौलवींच्या ते लक्षात आलं. ''क्यों रे निरू! क्या बात है? कुछ पूछना है क्या?'' त्यांनी विचारलं.

''जी मौलवी साहब! एक बात पूछनी थी। हमे चार महिने पहले तालाब के किनारे एक बच्चा मिला है। हमने उसे अपना मानकर घर में रखा है। निमा त्याच्यावर फार माया करते. आता आम्हाला त्याचं नाव ठेवायचंय! त्यासाठी आपण यावं अशी विनंती करायला मी आलोय!'' निरूनं धाडस करून सगळं खरं खरं सांगितलं. निमा आणि निरूला तलावाच्या काठावर एक बाळ सापडलंय ही कुणकुण मौलवींच्याही कानावर आली होती. निमा-निरूला ते ओळखत होते. अत्यंत साधी, सरळ होती दोघं जण. पापभीरू, सज्जन होती. निमा त्या बाळाला नीटच सांभाळेल याबद्दल त्यांना खात्री होती. म्हणूनच ती बातमी कानावर येऊनही त्यांनी कोणतीच हरकत घेतली नव्हती. आणि शेवटी हा त्यांचा खासगी मामला होता. त्याच बाळाचं नाव ठेवण्याची गुज़ारिश घेऊन निरू त्यांना भेटायला आला होता. त्यांनी निरूला 'मी रविवारी येतो आणि येताना कुरान-ए-शरीफ घेऊन येतो' असं सांगितलं. सलाम करून निरू तिथून निघाला, तो थेट घरी आला. घरी येऊन त्यानं ही बातमी निमाला सांगितली. निमाच्या आनंदाला पारावर राहिला नाही. तिला आता तयारी करायची होती. बाळासाठी नवीन अंगडी-टोपडी शिवायची होती. घरी काहीतरी गोड बनवायला हवं होतं. चार बायका बोलवायला पाहिजे होत्या.

लहानसं असलं तरी तिचं ते घर होतं आणि घरात अव्याहत पसारा करणाऱ्या दोन मुली होत्या. त्यामुळे घर आवरण्याचं एक मोठं कामही तिला करायचं होतं. ढीगभर कामं होती. शिवाय रविवारची वाटही बघायची होती.

अखेर रविवार उजाडला. तिनं चिमुकल्याला न्हाऊ-माखू घालून, नवीन अंगडं-टोपडं घालून त्याला निजवलं. मुलींचंही आवरलं. कैसर, कमरी दोघी खूश होत्या. आता बाळाचं नाव ठेवायचं म्हणून कोणतीही कटकट ना करता त्यांनी आवरून घेतलं. कैसरनं तर आईला घर आवरायला मदतसुद्धा केली. निमानं मग खीर बनवून ठेवली. चुलीवर भात ठेवला. तोवर मौलवी आले. निरू त्यांच्या स्वागताला समोर गेला. मौलवी आले. निरूनं त्यांना बसायला बिछायत अंथरली. मौलवींनी घरातल्या सगळ्यांना बोलावलं. सगळी आल्यावर ते स्वत: त्या बिछायतीवर बसले आणि गुडघ्यावर बसून हाताची ओंजळ करून त्यांनी

नमाज पढायला सुरुवात केली. कुराणातल्या कलमा म्हणून झाल्यावर त्यांनी तसबीह (जपाची माळ) घेतली. अल्लाचा जप केला. त्यानंतर त्यांनी बाळाला घेऊन यायला सांगितलं. निरू बाळाला घेऊन आला. मौलवींनी बाळाला मांडीवर घेतलं. तसबीह त्याच्या अंगावरून तीन वेळा फिरवली. मग आपल्या जवळचं कुराण उघडलं. बाळाच्या मस्तकावर लावलं आणि बाळाचं नाव शोधण्यासाठी त्यांनी कुराणातलं पान उघडलं. ते चमकले. त्यांनी दुसरं मधलंच पान उघडलं. ते पुन्हा चमकले. एका पाठोपाठ एक अशी अधलीमधली पानं ते उघडत राहिले. पण प्रत्येक वेळी अल्लाहचं नावच समोर येऊ लागलं. कधी अल्-अलीम, तर कधी इलाही; कधी अर्-रहमान, तर कधी अल्-अजीज; कधी अकबर, तर कधी शहेनशाह... ते हैराण झाले. शेवटी मनाचा हिय्या करून त्यांनी एक पान उघडलं. तिथे नाव आलं अल्-मुत-कबीर. इतका वेळ निघालेली नावं ते मनातल्या मनात वाचत होते. पण हे शेवटचं नाव त्यांनी अनवधानानं मोठ्यांदा उच्चारलं. ''अल्-मुत-कबीर!'' ते निरूनं ऐकलं. त्यानंही ते आनंदानं उच्चारलं ''कबीरऽ!'' निमानं ऐकलं. तिनंही मोठ्यांदा उच्चारलं, ''कबीर!'' कैसर आणि कमरी तर आनंदानं नाचत टाळ्या पिटायला लागल्या. नाचता नाचता टाळ्या वाजवत ओरडून म्हणायला लागल्या, ''कबीऽऽरऽ! कबीरऽऽऽ! कऽऽबीऽऽरऽऽ!''

कैसर आणि कमरी यांनी 'कबीर, कबीर' अशा मारलेल्या हाकांनी सगळा आसमंत जणू भरून गेला. या क्षितिजापासून त्या क्षितीजापर्यंत 'कबीर! कबीर!' हा आवाज भरून राहिला. त्याचे अनंत प्रतिध्वनी उमटले आणि आकाशभर निनादत राहिले. ते प्रतिध्वनी त्या राममंदिरात पोहोचले. कुंपणाची भिंत ओलांडून आत गेले. गाभाऱ्यात गेले. 'कबीर'चा तो ध्वनी श्रीरामप्रभूंच्या मूर्तीपर्यंत पोहोचला आणि मूर्तीच्या चेहऱ्यावर हास्य उमटलं. ते प्रतिध्वनी गावात असलेल्या मशिदीत शिरले. मशिदीच्या भिंतींवरही ते आदळले. त्या भिंती थरारल्या. तिथून तो ध्वनी आत गेला. मजारवर जाऊन विसावला आणि क्षणभर मजारवरची चादर थरथरली. मशिदीच्या भिंतीनी तो ध्वनी पुन्हा प्रतिध्वनित केला आणि मग त्या आवाजानं, त्या नावानं अवघी मशीद व्यापली. आसमंतात भरून राहिलेल्या त्या नावानं मग लहरतारा तलावाकडे आपली कंपनं वळवली आणि तो अवघा तलाव 'कबीर' नावाच्या त्या स्पंदनांनी भरून गेला. कबीर नावाची ध्वनिकंपनं त्या तलावाच्या पाण्यात शिरली. पाणी थरारलं, त्यावर तरंग उठले. त्या तरंगांवर कमळं आणि कमळाची पानं

डोलू लागली. त्या तरंगांनी ते नाव तळ्याच्या काठावर आणून सोडलं आणि धरा आनंदली. मातीचा कण न् कण शहारला. एक शब्दप्रभू जन्माला आला होता. एक समाज उद्धारकर्ता जन्माला आला होता. श्रीरामाचा एक भक्त आणि अल्लाचा बंदा जन्माला आला होता. एक कबीर जन्मला होता.

बाळाचं नाव कबीर ठेवलं आणि निमा-निरूच्या घरात आनंद पसरला. मौलवींना त्यांची बिदागी आणि जरतारी रुमाल भेट देऊन निरूनं त्यांना निरोप दिला. कैसर, कमरी आनंदानं 'कबीर, कबीर' म्हणत बाळाभोवती नाचू लागल्या. कबीराला मांडीवर घेऊन निमा बसली होती. तिनं त्याला उचलून हृदयाशी कवटाळलं आणि त्याच्या कानांत नाव सांगितलं, ''कबीर''. ते नाव आपलंच आहे आणि ते आपल्याला आवडलंय हे दाखवण्यासाठी ते चिमुरडंसुद्धा खुदकन हसलं. ते असं हसलं, की त्याचं हसणं बघून निरूला वाटलं की तिच्या झोपडीत जणू चांदणं पसरलं. मग चौघांनी बसून जेवण केलं. निरूनं खिरीचं एक बोट कबीरच्या जिभेला लावलं आणि ती मधुर चव त्याला बेहद्द आवडली. तेवढ्याशा स्वादानं त्यानं मिटक्या मारल्या. त्याचा तो आविर्भाव बघून सगळीच खळखळून हसली. कबीरच्या येण्यानं आणि त्याहीपेक्षा त्याच्या 'कबीर' नावामुळे त्या छोट्याशा घरात आनंद भरून गेला.

कबीर मोठा व्हायला लागला. तीनचार वर्षांचा झाल्यावर तो निरूसोबत तळ्यावर कमळं तोडायला जायचा. मग जाता-येता तो निरूला असंख्य प्रश्न विचारे. एकदोन प्रश्नांची उत्तर निरूला येत. ती उत्तरं ती कबीराला सांगे, पण बऱ्याच प्रश्नांची उत्तर निरूलाही माहीत नसायची. कधी कबीर विचारायचा, 'आकाश खाली पडत कसं नाही?', तर कधी विचारायचा 'सूर्य रोजच आणि सकाळीच का उगवतो? कधीतरी संध्याकाळी का उगवत नाही?' कधीकधी विचारायचा 'ही कमळं तळ्यातच का उमलतात? जमिनीवर का उमलत नाहीत?' कधी विचारायचा 'तो अल्ला मशिदीत राहतो, तर तुम्ही त्याला भेटला आहात का?' एक ना दोन! असले अतर्क्य आणि विचित्र प्रश्न असत त्याचे. निरूला एकाही प्रश्नाचं उत्तर यायचं नाही. मग तो म्हणे, ''मौलवींना विचार!'' कबीर मग मौलवींकडे जायचा. त्यांना प्रश्न विचारायचा. ते तसबीह घेऊन बसलेले असत. तोंडानं काहीतरी पुटपुटत! मग ते बोलायचे नाहीत. कबीरानं काहीही विचारलं, की ते वर आकाशाकडे हात करीत. कबीरच्या कोणत्याही प्रश्नाला त्यांच्याकडे

हेच उत्तर असायचं. त्यामुळे सुरुवातीला मोठ्या उत्सुकतेनं मौलवींना भेटून आपले प्रश्न विचारणारा कबीर त्यांच्या या एकाच उत्तरानं कंटाळला आणि त्यानं मौलवींना जाऊन प्रश्न विचारण्याचा नाद सोडून दिला.

मात्र कबीरची उत्सुकता काही संपली नाही. त्याला सगळ्याची माहिती हवी असे. ते बघून तो पाच वर्षांचा झाल्यावर निरूनं त्याला मदरशात दाखल केलं. तिथे मौलानांकडून तो निदान लिहायला-वाचायला तरी शिकेल असं त्याला वाटलं, पण तिथेही कबीरानं आपल्या शंका विचारून मौलानासाहेबांना हैराण केलं. परिणामी कबीर हा एक दंगेखोर मुलगा असल्याचं मौलानांचं मत बनलं. त्यानंतर प्रत्येक बारीकसारीक दंग्यापायी कबीराला जबाबदार धरलं जाऊ लागलं आणि त्याला शिक्षा होऊ लागली. मौलानांचा कबीरवर राग आहे हे बघून इतर मुलंही कबीरच्या खऱ्या-खोट्या चहाड्या मौलानांना सांगू लागली, कबीरच्या खोट्या तक्रारी करू लागली आणि कबीराला बहुधा रोज काहीतरी शिक्षा करणं हे मौलानांना कामच होऊन बसलं. त्यातच आताशा कबीर रोजच निरूसोबत पहाटे उठून कमळं तोडायला लहरतारा तलावावर जायचा. त्यामुळे मदरशात कधीकधी त्याला झोप येई. तो झोपलेला बघून मौलाना पुन्हा चिडायचे आणि कबीराला शिक्षा करीत.

आजही कबीर तसाच झोपला होता. मौलाना कुराणातल्या कलमा शिकवत होते आणि त्या ऐकता ऐकता कबीर गाढ झोपला. ते बघून मौलानांचा संताप अनावर झाला. त्यांनी कबीराला वर्गाबाहेर उन्हात उभा केला. तिथूनही तो मुलांच्या खोड्या काढू लागला. ते बघून छडी घेऊन मौलाना त्याला मारण्यासाठी आले. त्यांना छडी घेऊन आपल्याकडे येताना बघून कबीर सरळ पळत सुटला. मौलानासाहेबांनी हसन आणि रसूल या दोन मुलांना कबीराला पकडून आणण्यासाठी पाठवलं. त्यांना आपल्या पाठोपाठ आलेलं बघून कबीर आणखी जोरात धावला आणि अनवधानानं राममंदिराच्या आवारात शिरून कुंपणाच्या भिंतीआड लपून बसला. तो सापडत नाही म्हणून ती दोघं परत गेली. कबीराला तिथेच झोप लागली.

राममंदिराचे पुजारी केशवप्रभूंशी मग कबीरची भेट झाली. 'मला राम आवडला आणि मीही या रामाला आवडलो, तेव्हा मी इथे रोज येत जाईन' असं केशवप्रभूंना सांगून कबीर मंदिरातून जो धावत बाहेर पडला, तो थेट घरी गेला. मदरशातून घरी येण्याची त्याची नेहमीची वेळ अजून झाली नव्हती. त्याला एवढ्या लवकर घरी

आलेला बघून निमा घाबरली. 'त्याला काही होत तर नसेल ना?' या विचारानं तिचा जीव उडून गेला. तिनं धावत जाऊन त्याला पोटाशी धरलं. ''क्या हुआ? काय झालं माझ्या बाळाला? पोटात दुखतंय का? बरं वाटत नाही का?'' तिनं काळजीनं विचारलं. कबीरानं आधी निमाकडून लाड करून घेतले. तिच्या कमरेला मिठी मारून तो स्फुंदत म्हणाला, ''अम्मी, मी मदरशात जाणार नाही. मौलाना मला मारतात. मला नाही शिकायचं! मला नाही मदरशात जायचं!'' त्यानं रडत-स्फुंदत केलेली तक्रार ऐकून निमाला आधी हसूच आलं.

मदरशातले ते मौलाना शादाब अली कडक म्हणून प्रसिद्ध होते, पण ते शिकवायचे चांगलं. मुलांना शिस्त लावीत. दंगेखोर मुलांना शिस्त लावण्यात त्यांचा जणू हातखंडा होता. प्रसंगी ते मुलांना मारायचेही. पण त्यांच्या माराच्याच भीतीनं मुलं नीट वागायची. त्यांना शिस्त लागे. त्यामुळे सुरुवातीला त्यांचं रागावणं, मारणं मुलांना जाचक वाटलं; तरीसुद्धा एकदा मुलांच्या अंगी शिस्त बाणली, की पुन्हापुन्हा रागावून घेण्याची किंवा मार खाण्याची वेळ मुलांवर येत नसे. मग त्यांची काही तक्रारही राहत नसे. पण या सगळ्याला कबीर अजून सरावला नव्हता. तो मदरशात गेला, तेव्हा पाचच वर्षांचा होता. सुरुवातीला लहान लहान म्हणून त्याला मनाप्रमाणे वागायची मुभा होती. पण मदरशात येऊन कबीराला सहा महिने झाले आणि मौलानांनी त्याला शिस्त लावायला सुरुवात केली. 'असं कर, तसं करू नकोस, असाच बस, तसं बसू नकोस.' लहानपणापासून मनस्वी स्वभाव असलेल्या कबीराला ही मौलानांची शिस्त पचनी पडत नसे. लहान असताना तो रडे. पण जरा सरावल्यावर मात्र तो मौलानांना फारसं जुमानेसा झाला. तो ऐकत नाही, जुमानत नाही म्हणून मौलाना त्याच्याशी अधिक कठोर वागू लागले. परिणामी कबीरच्या मनात मदरशाबद्दल राग निर्माण झाला. मदरशात जाण्यासाठी तो नाखूश असे. टाळाटाळ करी. या पार्श्वभूमीवर आपण लपायला गेलो होतो त्या मंदिरातलं वातावरण त्याला आवडलं. शांत वाटलं, प्रसन्न वाटलं.

अम्मीजवळ मदरशाची तक्रार सांगितल्यावर कबीरानं आपण रसूल आणि हसन यांना चुकवण्यासाठी त्या मंदिरात कसे शिरलो, तिथे कसं लपून बसलो, तिथे आपल्याला झोप कशी लागली, ते पुजारीबाबा आपल्याला कसे भेटले आणि तो राम आपल्याला कसा आवडला हे सगळं सगळं सांगितलं. मग तो म्हणाला, ''अम्मी, तो राम जसा मला आवडला, तसाच मीही त्याला आवडलो. मी त्याच्यासमोर

हात पुढं करून उभा होतो. दोन्ही हात जोडून अल्लाची रहम मागतात, तसा दोन्ही हात जोडून उभा होतो; तर त्यानं त्याच्या माथ्यावरचं फूल माझ्या हातात टाकलं. पुजारीबाबा म्हणाले, 'तू त्याला आवडलास म्हणून त्यानं तुला फूल दिलं. तोही मला आवडला होता ना, म्हणून मी ते फूल त्याला परत दिलं. अम्मी आम्ही दोघंही एकमेकांना आवडलो. पुजारीबाबा म्हणाले, की तू मुस्लीम आहेस. तू मंदिरात येऊ नको. तुला घरचे रागावतील! पण, अम्मी, मला नाही ना रागवणार तुम्ही? अम्मी, तो राम किती सुंदर आहे! आणि तो कसा आहे ते दिसतोय. त्याचा चेहरा किती हसरा आहे! मला तो फार आवडला. अम्मी, तूही बघ. तुलाही तो आवडेल. पण, अम्मी, मुस्लीम म्हणजे काय गं? आणि मुस्लीम असताना मंदिरात का जायचं नाही?'' बराच वेळ मनात खदखदणारा प्रश्न कबीरानं विचारलाच. निमा बिचारी! तिला तरी नक्की कुठं माहीत होतं मुस्लीम म्हणजे काय? तिचे आईवडील म्हणायचे 'आपण मुस्लीम आहोत!', म्हणून तीपण म्हणायची आपण मुस्लीम आहोत. आपण मशिदीत जायचं. नमाज पढायची. आपण मंदिरात जायचं नाही. तिलाही तेवढंच माहीत होतं.

कबीरच्या प्रश्नांना उत्तर देणं तर भाग होतं. तिनं कसेबसे शब्द गोळा केले आणि म्हणाली ''देख बेटा, आपले दादा-परदादा मुस्लीम होते, म्हणून आपण मुस्लीम आहोत. म्हणजे आपण हिंदू नाही. आपला देव अल्ला आहे आणि तो एकच देव आहे आपला. तो कसा आहे हे कोणालाच माहीत नाही. कोई नहीं जानता वह कैसा दिखता है? कारण त्याचं चित्र, तसबीर, मूर्ती नाही. हिंदूंचे अनेक देव आहेत. त्यांच्या तसबिरी, चित्रं, मूर्ती आहेत. तो देव कसा दिसतो ते त्या त्या चित्रावरून, तसबिरीवरून, मूर्तीवरून समजतं. आपण मुसलमान आहोत. म्हणून आपण हिंदूंच्या मंदिरात जायचं नाही. त्यांच्या देवाला प्रार्थना करायची नाही. आपण अल्लाजवळ प्रार्थना करायची. रहमची भीक मागायची.'' निमानं तिला जमलं तसं सांगितलं, पण कबीरचे प्रश्न संपले नव्हते. त्यानं लगेचच विचारलं, ''पण, अम्मी, तो अल्ला तू म्हणतेस तसा दिसतच नसेल, तर त्याला प्रार्थना कशी करायची? आपण प्रार्थना केलीय हे त्याला कसं कळणार? आणि कळलं, तरी ते त्याला कळलंय हे आपल्याला कसं कळणार? तो दिसतच नाही, तर त्याच्याशी बोलायचं कसं? अम्मी, तो मंदिरात राहणारा राम दिसतो तरी! त्याच्यासमोर उभा राहून त्याच्याकडे बघून बोलता तरी येतं. दादा-परदादा मुस्लीम होते, म्हणून

आपण मुस्लीम आहोत; म्हणजे ते हिंदू असते, तर आपण हिंदू झालो असतो का? अम्मी, आपण, आपण म्हणून कुणीतरी आहोत की नाही? अम्मी, दादा-परदादा मुस्लीम होते, म्हणून मी मुस्लीम आहे असं मी मानणार नाही. ते कदाचित हिंदूही असतील! त्यांना तरी कुणी बघितलंय? मी नाही मुस्लीम! पण अम्मी, मी हिंदूही असणार नाही. मी फक्त असणार कबीर! कबीर हेच माझं नाव आणि कबीर हीच माझी पहचान, हीच माझी ओळख!''

पाच-सहा वर्षांचा कबीर धर्माबद्दल ठामपणे बोलत होता. निमा डोळे विस्फारून त्याच्याकडे बघत होती. 'हा-हा आपला मुलगा? आपण वाढवलेला? इतका बुद्धिमान, की इतक्या लहान वयात तो धर्माबद्दलचे विचार सांगतोय?' त्याच्या बुद्धीचं तेज बघून ती भांबावून गेली. कबीरकडे एकटक बघत राहिली. मात्र त्याच्याकडे बघता बघता तान्ह्या कबीरच्या अंगाभोवती गुंडाळलेला रामनाम विणलेला तो शेला तिच्या नजरेसमोर तरळत होता.

✽

कबीरवाणी...

अंखियन तो झांई परी, पंथ निहारि निहारि ।
जिभ्या में छाला परा, राम पुकारि पुकारि॥

(प्रियतम ईश्वराची) वाट पाहता पाहता डोळ्यांसमोर अंधारी येऊ लागली (दिसेनासे झाले) आणि रामनामाचा उद्घोष करता करता जिभेस व्रण पडले आहेत. (तर तो ईश्वर कसा भेटत नाही?)

५.

कबीरच्या या प्रश्नानं हैराण झालेली निमा शेवटी वैतागून म्हणाली, ''कबीर, तुला हे सगळे प्रश्न पडतात, शंका येतात; त्यांची उत्तरं आम्हाला माहीत नाहीत. ती तू मौलानासाहेबांना विचार. त्यांना त्याची उत्तरं माहीत आहेत. त्याचसाठी तर तुला मदरशात घातलेय. पण तिथेही तू रमत नाहीस. उलट दंगा करतोस! आणि इथे येऊन मला त्रास देत बसतोस! आता उद्यापासून रोज नीटपणे मदरशात जा आणि तुला काय प्रश्न पडतात ते मौलानांना विचार.'' निमानं जरबेनं सांगितलं. कबीरानं तोंड वाकडं केलं म्हणाला, ''अम्मी, मी त्यांना काहीही विचारलं, की ते वर आकाशाकडे हात करतात. परत विचारलं, की मग मला बाहेर उन्हात उभं राहायची शिक्षा करतात. मी नाही जाणार मदरशात.'' कबीरचं बोलणं ऐकून निमानं ठरवलं, की उद्या आपण जाऊन मौलानांना भेटायचं आणि त्यांना कबीरबद्दल सगळं सांगायचं. ती कबीराला म्हणाली, ''देख कबीर! मी उद्या मौलवींना येऊन भेटते. त्यांना सांगते तुझं म्हणणं. पण त्यानंतर तू नीट मदरशात जाशील ना? नीट वागशील ना? सगळं नीट शिकशील ना?'' आता मात्र कबीराला तिचं म्हणणं मान्य करावंच लागलं. निमूटपणे त्यानं होकार भरला. पण त्याचा चेहरा मात्र चिंतेनं भरला होता.

दुसऱ्या दिवशी खरोखरच निमा कबीराला घेऊन मदरशात गेली. जाताना तिनं हिजाब घातला होता. तेही कबीराला आवडलं नाही. तो तिला म्हणालासुद्धा, ''अम्मी, हिजाब कशाला घातलास? तोंड लपवून फिरल्यासारखं वाटतंय!'' निमा काहीच बोलली नाही. मात्र तिच्या मनात या प्रश्नानं कबीरबद्दल चिंता उत्पन्न झाली एवढं खरं! तशीच चिंता मनात ठेवून ती मौलानांना भेटली. अत्यंत अदबीनं त्यांना सलाम करून आपण का आलो आहोत हे तिनं त्यांना सांगितलं. कबीरच्या जन्माचं रहस्यही त्यांच्या कानावर घातलं. आणि त्याला काय आणि कशा शंका येतात; प्रश्न येतात हेही सांगितलं. आज कबीरची आई भेटायला प्रत्यक्ष आली आहे म्हटल्यावर मौलानांनी तिचं म्हणणं सगळं नीट ऐकून घेतलं. कबीरच्या मनात उद्‌भवणारे प्रश्न ऐकल्यावर त्यांना कबीरच्या बुद्धिमत्तेची खात्री पटली. हा मुलगा इतर मुलांसारखा नाही, असा-तसा सर्वसामान्य नाही, हे त्यांच्या लक्षात आलं. याच्या मनात उद्‌भवणाऱ्या प्रश्नांची उत्तर आपण दिली पाहिजेत. मौलाना म्हणून ते आपलं कर्तव्यच आहे, हेही त्यांच्या लक्षात आलं. त्यांनी निमाला तसा शब्द दिला. निमा निश्चिंत मनानं घरी परतली. आता कबीरचं शिक्षण सुरळीत होणार होतं.

त्यानंतर मौलानांनी आपलं वागणं बदललं. त्यांना माहीत असलेल्या प्रश्नांची उत्तरं ते कबीराला देऊ लागले. जी उत्तरं येत नसत, त्यांसाठी ते कबीराला सांगत, ''तू अभी बच्चा है। तू जब बड़ा हो जाएगा, तब ये बात तेरे समझमें आएगी।'' असं सांगून ते वेळ मारून नेत असत, पण त्या मदरशात कबीर एकटाच असा मुलगा होता, ज्याला असे प्रश्न पडत असत. त्याचं वेगळेपण यामुळे उठून दिसत असे. पण याच कारणानं इतर मुलांशी त्याचं पटत नसे. ती मुलं सर्वसामान्य होती. कबीरचं हे असले प्रश्न विचारणं त्यांना मूर्खपणाचं वाटे. ते कबीराला चिडवत असत. त्याला आपल्यात मिसळून घेत नसत. यामुळे कबीर एकटा पडे. शिवाय ती मुलं त्याला 'अकलेचा कांदा' म्हणून चिडवत असत. आता मौलवी त्यातल्या त्यात बरं वागत होते. कबीराला होणारी शिक्षा, रोजची शिक्षाही कमी झाली होती. पण आता मुलं त्याला त्रास देत. कधीकधी या त्रासाला कंटाळून कबीर शाळेतून मधूनच बाहेर पडे. तो थेट राममंदिरात जाई. तिथं रामासमोर बसून राही. मदरशात होणारा त्रास, मुलांचं चिडवणं रामाला सांगत राही. रामही चेहरा प्रसन्न ठेवून त्याचं सगळं बोलणं ऐकत असे. रामाशी हे सगळं बोललं की कबीराला बरं वाटे. अम्मी मदरशात येऊन मौलानांना भेटून गेल्यापासून मदरशातल्या तक्रारी अम्मीला सांगणं तो टाळत असे

आणि मग असह्य झालं, की इथे येऊन रामाला सांगत असे. तो जायला निघाला, की केशवप्रभू त्याच्या हातावर प्रसाद म्हणून काहीतरी ठेवत असत. कधी एखादं फळ, कधी लाडू, कधी खोबऱ्याची वाटी आणि गूळ. तिथेच बसून कबीर ते खाई आणि केशवप्रभूंचा निरोप घेऊन घरी जाई. केशवप्रभूंनी त्याला श्रीरामाला नमस्कार कसा करायचा ते शिकवलं होतं. मंदिरात आल्या आल्या कबीर श्रीरामाच्या मूर्तीसमोर उभा राहून तसा नमस्कार करीत असे. प्रसाद खाऊन झाला, की परत जातानाही श्रीरामाला तसा नमस्कार करून जाई. मदरशात दर शुक्रवारी नमाज अदा होत असे. तिथेही मौलवी कबीरकडून नमाज अदा करून घेत. हिंदू आणि मुस्लीम अशा दोन्ही धर्मांचे विचार घेऊन कबीर मोठा होत होता.

कधीकधी कबीरच्या मनात द्वंद्व चालायचं. आता तो आठ वर्षांचा झाला होता. त्याच्या वयाच्या मानानं त्याची बुद्धिमत्ता, त्याची विचार करण्याची कुवत, त्याचे विचार, ते मांडण्याची त्याची पद्धत हे सगळं अचंबित करणारं होतं. कबीराला चर्चा करायला फार आवडत असे. विशेषतः धर्म, देव, मानवी स्वभाव यांबद्दलचे त्याचे विचार जसे स्पष्ट होते, तसेच ते तो स्पष्टपणे मांडतही असे. काही लोकांना त्याचे विचार पटत, काहींना पटत नसत. तरीही हा आठ-नऊ वर्षांचा मुलगा अशा अवघड विषयांबद्दल असे विचार करतो आणि त्यांची इतकी तर्कशुद्ध मांडणी करतो, याचं त्या लोकांनाही नवल वाटत असे.

कबीरचं मदरशात जाणं केव्हाच बंद झालं होतं. त्याला आता लिहायला-वाचायला येत होतंच, पण त्याच्या बुद्धिमत्तेला मौलानांचं पारंपरिक ज्ञान आणि मदरशाच्या चार भिंती अपुऱ्या पडू लागल्या. त्यातच निरू आजारी पडला. तो बरा होईल म्हणून निमानं थोडे दिवस वाट बघितली, पण तो लवकर बरा होईना. तेव्हा तिनं कबीराला माग चालवायला शिकवलं. त्याच्या उभ्या-आडव्या धाग्यांचं, ताण्या-बाण्यांचं कौशल्यही कबीरानं लगेचच आत्मसात केलं. कबीरच्या हातात कला होती आणि डोक्यात नवनिर्मितीची क्षमता. त्यामुळेच निमा-निरू विणत असलेल्या त्याच त्याच प्रकारच्या कापडाला कबीरानं नवं रूप दिलं. ताणा-बाणा, आडवे-उभे धागे तेच होते. पण ते एकमेकांत खुबीनं गुंतवून कबीर असे गुंफत असे, की कापडावर नवीन नक्षी उमटत असे. ताण्या-बाण्यांची जुळवाजुळव कबीर अशा कौशल्यानं करी, की कापडावर गुंफलेली नक्षी बघणाऱ्यांना अचंबित करी. हे कापड विणण्याचं कबीरचं कौशल्य वादातीत तर होतंच, पण अचंबित करणारंही होतं आणि सर्वथा

नावीन्यपूर्ण होतं. तरीही घरात चूल पेटावी म्हणून मागावर कापड विणण्यासोबतच कबीराला इतरही काही कामं मोलमजुरीवर करावी लागत. कापडाचं असं होतं, की जेव्हा विकलं जाईल तेव्हा जाईल. ते विकलं गेल्यावरच चार पैसे मिळत असत. पण त्यातून रोज रोज कमाई तर होत नसे. मग त्या रोजच्या कमाईसाठी कबीर गावातल्या दोन-चार लोकांच्या घरी मजुरीची कामं करी. लहरतारा गावात दोन-चार श्रीमंतांची घरं होती. कबीर मग लहरतारा तलावातलं पाणी पखालीतून भरून नेऊन त्यांच्या घरातले रांजण भरत असे. एक रांजण भरला, की एक दिनार मिळे. त्या दोन-चार घरांतले मिळून दहा-बारा रांजण तरी दिवसभरात कबीर भरून देत असे. मग त्या कामाची मजुरी म्हणून त्याला रोज दहा दिनार तरी मिळत. त्यातून घरातली चूल कशीबशी पेटत असे. कैसर आणि कमरी दोघी मुली होत्या. त्यामुळे त्यांनी बाहेर कुठं कामाला जायचा प्रश्नच नव्हता. शिवाय त्या दोघी आता विवाहयोग्य झाल्या होत्या. पण त्यांचे निकाह करायचे, तर खर्च आलाच. तो कुठून करणार? निमा सदा या विवंचनेत असायची. कबीर दिवसा पखालीतून पाणी नेऊन रांजण भरायचा, तर मध्यरात्रीपर्यंत घरी माग चालवायचा. कापड साठून पडलं की निरू ते घेऊन कसंबसं वाराणसीच्या बाजारात नेऊन विके. आठ-नऊ वर्षांच्या कबीरचं बालपण हे असं काम करण्यात जात होतं. त्यातूनच वेळ काढून तो त्या राममंदिरात जाई. केशवप्रभूंना भेटे. आपल्या मनातल्या काही शंका, प्रश्न त्यांना विचारायचा. केशवप्रभू पंडित होते. गीता, रामायण, महाभारत या ग्रंथांचा त्यांचा अभ्यास होता. कबीरच्या प्रश्नांना ते त्यांना शक्य असेल तशी उत्तरं द्यायचे. कधी पुराणातले दाखले देऊन, कधी गोष्टी सांगून, कधी श्लोक सांगून त्यांच्याशी चर्चा करायला कबीराला आवडत असे. दिवसरात्र कष्ट करून तो घराची भूक भागवत होता. तर इथे, या राममंदिरात येऊन केशवप्रभूंशी चर्चा करून तो आपल्या बुद्धीची भूक भागवत होता. कधीकधी मंदिरात केशवप्रभू नसले, तर तो श्रीरामाच्या मूर्तीशी बोलायचा. त्यामुळेही त्याला एक प्रकारचा 'सुकून' वाटायचा.

कबीर उत्तम विचार मांडतो; धर्म, देव, लोककल्याण यांबद्दल काही चांगलं सांगतो; तो जसा मशिदीत जातो, तसाच मंदिरातही जातो हे आता गावातल्या लोकांना माहीत झालं होतं. तसंच एकाकडून दुसऱ्या मुखात, दुसऱ्याकडून तिसऱ्या मुखी अशा प्रकारे कबीरच्या जन्माचं रहस्यही गावात सगळ्यांना माहीत झालं होतं. त्यामुळे त्याचं मंदिर आणि मशीद दोन्ही ठिकाणी जाणं, राम आणि

अल्ला यांना मानणं आणि हिंदू-मुस्लीम दोन्ही धर्मांवर बोलणं लोकांनी स्वीकारलं होतं. रात्री मागावर कापड विणायचं आणि दिवसा पाण्यानं रांजण भरायचे अशी दोन्ही कामं करत असताना त्याला कधी राम आठवायचा, तर कधी अल्ला. कबीरची दिनचर्या ही अशी होती.

एक दिवस अचानक एक घटना घडली. लहरतारा गावातले एक श्रीमंत असामी युसुफ अली यांच्या घरी त्यांच्या मुलाचा निकाह होता. पाहुणे यायचे, म्हणजे पाणी जास्त लागणार. कबीरकडून एकट्यानं ते भरून व्हायचं नाही म्हणून त्यांनी पाणी भरायला आणखी एक मुलगा ठेवला. खतीब त्याचं नाव. हा खतीब मोठा लबाड होता. कबीरानं भरलेले रांजणही आपणच भरलेत असं तो आरडाओरडा करून सांगे आणि युसुफ अलींकडून जास्त पैसे घेई. कबीरानं काही विरोध केला, की तो कबीरशी जोरजोरात भांडे. त्याचा आवाजही इतका मोठा होता, की दहा माणसं गोळा होत. माणसं गोळा झाली, की तो आणखी कांगावा करे. रडून-भेकून लोकांसमोर खोटंनाटं सांगून सहानुभूती मिळवायचा. पहिले एक-दोन दिवस कबीरानं दुर्लक्ष केलं. पण त्याचं हे नाटक रोजच सुरू झालं आणि कबीराला मिळणारे पैसेही तो सगळे हडप करायला बघू लागला; मग मात्र एक दिवस कबीरानं आवाज उठवला. आपल्या म्हणण्याला कबीर विरोध करतोय हे बघितल्यावर खतीबनं कांगावा सुरू केला. 'हे सगळे रांजण मी भरले आहेत आणि कबीर पाणी भरण्याचं नुसतंच नाटक करत होता' असं ओरडून सांगण्यापर्यंत त्याची मजल गेली. युसुफ अलींच्या घरात एकूण वीस रांजण होते. दहा रांजण तर कबीर आत्तापर्यंत रोजच भरत होता. पण खतीबनं 'मी पंधरा रांजण भरलेत' असा कांगावा करायला सुरुवात केली. मग मात्र कबीर चिडला. खतीबच्या मोठ्या आवाजानं लोक जमले होतेच. लोकांना बघून खतीब जास्तच कांगावा करायला लागला. त्याला कबीरानं समजुतीनं सांगितलं, रागावून सांगितलं, वादही घातला; पण कबीर समजुतीनं बोलतोय हे बघून त्यानं जास्तच आरडाओरडा करायला सुरुवात केली. मग मात्र कबीर चिडला. संतापून म्हणाला, ''खतीब! तू म्हणतोस ना तू पंधरा रांजण भरलेस! सिद्ध करून दाखव! साबित कर! नाहीतर मी साबित करतो, की मी दहा रांजण भरले आहेत. मी सिद्ध करून दाखवतो.'' कबीरचं हे बोलणं ऐकून खतीब तर गोंधळलाच, पण भांडण ऐकायला जमलेले लोकही बुचकळ्यात पडले. पाणी तेच लहरतारा तलावातलं, तिथून भरून आणून रांजणात ओतलेलं. मग हे पाणी कबीरानं भरलेलं आणि हे

खतीबनं भरलेलं असं वेगवेगळं कसं दाखवणार? कबीर तर म्हणतोय, की मी सिद्ध करून दाखवतो मी भरलेलं पाणी! खतीबही गोंधळलाच होता. पण आता भांडणात माघार घेऊन चालणार नव्हती. उसनं अवसान आणून तो म्हणाला, ''पगला गया है क्या बे तू? ये मेरा पानी और ये तेरा पानी ये कैसे दिखाएगा? क्या पानीपर तुम्हारा नाम लिखा है क्या?'' खतीबनं कांगावा करत प्रश्न विचारले. पण हेच प्रश्न लोकांच्याही मनात उद्भवले होते. आधीच भांडणाची मजा बघायला लोक जमले होतेच. त्यात आता कबीरच्या वक्तव्यानं आणि खतीबच्या बिनतोड प्रश्नानं त्या भांडणात आणखी रंगत येणार होती. आता तिथे गर्दी आणखी वाढली. युसुफ अलीसुद्धा बाहेर येऊन उभे राहिले. गर्दी वाढली आहे, मालकही बाहेर आले आहेत आणि त्या सगळ्यांचं लक्ष आपल्याकडे आहे हे बघून खतीबला आणखी चेव आला. त्यानं कांगावा करून, हातवारे करत ओरडून बोलायला सुरुवात केली. ''मी गरीब आहे! पोटासाठी मी हे काम करतो. माझी अम्मी आजारी असते. तिची दवा-दारू करायलाही माझ्याकडे पैसे नाहीत. मला खरं तर पखाल पेलत नाही. पण तरीही मी तालाबवरून पखाल भरून आणून रांजण भरतो. मालिक मला जे पैसे देतात, त्यात माझ्या अम्मीची दवा आणि एकवेळची रोटी आम्ही खाऊ शकतो. पाणी भरून मला जे पैसे मिळतात, त्यावर आमचा गुजारा होतो. आणि... हा कबीर, त्यातले पैसे हडप करू पाहतोय. या अल्लाह! मी काय करू? मला कमी पैसे मिळाले, तर मी अम्मीची दवा कशी आणू?'' खतीबनं जोरदार कांगावा केला. लोकांना त्याची दया येऊ लागली. त्याची बाजू खरी वाटू लागली. एवढी बडबड करून तो रडण्याचं नाटक करत उभा राहिला.

त्यानं बोलणं बंद केलेलं बघून कबीर म्हणाला, ''खतीब, मला तुझ्या मेहनतीचे पैसे नको आहेत! मीसुद्धा गरीबच आहे. माझे अब्बाजानही आजारी आहेत. मला माझ्याच मेहनतीचे पैसे हवे आहेत. मला तुझ्यातला एक पैसाही नकोय. पण जी मेहनत मी केलीय, त्याचे पैसे मलाच मिळाले पाहिजेत. तू म्हणतो आहेस ना, की तू पंधरा रांजण भरलेस. मी म्हणतोय, मी दहा रांजण भरलेत आणि तू दहा! मी जे रांजण भरलेत ते मीच भरलेत हे मी सिद्ध केलं, तर कबूल कर की तू खोटं बोलत होतास. आणि माझ्या मजुरीचे पैसे तुला हडप करायचे होते म्हणून! गेले तीनचार दिवस तू असंच करतोयस! तू नवीन आहेस म्हणून मी दोनतीन दिवस गप्प बसलो. पण मी गप्प बसतोय, म्हणजे तुला घाबरतोय असा तुझा समज झाला. तुला पैसे हवे

असतील, तर माझ्याकडून मागून घे. पण असं खोटं बोलून, कांगावा करून लोकांची सहानुभूती मिळवून, फसवून पैसे मिळवू नको.''

कबीरचं हे बोलणं ऐकून खतीब संतापला. आपलं खोटं बोलणं उघडकीला येईल, आपलं बिंग फुटेल असं वाटून कबीराला खोटं पाडण्याच्या विचारानं खतीब म्हणाला, ''तू साबित करू शकतोस ना? मग कर की साबित! तू भरलेले रांजण कोणते आणि मी भरलेले रांजण कोणते हा फरक दाखवून दे!'' खतीबच्या त्या उर्मटपणाचा कबीराला जास्त राग आला. आपण बोलल्यावर त्याला पश्चात्ताप होईल आणि तो खरं बोलेल असं कबीराला वाटलं होतं. पण झालं ते उलटंच! मग मात्र कबीरानं ठरवलं! आता सिद्ध करूनच दाखवायचं, की आपण दहा रांजण भरले आहेत. खतीबचा खोटेपणा उघडकीला आणायचा.

कबीरानं जमलेल्या लोकांवरून एकवेळ नजर फिरवली. काहींच्या चेहऱ्यावर हसू होतं, तर काहींच्या चेहऱ्यावर राग. उत्सुकता तर सगळ्यांच्याच डोळ्यांत दिसत होती. कबीरानं मागं वळून युसुफ अलींकडे पाहिलं. त्यांच्याही चेहऱ्यावर उत्सुकता होतीच. पण त्यांची नजर कबीरवर रोखलेली होती. अंगणाच्या एका बाजूला वीस रांजण ओळीनं ठेवलेले होते. पुरुषभर उंचीचे ते सगळे रांजण पाण्यानं भरलेले होते. कबीर त्या रांजणांकडे पाहत होता. तोच युसुफ अलींचा आवाज आला. ''ये झगडा ऐसे नहीं मिटेगा। इसका निर्णय किसी और को करना पडेगा।'' असं म्हणत त्यांनी जमलेल्या लोकांवर नजर टाकली. त्यात एक बुजुर्ग उभे होते. त्यांनी त्या वृद्ध व्यक्तीला हाक मारली. ''शरीफ मियांऽ! आप आगे आईए। और ये दोनो बंदे क्या करते है देखकर इस झमेले को सुलझाइए।'' युसुफ अलींनी हे सांगितल्यावर जमलेल्या सगळ्या लोकांनी मान डोलावली. 'दुरुस्त है। दुरुस्त है।' म्हणत सगळ्यांनी त्या शरीफचाचांना पाठिंबा दिला. शरीफचाचा काठी टेकत पुढं आले. खतीबला त्यांनी विचारलं, ''खतीब, तू कैसे साबित करेगा तेरे भरे हुए पानी को?'' खतीब बेफिकिर होता. तो उर्मटपणे म्हणाला, ''चाचा, मुझे साबित करने की ज़रूरत नहीं है। मैं सच बोल रहा हूँ। झूठ तो वो बोल रहा है। साबित करने की ज़रूरत उसे है।'' लोकांनाही ते पटलं. पुन्हा 'दुरुस्त है, दुरुस्त है।' असा गलका झाला. शरीफचाचा कबीर जवळ गेले. कबीर शांतपणे एका बाजूला उभा होता.

शरीफचाचा त्याच्याजवळ गेले आणि त्याला म्हणाले, ''कबीर, तू साबित करनेवाला है ना? तो कर साबित!'' कबीरानं एकदा सगळ्यांवरून नजर फिरवली.

आता कबीर काय करणार याची उत्सुकता सगळ्यांच्या चेहऱ्यावर दिसत होती. कबीर पुढे झाला आणि खणखणीत आवाजात म्हणाला, ''शरीफचाचा, मी सिद्ध करून दाखवतो मी भरलेले रांजण कोणते ते. कारण मी रांजणात पाणी ओतताना त्यात माझी एक खूण टाकली आहे. मी भरलेल्या प्रत्येक रांजणात लहरतारा तलावात उमललेल्या पांढऱ्या कमळफुलाची एकेक पाकळी मी रांजणात टाकली आहे. ज्या ज्या रांजणात कमळफुलाची पाकळी आहे ते सगळे रांजण मी भरले आहेत. शरीफचाचा आपण बघू शकता.'' कबीरानं असं सांगितल्यावर शरीफचाचा पुढं झाले. प्रत्येक रांजणात त्यांनी डोकावून बघितलं. खरोखरच काही रांजणांत कमळफुलाची पांढरी शुभ्र पाकळी तरंगत होती. शरीफचाचांनी पाकळी ज्या ज्या रांजणांत तरंगत होती, ते रांजण मोजले. ते बरोबर दहा निघाले. शरीफचाचा म्हणाले, ''कबीर, तू सच बोल रहा है। हे दहा रांजण तूच भरलेले आहेत!'' शरीफचाचांचं बोलणं ऐकून खतीब एकदम उसळलाच. आपल्या हातातून आता पाच दिनार जाणार असं त्याला वाटलं. तो एकदम संतापून म्हणाला, ''क्या सच बोल रहा है? ये कोई सबूत है? तालाब में बहुत से कमल के फूल है। उनकी पंखुडियाँ तालाब में ही गिरती है। तो पानी के साथ आयी होगी। ये कहाँ का तरीका है सच साबित करने का? मैं इसे नहीं मानता। अगर आप ये बात सच मानेंगे, तो मैं यहाँ बवाल खडा करूंगा। सफेद पंखुडी का क्या? तालाब में जहाँपर सफेद कमल खिलते हैं वहाँ का पानी इसने भरा होगा। तो आ गयी होगी सफेद पंखुडियाँ पानी में। मैं इस सबूत को नहीं मानता।'' खतीब थयथयाट करत, आरडाओरडा करत बोलला. आता मात्र सगळ्यांना खतीबचा राग आला आणि कबीरही संतापला.

''इस सबूत को नहीं मानते हो, तो एक और सबूत ले लो। शरीफचाचा, तुम्ही सगळ्या रांजणातलं पाणी चाखून पहा. जे पाणी गोड लागेल, ते रांजण मी भरले आहेत! तुम्हाला सगळ्यांना माहीत आहे की लहरतारा तलावाचं पाणी खारं आहे. पण माझे राम-रहीम दोघेही माझ्यासोबत आहेत. मी रांजणात पाणी ओतताना त्यांचं नाव घेऊन ओतत होतो. त्यामुळे ते पाणी नक्की गोड लागणार. कारण नामस्मरणाची मिठास पाण्यात उतरली असणार! शरीफचाचा, आप चख के तो देखो। और बाकी चार लोगों को भी कहो!'' असं बोलून कबीर बाजूला जाऊन उभा राहिला. कबीरची आव्हानात्मक भाषा ऐकून शरीफचाचा पुढे झाले. त्यांनी प्रत्येक रांजणातलं पाणी चाखून बघायला सुरुवात केली. सुरुवातीचे दहा रांजण. त्यातलं पाणी त्यांनी आणि

इतर दोघा-चौघांनी चाखलं. त्या दहा रांजणातलं पाणी खारट होतं. ते नक्कीच लहरताराचं पाणी होतं. ते पाणी चाखून बघून शरीफचाचा पुढच्या दहा रांजणांकडे वळले. त्यातल्या पहिल्या रांजणातलं पाणी त्यांनी चाखून बघितलं आणि काय आश्चर्य! ते पाणी, त्या रांजणातलं पाणी चक्क गोड लागत होतं! चेहऱ्यावरचं आश्चर्य तसंच ठेवून शरीफचाचा दुसऱ्या रांजणाजवळ गेले. त्याही रांजणातलं पाणी गोड होतं. त्यांच्या सोबत पाणी चाखायला आलेली दोघं-चौघंही पाणी चाखून ते गोड लागल्यावर आश्चर्यात पडली होती. एकेक करून सगळे रांजण तपासून झाले. सगळ्या रांजणांतलं पाणी चाखून बघून झालं आणि सर्वांनी असा निकाल दिला, की दहा रांजणांतलं पाणी खारट आहे आणि दहा रांजणातलं पाणी गोड आहे. कबीरानं सांगितल्याप्रमाणे त्यानं जे रांजण भरले, त्यांतलं पाणी गोड आहे आणि खतीब खोटं बोलतो आहे हे सप्रमाण सिद्ध झालं आहे. शरीफचाचा आणि त्या चौघांनी असा निकाल दिला आणि खतीबचा चेहरा काळाठिक्कर पडला. तो खोटं बोलत होता, कांगावा करत होता आणि पैसे हडप करू बघत होता, हे सप्रमाण सिद्ध झालं. कबीरानं दिलेले दोन्ही सबूत हे सिद्ध करून गेले. सगळ्यांना खतीबचा राग आला. युसुफअलीनं त्याला कामावरून काढून टाकलं. त्याच्या कामाचे पैसेही कबीराला दिले. पण कबीरानं युसुफअलीला विनंती केली. त्याला माफी देऊन पुन्हा कामावार घ्यायला लावलं. त्याची मजुरी त्याला परत दिली. इथे पुन्हा कबीरच्या चांगुलपणाचं लोकांनी कौतुक केलं. आपल्या ईश्वरभक्तीमुळे कबीर सच्चा ठरला होता आणि वर्तणुकीमुळे चांगला. कबीर इतरांपेक्षा वेगळा होता, हे या प्रसंगानं सिद्ध केलं होतं. तो जसा अल्लाचा बंदा होता, तसाच रामाचाही भक्त होता, याची ग्वाही या एका प्रसंगामुळे सगळ्या गावाला मिळाली होती.

कबीरवाणी...

नैनां नीझर लाइया, रहट बहै निस घाम ।
पपिहा ज्यों पिउ पिउ करों, कब रे मिलहुगे राम ।।

डोळ्यांतून अश्रूंचा झरा वाहतोच आहे. रात्रंदिवस रहाटासारखा चालूच आहे. चातकाप्रमाणे पी कहाँ? पी कहाँ? म्हणणारा पपीहा प्रियकराच्या नावाचा जप करतो आहे. हे प्रभो! तू कधी भेटणार आहेस?

६.

कबीर आज बऱ्याच दिवसांनी राममंदिरात आला होता. घराची जबाबदारी अंगावर पडल्यामुळे त्याला फार थोडा वेळ रिकामा मिळत असे. त्या वेळात त्याचं वाचन चाले. त्याच्या दोघी बहिणींचा - कैसर आणि कमरी यांचा निकाह होता. त्याही गडबडीत कबीर होता. एकीशी निकाह केला, तर दुसरीचाही निकाह माझ्याशी करून द्यायचा ही त्या वराची अट निरूनं मान्य केल्यावर भरपूर मेहेर देऊन त्यानं दोघींशी निकाह केला. त्या मेहेरवर निरू-निमाचं घर आता सहा महिने तरी चालणार होतं. दोघी बहिणी सासरी गेल्या. मेहमानही परतले. आता आठ-दहा दिवस तरी मजुरीला जावं लागणार नाही म्हटल्यावर कबीर तडक राममंदिरात गेला. केशवप्रभू मंदिराची साफसफाई करत होते. नुकतंच उजाडलं होतं. कबीर आलेला बघितल्यावर त्यांच्या चेहऱ्यावर आनंद पसरला. ''ये बेटा! बऱ्याच दिवसांनी आलास? अरे, मी आणि रामप्रभू तुझी वाट बघत होतो.'' केशवप्रभूंच्या शब्दांतून कबीरविषयीची माया सांडत होती. ''पुजारीबाबा! घरात निकाह होता, म्हणून नाही आलो! आता रोज येईन!'' म्हणत कबीरानं त्यांच्या हातातली केरसुणी घेतली आणि तो झाडू लागला. केशवप्रभूंना त्याचं कौतुक वाटलं. एका मुसलमानाच्या घरी वाढत असलेला हा

मुलगा रामावर असं प्रेम करतो. ते कबीराला म्हणाले, ''कबीर, दोन दिवसांनी इथे मंदिरात रामकथा होणार आहे. तू ऐकायला ये! काशीचे मोठे विद्वान पंडित आचार्य ब्रह्मेश्वर शास्त्री रामकथा सांगणार आहेत. तू नक्की ऐकायला ये!'' केशवप्रभूंचं ते बोलणं ऐकून कबीरानं आनंदानं मान डोलावली आणि तो मंदिराच्या मागे असलेल्या विहिरीवरून पाणी आणायला गेला. खरं तर त्या विहिरीचं पाणी काढण्याची केशवप्रभू सोडून इतर कुणाला मुभा नव्हती, पण कबीरचं रामाबद्दलचं प्रेम आणि त्याच्या श्रीरामाशी झालेल्या पहिल्याच भेटीत श्रीरामाच्या किरीटावरचं हिरव्या चाफ्याचं फूल कबीरच्या ओंजळीत पडणं या घटनेमुळे केशवप्रभूंनीच त्याला परवानगी दिली होती. आपल्याला रामकथा ऐकायला मिळणार याचा त्याला अतिशय आनंद झाला. चौदा-पंधरा वर्षांचा कबीर रामकथा ऐकायला अगदी उत्सुक होता.

ब्रह्मेश्वर शास्त्रींचं आगमन झालं. सलग दहा दिवस ते रामकथा सांगत होते. श्रीरामाच्या जन्मापासून ते रावणाला मारून सीतामाईंसोबत ते पुन्हा अयोध्येला परतले इथपर्यंतचा रामायणातला कथाभाग त्यांनी आपल्या रसाळ वाणीतून सांगितला. ऐकायला खूप गर्दी झाली होती. केशवप्रभूंच्या कृपेनं कबीर अगदी पुढं बसला होता. रामकथा ऐकताना तो रंगून गेला होता. ब्रह्मेश्वर शास्त्रींनी केलेलं रामाचं गुणवर्णन तर इतकं सुंदर होतं, की कबीरचं भान हरपलं. ते आठ दिवस कबीर भारावल्यासारखाच वागत होता. सवयीनं त्याचे हात काम करत होते. सवयीनं तो दोन वेळा जेवतही होता, पण त्याचं नीट लक्ष कशातच नव्हतं. त्या रामकथेतली प्रत्येक गोष्ट त्याला आवडली होती. शास्त्रीबुवांचं सांगणं खूप छान होतं. रामकथेतला प्रत्येक प्रसंग ते रंगवून सांगत. श्रोत्यांसमोर तो प्रसंग साक्षात उभा करण्यात त्यांची हातोटी होती. राम सीतामाईसह वनवासाला निघाले हा प्रसंग सांगताना त्यांनी सगळ्यांनाच रडवलं, तर लंकेतल्या रावणाच्या दरबारातल्या हनुमानानं केलेल्या माकडचेष्टा सांगताना त्यांनी सर्वांना खदखदून हसायला लावलं. रामकथा ऐकायला जमलेली पोरंटोरं तर हसून गडाबडा लोळायला लागली. आठ-दहा दिवस त्यांनी सांगितलेल्या रामकथेनं सगळीच भारावून गेली. तो रामकथेचा शेवटून दुसरा दिवस होता.

रामसेतू बांधण्याचा प्रसंग शास्त्रीबुवा सांगत होते. पहिल्यांदा पाण्यात टाकलेल्या विटा लगेचच कशा बुडाल्या आणि मग हनुमानानं प्रत्येक विटेवर 'श्रीराम' असं लिहून दिलं, इतर वानरांनाही लिहायला लावलं आणि 'श्रीराम' लिहिलेली वीट पाण्यात टाकल्यावर ती तरंगू लागली, बुडली नाही हा प्रसंग शास्त्रीबुवांनी इतका

रंगवून सांगितला, की तिथे बसलेल्या प्रत्येकाला असं वाटायला लागलं, की ती वीट आपणच टाकतो आहोत. बघता बघता समुद्रात तो रामसेतू तयार झाला आणि त्यावरून वानरसेना लंकेत जाऊन पोहोचलीसुद्धा. सगळ्यांनी उत्स्फूर्तपणे टाळ्या वाजवल्या. खरी गंमत तर त्यांनी पुढेच सांगितली. आपलं नाव लिहिलेल्या विटा त्या पाण्यावर तरंगतायत हे बघून श्रीरामांनीही एक वीट उचलली. पाण्यात टाकली. त्यांना वाटलं आपलं नाव लिहिलेल्या विटा पाण्यावर तरंगतायत, तर मग आपण स्वतः टाकलेली वीट तर पाण्यावर तरंगणारच. पण झालं भलतंच! स्वतः श्रीरामांनी पाण्यात टाकलेली वीट चक्क लगेच बुडाली. तरंगली नाहीच. त्यांनी आणखी एक वीट टाकली. तीही बुडाली. मग मात्र श्रीरामांना नवल वाटलं. ते हनुमानाला म्हणाले, ''हनुमान, माझं नाव लिहिलेल्या विटा पाण्यावर तरंगतायत, पण मी टाकलेली वीट पाण्यात का बुडते? माझं नाव घातल्यावर तरंगते आणि मीच टाकल्यावर बुडते, हे असं कसं काय, हनुमान?''

श्रीरामांनी हनुमानाला विचारलेला हा प्रश्न कथा ऐकायला बसलेल्या सगळ्यांच्या मनात उभा राहिला. या प्रश्नाला हनुमानानं जे उत्तर दिलं, ते तर अगदी कमालीचं होतं. हे सांगताना शास्त्रीबुवा म्हणाले, ''श्रोते हो! श्रीरामांच्या या प्रश्नाला हनुमानानं दिलेलं उत्तर हे जशी त्याची रामभक्ती सांगतं, तसाच नामाचा महिमाही सांगतं. हनुमान म्हणाले, ''प्रभू, तुम्ही टाकलेली वीट पाण्यात बुडते, पण तुमचं नाव लिहिलेली वीट पाण्यावर तरंगते, यात विशेष ते काय? प्रभू, हा तुमच्या नामाचा महिमा आहे. केवळ तुमच्या नामस्मरणानं हा भवसागर पार होईल एवढी शक्ती तुमच्या नामात आहे. मग त्या भवसागरापुढे हा सागर तर अगदीच नगण्य. तो तुमच्या नावाने पार करता येणारच.'' हनुमानानं दिलेलं हे उत्तर बुवांनी सांगितलं आणि श्रोत्यांनी टाळ्यांचा कडकडाट केला. कबीर तर पुरता भारावून गेला. रामनामामध्ये इतकी शक्ती आहे, की त्यामुळे हा सागरच काय, पण भवसागरही पार करता येतो, हा संकेत त्याला फारच भावला. इतका भावला, की तो जणू त्याच्या हृदयावर कोरला गेला.

दुसऱ्या दिवशी रामकथेची सांगता झाली. बुवांचा आदरसत्कार झाला. बुवांनी सगळ्यांना आशीर्वाद दिले. कबीरही त्यांना वंदन करायला गेला. त्यांच्यासमोर गेल्यावर त्यानं हात जोडले म्हणाला, ''गुरुजी, एक शंका आहे मनात. विचारू?'' तरतरीत चेहऱ्याचा, तेजस्वी डोळ्यांचा हा चौदा-पंधरा वर्षांचा सावळा मुलगा शंका विचारू इच्छितोय, हे बघून बुवांना आनंद झाला.

"विचार बाळ! जरूर विचार! काय शंका आहे तुला?" बुवांनी प्रेमानं विचारलं. त्यांच्या प्रेमळ स्वरानं कबीराला धीर आला. त्याची भीती मोडली. तो थोडासा पुढं झाला आणि त्यानं बुवांना हळूच विचारलं, "गुरुजी, हे रामनाम जसं त्याच्या हिंदूंना तारून नेतं, तसंच ते मुस्लिमांनाही तारून नेतं काय?" त्याच्या या प्रश्नानं बुवा चमकले. त्यांच्या लक्षात आलं, की हा मुलगा मुस्लीम असावा. पण त्याच्या डोळ्यांतलं बुद्धिमत्तेचं तेज, डोळ्यांतलीच नितळ निरागसता, चेहऱ्यावरचा निष्पाप भाव आणि तरतरीतपणा, बोलण्यातली अदब हे बघून बुवा भारावले. त्यातच त्यानं विचारलेला हा प्रश्न म्हणजे त्याच्या बुद्धिमत्तेची झलकच होती. तो प्रश्न ऐकून बुवा प्रसन्न हसले. म्हणाले, "नाव काय बाळ तुझं?"

"माझं नाव कबीर." कबीरानं थोडंसं संकोचत सांगितलं. आपण विचारलेला प्रश्न बुवांना आवडला नाही म्हणून त्यांनी आपलं नाव विचारलं असावं, असं त्याला वाटलं. तो बुवांची माफी मागणार तोच बुवा म्हणाले, "कबीर? कबीर म्हणजे महान! तू खरोखरच महान होशील! आता तुझ्या प्रश्नाचं उत्तर. बाळ, मला सांग हनुमान आणि त्याची सेना हे सगळे कोण होते? हे सगळे वानर होते. मग ते प्राणी असूनही रामनामानं त्यांना तारले. मुस्लीम तर माणसंच आहेत. मग रामनाम त्यांना का बरं तारणार नाही? अरे बाळा, हिंदू-मुस्लीममुळे देवाला आणि त्याच्या नामाला काही फरक पडत नाही. कारण हे धर्म, या जाती आपण माणसांनी पाडल्या आहेत. देवानं नाही. देवानं त्याची भक्ती करण्यासाठी फक्त माणूस घडवला. या सृष्टीत कुणीही रामनाम उच्चारलं, नव्हे अगदी अंत:करणापासून मनातल्या मनात जरी घेतलं, तरी तो भवसागर तरून जाईल. या रामनामाचा महिमाच एवढा महान आहे!" बुवाच्या या उत्तरानं कबीरच्या मनाचं समाधान झालं. त्याच्या मनातल्या सगळ्या शंका मिटल्या. ते समाधान त्याच्या चेहऱ्यावर पसरलं. डोळ्यांत उतरलं. ते हसरे डोळे आणि प्रसन्न चेहरा घेऊन बुवांना पुन्हा नमस्कार करून कबीर तिथून बाजूला झाला. मात्र या रामकथेच्या दहा दिवसांनी आणि बुवांनी सांगितलेल्या उत्तरानं कबीरच्या मनात, विचारांत मात्र एक वेगळंच चैतन्य निर्माण झालं. त्या चैतन्याचं नाव होतं 'राम'.

रामकथा संपली. बुवा दुसरीकडे रामकथा सांगायला गेले, पण कबीरच्या मनातून राम गेला नाही. राम आणि रामनाम हे दोन्ही जणू कबीरच्या हृदयावर कोरलं गेलं होतं आणि त्याला रामनामानं एवढं झपाटलं, की रामनामाशिवाय त्याला काही सुचेना. दिवसरात्र मनात, डोळ्यांसमोर, विचारांत, उच्चारांत रामनाम रुंजी

घालू लागलं. निमाला वाटलं, कबीराला भूतानं झपाटलंय. तर निरूला वाटलं, कबीरचं वागणं बिघडलंय. मोहल्ल्यातल्या इतर मुलांसारखा तो काहीतरी निमित्त सांगून उनाडक्या करायला लागलाय. पण कबीरचं लक्षण ठीक दिसत नाही, यावर मात्र दोघांचं एकमत झालं आणि दोघांनी आपापल्या परीनं उपचार सुरू केले. निमा म्हणाली, ''मी आधी ओछाला बोलावते आणि त्याचं भूत काढून घेते. नंतर तुम्ही त्याला मौलवींकडे नेऊन चार चांगले शब्द सांगा!'' निरू 'बरं' म्हणाला आणि निमा ओछा शोधायला लागली. तिनं शेजारीपाजारी, मोहल्ल्यात सगळीकडे सांगून ठेवलं आणि तिला एक ओछा मिळाला. तो ओछा म्हणजे मांत्रिक दोन-चार गावांत प्रसिद्ध होता. भूत काढण्यात त्याचा हात धरणारा कुणी नव्हता. भलीभली भुतं त्यानं बाटलीत भरून जंगलात नेऊन सोडली होती म्हणे. एक शाल आणि तीन कोंबड्या एवढं देण्याच्या बोलीवर तो ओछा कबीराला लागलेलं भूत काढायला तयार झाला. अब्दुल दस्तगीर रहमान असं त्या ओछाचं नाव होतं. त्याला सगळी अब्दुल रहमान म्हणत असत. 'पौर्णिमेच्या रात्री, रात्री म्हणण्यापेक्षा मध्यरात्री मी येतो' असा निरोप त्यानं पाठवला. सहा लिंबं, चार अंडी, एक शराबची बाटली, पांढरं कापड, गुलाल आणि एक मेलेली कोंबडी असं सामान त्यानं तयार ठेवायला सांगितलं.

निरूनं सगळी तयारी केली. त्यानं सांगितलेलं सगळं सामान तयार ठेवलं. दोन दिवसांनीच पौर्णिमा होती. कबीर झोपला होता. झोपेतही तो रामनाम पुटपुटत होता. स्वप्नातही त्याला राम दिसत असावा. निरू त्याच्याकडे प्रेमळ नजरेनं बघत होती. आता दोन दिवसांनी त्याचा हा त्रास कमी होणार होता. तो ओछा दोन दिवसांनीच येणार होता. तो आला, की कबीराला ज्यानं कशानं पछाडलेलं होतं, ते तो काढणार होता आणि मग निरूची चिंता मिटणार होती. कबीर काहीतरी सतत बोलत होता. तो काय बोलत होता ते काही निरूला समजत नव्हतं. 'मरा मरा' की 'राम राम' असं काहीतरी सतत त्याच्या बोलण्यात येत होतं. तिनं याचा अर्थ मौलवींनाही जाऊन विचारला. तो 'राम' म्हणत असेल, तर ते हिंदूंच्या एका देवाचं नाव आहे आणि 'मरा' म्हणत असेल, तर त्याचा अर्थ मला माहीत नाही, असं मौलवींनी सांगितलं. पण या दोन शब्दांशिवायही तो आणखी काहीतरी बोलत होता. बोलत कसला, बडबडत होता. आणि त्यातलं निरूला काही कळत नव्हतं. आता मात्र सगळं नीट होणार होतं. दोन दिवसांनी येणारा ओछा, तो मांत्रिक सगळं नीट करणार होता. निमा दोन दिवसांनंतर येणाऱ्या त्या पौर्णिमेची वाट बघत राहिली.

पौर्णिमा आली. दिवस संपून रात्र झाली. पूर्ण चंद्र आकाशात आला. मध्यरात्र होत आली आणि तो ओछा आला. त्याचे डोळे कवड्यांसारखे होते. त्याचे केस लांब आणि पांढरे होते. लांब दाढी होती, तीही पांढरी होती. कमरेला गुंडाळलेल्या पट्ट्यापट्ट्यांच्या लुंगीशिवाय त्याच्या अंगावर दुसरं वस्त्र नव्हतं. त्याच्या एकंदरीत अवतारावरून तो भयानक दिसत होता. आल्यावर त्यानं सगळं सामान ताब्यात घेतलं. अंगणात त्याची नीट मांडणी केली. मग पांढऱ्या पिठानं तिथे चार वर्तुळं काढली. त्या चार वर्तुळांच्या मध्यात एक धुनी पेटवली. त्या सहा लिंबांपैकी तीन लिंबांत सुया टोचल्या. त्यावर गुलाल लावला. ती गुलालानं माखलेली लिंबं त्यातल्या एका वर्तुळात तीन ठिकाणी मांडली. चार अंडीसुद्धा गुलालात माखून ती चार अंडी चार वर्तुळांत ठेवली. नंतर निमाला सांगितलं, 'कबीरला घेऊन ये!' त्याची सगळी तयारी झाली होती. कबीराला लागेललं भूत आता उतरणार होतं.

निमा जाऊन कबीराला घेऊन आली. कबीर अर्धवट झोपेत होता. मध्यरात्र झाली होती. चौदा-पंधरा वर्षांच्या पोराची गाढ झोपेची वेळ. निमानं त्याला झोपेतून उठवलं आणि दंडाला धरून अंगणात आणलं. ओछा धुनीसमोर घुमत बसला होता. डोळे फिरवत होता.

निमानं कबीराला अंगणात आणलं आणि ओछानं दाखवलेल्या त्या समोरच्या वर्तुळात बसवला. तिथेही बसून कबीर पेंगतच होता. ओछानं त्याच्याजवळच्या पिशवीतल्या एका कप्प्यात हात घातला. त्यातून मूठभर राख काढली आणि जोरात ओरडून ती हातावर घेऊन कबीरवर फुंकली. कबीरचे डोळे मिटलेले होते. ती राख त्याच्या मस्तकावर, तोंडावर, अंगावर उडाली. मग ओछानं पिशवीतल्या दुसऱ्या कप्प्यात हात घालून काळे तीळ काढले. मग ते पेटलेल्या धुनीत टाकले. तिळांचा तडतड आवाज आला. त्यावर ओछानं जोरात किंकाळी फोडली. नंतर त्यानं ती मेलेली कोंबडी उचलली. ती तीन वेळा कबीरवरून फिरवली आणि धुनीत टाकली. त्या पाठोपाठ त्या धुनीत त्या कोंबडीवर त्यानं गुलाल टाकला. हळद टाकली. त्यासरशी ज्वाला चांगल्याच पेटल्या. ज्वालांसोबत गुलाल-हळदीचा धूरही पसरला आणि धुरासोबत खाटही.

निमाच्या अंगणात हे सगळं बघायला लोकांनी गर्दी केली होती. त्या धुरानं आणि उडालेल्या खाटानं लोकांचे डोळे चुरचुरायला लागले आणि सगळे लोक खोकूही लागले. ओछाचं ओरडणं आणखी वाढलं. त्यानं पुन्हा पिशवीत हात

घातला. त्यानं हात बाहेर काढला, तेव्हा त्याच्या हातात लिंबाऱ्याची पेंडी होती. ती बाहेर काढल्यावर तो जोरात ओरडला. तो इतक्या जोरात ओरडला, की बघायला उभी राहिलेली माणसं दचकली. त्यानं ती लिंबाऱ्याची पेंडी उजव्या हातात धरून उंचावली. जोरात ओरडत तो उभा राहिला आणि त्या आणखी जोरात किंचाळून त्या लिंबाऱ्याचा फटका त्यानं कबीरच्या डोक्यावर मारला.

फटका बसताच कबीर खाडकन जागा झाला. डोळे उघडून त्यानं सगळीकडे बघितलं. क्षणभर त्याला कळेना आपण कुठं आहोत आणि हे काय चाललंय? जेव्हा त्याला कळलं, तेव्हा तो गोंधळला. तोच दुसरा फटका त्याच्या खांद्यावर बसला. कबीर कळवळला. तोच तिसरा फटका पाठीत बसला आणि मग एका पाठोपाठ एक फटके बसतच राहिले. ते अगदी कबीर बेशुद्ध होईपर्यंत. कबीर बेशुद्ध होऊन पडला. निपचित पडला. त्या ओछानं विजयाची गर्जना केली. त्याच्या मताप्रमाणे कबीराला पछाडलेलं भूत पळून गेलं होतं. त्यानं पळवून लावलं होतं. कबीर निपचित पडलेला बघून ओछानं जल्लोष केला. त्याच्या या कामगिरीवर खूश होऊन लोकांनी पैसे फेकले. ते गोळा करून, आपलं पसरलेलं सामान एकत्र करून पिशवीत भरलं आणि विजयी वीरासारखा तो निघून गेला. लोकही ओछाचे गुणगान गात आपापल्या घरी गेले. निमाच्या त्या अंगणात आता निमा, निरू, निपचित निजलेला कबीर आणि मेलेली कोंबडी पोटात घेत जळत असलेली ती धुनी एवढंच शिल्लक होतं.

सकाळी कबीर उठला. त्याचं सर्वांग ठणकत होतं. निमा त्याच्या जवळ आली. त्याच्या डोक्यातून मायेनं हात फिरवत तिनं विचारलं, ''कसं वाटतंय तुला, बेटा? कालच्या त्या मंत्रतंत्राचा तुला फार त्रास झाला का?'' कबीरानं क्षणभर तिच्याकडे रोखून पाहिलं. अंथरूणावर उठून बसला आणि म्हणाला, ''अम्मी.

जंत्र मंत्र सब झूठ है। मत भरमो जग कोय।
सार शब्द जाने बिना, कागा हंस ना होय॥

मंत्र-तंत्र ही सगळं खोटं आहे. दुनियेला भ्रमात पाडू नका. जीवनाचे सार, जीवनाचे तत्त्व माहीत करून घेतल्याशिवाय कावळा हंस बनत नाही.''

कबीरच्या तोंडातून या ओळी ऐकून निमा चकित झाली. क्षणभर तिला काही सुचेना. 'याला आता दुसऱ्या कुठल्या भुतानं पछाडलं की काय?' अशी शंका तिच्या मनात उद्भवली. ती तिच्या चेहऱ्यावर उमटली. व्याकूळ स्वरात ती म्हणाली, ''या

अल्ला! आता हे काय नवीन संकट? आता काय होणार?'' तिचा हा प्रश्न ऐकून कबीर तत्काळ उद्गारला, ''अम्मी,

राम किया सोई हुआ, राम करै सो होय।
राम करै सो होएगा, काहे कलपे कोय॥

राम करेल तेच झाले. राम करेल तेच होता आहे. राम करेल तेच होणार आहे. उगीच कोणी शंका घेऊ नका. उगीच ओरडू नका.''

कबीरानं दिलेलं हे उत्तर ऐकून निमा बेशुद्ध पडायची बाकी राहिली. परत हा राम-राम करत होता. म्हणजे पहिलं भूत अजून गेलंच नव्हतंच, शिवाय नवीनच कुठलं तरी दुसरंही भूत त्याच्या मानगुटीवर बसलं होतं. या विचारानं निमाचा जीव उडून गेला. मात्र त्या वेळी प्रभातफेरीसाठी तिथून चाललेल्या केशवप्रभूंनी मात्र कबीरच्या तोंडून उद्गारलेल्या या ओळी ऐकल्या. बाहेरूनच ते कबीराला म्हणाले, ''कबीर, सत्य वचन, बेटा! प्रभू की ये लीला अगाध है। तुम्हारे मुँख से अपने प्रमाण दे रहे हैं।'' असं म्हणत त्यांनी आकाशाकडे बघत हात जोडले. कबीरानंही त्यांचं अनुकरण केलं. ही दोघं काय करतायत हे ना कळून निमा मात्र आकाशाकडे बघत राहिली. तिथे शोधत राहिली.

✽

कबीरवाणी...

सोई आंसू साजना, सीई लोग बिड़ाहिं ।
जो लोइन लोही चुवै, तौ जानौं हेतु हियांहिं॥

सज्जनांचे अश्रू तेच, दुर्जनांचेही तेच. जेव्हा नेत्रांतून रक्ताचे अश्रू येतील (खरेखुरे अश्रू असतील) तेव्हाच हृदयी खरे प्रेम आहे असे समजावे.

७.

कबीरच्या तोंडून अशी निर्दोष, सकस शब्दरचना ऐकल्यावर कबीराला भेटायला आलेले केशवप्रभू थक्क झाले. हे चौदा-पंधरा वर्षांचं पोर इतकी निर्दोष, इतकी सकस आणि इतकी अर्थपूर्ण रचना करतंय यावर इतर कुणी सांगितलं असतं तर त्यांनी विश्वास ठेवला नसता. पण आज, आत्ता त्यांच्यासमोर, त्या बाकीच्या लोकांशी बोलताना, विशेषतः त्याच्या आईला समजावून सांगताना कबीरानं तिथल्या तिथे बोलण्याच्या ओघात शब्दरचना केली. ते बघून केशवप्रभूंना अतिशय विस्मय वाटला. कबीर इतरांपेक्षा वेगळा आहे हे ते जाणून होते. त्यांनी कित्येकदा निरू आणि निमाला हे सांगण्याचा प्रयत्नही केला होता. पण त्यांच्या बुद्धीला हे पटत नसावं. आत्ता कबीरानं केलेली रचना, त्याचा अर्थ, अन्वयार्थ आणि त्यातला संदेश बघून केशवप्रभूंना वाटलं, की या किशोरवयीन पोराच्या तोंडून साक्षात प्रभू रामच हे वदवून घेतोय. त्यांनी ना राहवून कबीराला तसं बोलूनही दाखवलं. केशवप्रभूंनी दिलेली ती शाबासकी ऐकून कबीराला खूपच आनंद झाला. अर्थात आपण ही अशी अर्थपूर्ण शब्दरचना कशी करू शकलो या जाणिवेपासून तो स्वत:ही अनभिज्ञच होता आणि म्हणूनच त्या रचनेमध्ये जशी एक प्रकारची अलिप्तता होती, तशीच एक नितळ

निरागसताही होती. त्यामुळे या रचना अधिक सुंदर, अधिक सकस, अधिक चपखल झाल्या होत्या.

कबीर काय म्हणाला, कशाबद्दल म्हणाला हे निमाला जरी नीटसं कळलं नसलं, तरी तो वेगळं काहीतरी बोलला एवढं तिला नक्कीच कळलं. केशवप्रभूंनी काढलेल्या उद्गारांवरून तो चांगलं काहीतरी बोलला हेही तिला कळलं. राम नावाचं भूत नसून तो काफिरांचा देव आहे हेही तिला एव्हाना कळून चुकलं होतं. आता यापुढं आपली अक्कल चालणार नाही हे उमजून ती गप्प बसली.

केशवप्रभूंना समोर बघून कबीर उठून उभा राहिला. पुढं होऊन मान झुकवून त्यानं केशवप्रभूंना नमस्कार केला आणि विचारलं, ''पुजारी बाबा! मुझे बुला लिया होता! मी आलो असतो. आणि खरं तर मी आज येणारच होतो. पण आपणच इथवर आलात! काही काम होतं का?'' कबीरानं नम्रपणानं विचारलं.

त्याच्या त्या आविर्भावाकडे प्रसन्न चेहऱ्यानं बघत केशवप्रभू म्हणाले, ''कबीर, आज तुला मंदिरात यायला जमेल का? झाडाची एक फांदी मंदिरामागच्या विहिरीवर येते आहे. ती आणखी वाढली तर पानांचा कचरा सारखा विहिरीत पडत राहील. तू येऊन तेवढी फांदी काढशील का?'' केशवप्रभूंनी कबीराला विचारलं! कबीरच्या चेहऱ्यावर आनंद पसरला. राममंदिरात जायला त्याला नेहमीच आवडायचं. 'पण सतत तिथे काय ठेवलेलं असतं तुझं?' असं विचारून भंडावून सोडणाऱ्या अम्मीला उत्तर देत बसायला नको, म्हणून तो कधीतरी मंदिरात जायचा. त्यातच सध्या निरू आजारी होता. त्यामुळे नाही म्हटलं, तरी घराची जबाबदारी त्याच्यावर होती. खरं तर त्याला हे विणकराचं काम करायला अजिबात आवडायचं नाही. त्याच्या हातात कला होती, पण त्याला कापड विणायचा कंटाळा होता. नाइलाजास्तव तो ते करायचा. ते काम टाळायचे बहाणे शोधायचा. मग निमा रागवायची. मग तेवढ्यापुरतं तो काम करायचा; पण जे काही थोडं काम करायचा, ते फार सुंदर असायचं. कबीरानं विणलेलं कापड; मग तो शेला असू दे, शाल असू दे, उपरणं असू दे, गमछा असू दे किंवा मोठा रुमाल असू दे - दुप्पट किंमत देऊन विकलं जायचं. मग निमाचं तोंड बंद व्हायचं.

आज केशवप्रभू स्वतः कबीराला बोलवायला आलेले बघितल्यावर निमा काहीच बोलली नाही. कबीरानं कपडे बदलले आणि तो केशवप्रभूंच्या सोबत निघाला. दोघे मंदिरात आले. इकडेतिकडे बघत कबीरानं केरसुणी उचलली आणि

सरासरा मंदिराचा सभामंडप लोटायला सुरुवात केली. मंदिरात बऱ्यापैकी धूळ, पानं पडली होती. केशवप्रभू मंदिरात स्वच्छता ठेवत, पण मंदिराच्या सभोवती बरीच झाडं होती. त्यांची पानं रोजच मंदिराच्या सभामंडपात वाऱ्यासोबत येत असत. त्यामुळे कितीही लोटलं, तरी तासाभरात पुन्हा पानांचा सडा पडे. कबीरानं आल्या आल्या मंदिराचा सभामंडप स्वच्छ केला. नंतर सभोवतालचं आवार झाडून स्वच्छ केलं. मग तो विहिरीकडे वळला. विहिरीजवळ असलेल्या कदंब वृक्षाची एक फांदी वाढून विहिरीवर आली होती. केशवप्रभूंकडून कोयता घेऊन त्यानं ती फांदी तोडली. ओढत नेऊन मंदिराच्या आवाराबाहेर नेऊन टाकली. तोवर केशवप्रभूंनी चूल पेटवली होती. गाईचं दूध काढून ते तापवायला ठेवलं होतं. कबीरचं काम झालं. हातपाय धुऊन तो केशवप्रभूंच्या दाराशी अंगणात येऊन बसला. दोन पेल्यांत दूध ओतून ते घेऊन केशवप्रभू त्याच्याजवळ येऊन बसले. त्याला एक पेला दिला. म्हणाले, "घे बाळा! दमला असशील!" कबीरानं काही ना बोलता ते दूध प्यायला सुरुवात केली. आपल्या पेल्यातलं दूध संपवून पेला खाली ठेवून केशवप्रभूंनी विचारलं, "कबीर, आज तू जी रचना केलीस, ती कशी केलीस? कुठं शिकलास? कुणी शिकवलं तुला? आणि याबद्दल मला काहीच बोलला नाहीस?" केशवप्रभूंचे एका मागोमाग एक प्रश्न ऐकून कबीरानं आपलं दूध संपवलं आणि म्हणाला, "पुजारीबाबा, मलाच कळत नाही मी ते शब्द कसे गुंफले ते! मलाच माहीत नाही मला ते कसं आलं? मी कुठेच शिकायला गेलो नाही. मला कुणी शिकवलं नाही. पण मला ते आपोआप आलं! पुजारीबाबा, मी जे सकाळी म्हटलं ते बरोबर होतं काय? कारण तेही मला कळलं नाही!" कबीरानं प्रांजळपणे सांगितलं. केशवप्रभू समजले, की या चौदा-पंधरा वर्षांच्या पोराकडे प्रचंड बुद्धिमत्ता होती. प्रतिभेचं देणं होतं. पण या सगळ्याला योग्य दिशा मिळायला हवी होती आणि ती दिशा दाखवायला योग्य मार्गदर्शक हवा होता. म्हणजे कबीराला कुणीतरी योग्य गुरू लाभणं गरजेचं होतं. केशवप्रभू गेली कित्येक वर्षं त्या परिसरात राहत होते आणि राममंदिरामुळे अनेक साधुसंत आणि विद्वज्जन यांच्याशी त्यांचा परिचयही होता. कबीराला योग्य गुरू कोण मिळू शकेल याचा विचार करताना त्यांच्या मनात अचानक रामानंद स्वामींचं नाव आलं.

रामानंद स्वामी फार मोठे साधक आणि भक्त होते. त्यांचा शिष्यपरिवारही मोठा होता. आजकाल वाराणसीच्या त्या सगळ्या परिसरात 'महान संत' असा त्यांचा बोलबाला होता. अनेक धर्मग्रंथांचा आणि धर्मशास्त्रांचा त्यांनी सखोल अभ्यास केला

होता. अध्यात्माच्या मार्गावरचे एक अधिकारी महंत अशी त्यांची ख्याती होती. या रामानंद स्वामींनी कबीराला शिष्य म्हणून स्वीकारलं, तर कबीरच्या बुद्धिमत्तेला आणि प्रतिभेला योग्य दिशा मिळणार होती. योग्य मार्ग मिळणार होता. पण हे मोठं कठीण होतं. अर्थात त्या आधी 'तू एखाद्या गुरूकडून मार्गदर्शन घ्यायला हवंस' हे कबीराला सांगायला हवं होतं. ते त्याला पटायला हवं होतं. त्यानं ते पटवून घ्यायला हवं होतं. केशवप्रभू विचार करत होते. त्यांचा विचारात पडलेला चेहरा बघून कबीर म्हणाला, ''पुजारीबाबा, और कुछ काम है क्या? है तो बताइए! आत्ता लगेच करून टाकतो. रामप्रभूंचं काम करायला मला नेहमीच आनंद वाटतो.'' त्याच्या चेहऱ्यावरून उत्सुकता ओसंडून वाहत होती.

केशवप्रभू हसले. म्हणाले, ''कबीर, तू ज्या रचना केल्यास, त्यांबद्दल मी विचार करत होतो. तू ज्या रचना केल्यास त्याला 'दोहे' असं म्हणतात. दोहे म्हणजे दोन ओळींचा काव्यबद्ध छंद. याला कधीकधी 'आर्या' असंही म्हणतात. पण, कबीर, आज तू केलेल्या दोह्यांच्या रचना जरी निर्दोष असल्या, त्यात एक प्रकारची उत्स्फूर्तता असली, तरी ती प्रत्येक रचनेच्या वेळी असेलच असं नाही. त्यासाठी तुला एका मार्गदर्शकाची, चांगल्या गुरूंची गरज आहे. त्याकरता तुला कोणाला तरी गुरू करून घ्यावं लागेल.'' केशवप्रभूंचं बोलणं ऐकून आता कबीर विचारात पडला. पुजारीबाबा हे काय सांगतायत आणि का सांगतायत हे त्याला कळेना. एक तर गुरू करायचा म्हणजे काय? आणि हा गुरू कुठं शोधायचा आणि कुठं सापडायचा? कसा सापडायचा? असे अनेक प्रश्न त्याला पडले. तो गोंधळलाय हे केशवप्रभूंनी त्याच्या चेहऱ्यावरून ओळखलं. ते हसले. म्हणाले, ''कबीर, एवढं गोंधळून जाण्याचं कारण नाही. या परिसरात ज्यांच्या नावाचा बोलबाला आहे, असे वाराणसीचे महान तपस्वी स्वामी रामानंद यांचा तू शिष्य हो! ते थोर साधक आणि महंत आहेत. ते तुला गुरू म्हणून लाभले, तर तुझं कल्याण होईल. तू त्यांची भेट घे आणि तुला शिष्य करून घेण्याबाबत त्यांना विनंती कर. आग्रह कर, त्यांचे पाय धर; पण त्यांना राजी करून घे.'' केशवप्रभूंनी कबीराला जणू कानमंत्र दिला. कबीरच्या चेहऱ्यावरचे प्रश्न कमी झाले. पण तरीही मनात शंका होतीच. ती त्यानं विचारलीच. ''पुजारीबाबा, हे रामानंद स्वामी कुठं भेटतील? मी कुठं शोधू त्यांना?'' त्याच्या प्रश्नाचा रोख ओळखून केशवप्रभूंना आनंद वाटला. त्याच्या प्रश्नावरूनच कळत होतं, की तो रामानंद स्वामींना भेटायला उत्सुक आहे. केशवप्रभूंनी लगेचच

सांगितलं, ''कबीर, तू वाराणसीला जा. स्वामी रामानंद तिथेच मठात राहतात. तो त्यांचाच मठ आहे. रोज पहाटे गंगास्नानाला जातात. तू त्या मठात जाऊन त्यांची भेट घे आणि तुला शिष्य करून घेण्यासाठी त्यांना विनंती कर. गळ घाल. विनवण्या कर, पाय धर. त्यांची मनधरणी कर. काहीही कर, पण ते तुला शिष्य म्हणून स्वीकारतील असं बघ.'' केशवप्रभूंनी एका दमात सगळं सांगितलं.

ते ऐकून कबीरानं मनाशी नक्की केलं, की आपण वाराणसीला जायचं आणि रामानंद स्वामींची भेट घेऊन त्यांना विनवणी करायची. त्यानं मनाशी असं ठरवलं असलं, तर एक शंका त्याच्या मनात होतीच. तो गप्प बसलेला बघून केशवप्रभूंनी विचारलं, ''कबीर, मनात अजून काही शंका आहे का? असेल तर विचार रे!'' त्याचं बोलणं ऐकून कबीरानं धीर एकवटला. कारण शंका तशी विचित्रच होती. खाली मान घालून त्यानं विचारलं, ''पुजारीबाबा, शंका आहे. पण थोडी विचित्र आहे. आप नाराज मत होना! मला असं विचारायचंय, की गुरू करायचाच कशासाठी? नाही केला तर चालत नाही का? गुरू करायलाच हवा का?'' कबीरानं विचारलेल्या या प्रश्नांतून त्याच्या मनात उडालेला गोंधळ स्पष्ट दिसत होता. प्रश्न ऐकून केशवप्रभू थोडेसे अस्वस्थ झाले. त्या क्षणी त्यांना हिंदू धर्माचा अभिमान वाटला. 'वयाच्या पाचव्या वर्षापासून हिंदू धर्मात गुरूचं महत्त्व पटवून दिलं जातं. मुलांच्या मनांवर रुजवलं जातं, की ते किती योग्य आहे.' क्षणभर त्यांच्या मनात आलं. कबीर आणि त्याच्या भवतालची परिस्थिती पाहता हा प्रश्न कबीरच्या मनात उद्भवणं स्वाभाविक होतं. मात्र कबीरच्या मनात उद्भवलेली ही शंका मुळापासून निपटून काढणं एक साधक म्हणून, रामरायाचा एक भक्त म्हणून आपलं कर्तव्य आहे असंच त्यांना वाटलं. क्षणभर ते शांतच राहिले. केशवप्रभू असे शांत राहिलेले बघून कबीराला वाटलं, की आपलं काहीतरी चुकलं. तो काही बोलणार तोच केशवप्रभू म्हणाले, ''कबीर, एक वचन आहे.

अखंड मण्डलाकारं व्याप्तं येन चराचरम्।
तत्पदं दर्शितं येन तस्मै श्री गुरवे नमः॥

हे ब्रह्मांड ज्यानं व्यापलंय, त्याची ओळख करून देणाऱ्या गुरूला मी वंदन करतो; असा याचा अर्थ आहे. म्हणजे या संपूर्ण चराचर सृष्टीची ओळख गुरू आपल्याला करून देतो. ती करून घ्यायची असेल, तर गुरूला शरण गेलं पाहिजे. त्याला वंदन केलं पाहिजे. त्याचं मार्गदर्शनही घेतलं पाहिजे. म्हणून गुरू केला

पाहिजे. तुला जर या सृष्टीची ओळख करून घ्यायची असेल, तर गुरूचं मार्गदर्शन घेणं अत्यंत गरजेचं आहे. आता तुला समजलं असेल, की गुरू केलाच पाहिजे. तरच आपल्या जीवनाला आकार येतो.'' कबीर अगदी लक्ष देऊन केशवप्रभूंचं बोलणं ऐकत होता. आता त्याच्या मनातल्या सगळ्या शंका दूर झाल्या होत्या. त्याच्या चेहऱ्यावर एक प्रकारचं समाधान पसरलं होतं. ''पुजारीबाबा, मी उद्याच वाराणसीला जातो. स्वामीजींची भेट घेतो. त्यांचे पाय धरतो आणि मला शिष्य म्हणून स्वीकारा, अशी विनवणी करतो. मनधरणी करतो.'' कबीरच्या स्वरात उत्साह होता. आनंद होता. उत्सुकता होती. नवलाईचा उल्हास होता, जबाबदारीची स्वीकृती होती. आशेचा प्रकाश होता. इच्छापूर्तीचं समाधान होतं. शंकानिरसनाची खुशी होती. या सगळ्या भावना घेऊन, केशवप्रभूंचा निरोप घेऊन आणि रामरायाचं दर्शन घेऊन कबीर घरी परतला, तो उद्याच वाराणसीला जायचं असा निश्चय करून.

भल्या पहाटे कबीर बाहेर पडला. 'मी वाराणसीला चाललोय' एवढंच त्यानं अम्मीला सांगितलं आणि तो झपझप चालत निघाला. लहरतारापासून वाराणसी साधारण वीस कोसांवर होतं. लहरतारातून कबीर बाहेर पडला. थोडं अंतर चालून गेल्यावर त्याला एक घोडेस्वार भेटला. तो वाराणसीलाच चालला होता. कबीराला बघून तो थांबला. चौदा-पंधरा वर्षांचं एक कोवळं पोर उन्हातून चाललंय हे बघितल्यावर त्यानं घोडा थांबवला. ''कहाँ जा रहा है पोट्टे?'' त्यानं विचारलं.

''वाराणसी!'' कबीरानं उत्तर दिलं.

''चल आ! बैठ घोडेपर मेरे आगे!'' असं सांगून त्यानं हात देऊन कबीराला घोड्यावर घेतलं.

कबीरच्या मनात आलं, 'आपण गुरूला भेटायला चाललो आहोत, ते रामप्रभूलाही आवडलेलं दिसतंय!' आता आपला प्रवास सुखरूप होणार असा विचार करून तो निश्चिंतपणे बसला.

बघता बघता वाराणसी आलं. त्या घोडेस्वारानं त्याला खाली उतरवलं. वाराणसीचे दोन-तीन व्यापारी जे त्याच्याकडून नेहमी कापड नेत असत, ते त्याच्या ओळखीचे होते. त्यातला एक तर बनिया हिंदू होता. तो कबीरकडून नेहमी उपरणी नेत असे. त्यावर रामनाम गुंफून द्यावं असा त्याचा आग्रह असायचा. कबीरच्या दृष्टीनं तर ही आनंदाचीच बाब होती. तो त्याची मागणी आनंदानं पूर्ण करायचा. त्या उपरण्यावर रामनाम गुंफायचा, तेही इतकं सुंदर, की बघणाऱ्यानं बघत राहावं.

त्याभोवती सुंदर वेलबुट्टी करून उत्तम रंगसंगती साधून कबीर विणकाम करायचा. त्यामुळे त्या बनियाकडे त्या उपरण्यांना मोठी मागणी असायची. या कारणामुळे तो बनिया कबीरवर खूश होता. त्याचा व्यापार चांगला व्हायचा, विक्री चांगली व्हायची. त्याला पैसेही चांगले सुटत. आज जेव्हा कबीर त्याच्या दुकानात गेला, तेव्हा त्यानं आनंदानं कबीरचं स्वागत केलं. त्याच्याकडूनच कबीराला रामानंद स्वामींपर्यंत जाता येणार होतं. ''क्यों बेटा कबीर? आज वाराणसी कैसे आना हुआ? धागा खरीदने आये हो क्या?'' त्या बनियानं, शामलालनं विचारलं. ''नहीं, चाचा! दूसरा कुछ काम है। इसलिए आया हूँ।'' कबीरानं मोघम उत्तर दिलं. शामलालनं कबीराला जेवायला वाढलं. जेवण झाल्यावर कबीरानं विचारलं, ''शामभाई, इथे रामानंद स्वामी कुठं राहतात? मला त्यांना भेटायचंय!'' शामलालला नवल वाटलं. 'या कबीरचं स्वामींकडे काय काम असेल? काहीतरी शाल विकायची असेल!' असा तर्क त्यानं बांधला आणि म्हणाला, ''कबीर, रामानंदस्वामी शास्त्री मोहल्ल्यामध्ये राहतात. तिथे त्यांचा मठ आहे. मंदिराच्या पलीकडच्या गल्लीत. रोज भल्या पहाटे ते स्नानाला गंगेच्या घाटावर जातात. परतल्यावर सकाळची पूजाअर्चा करतात आणि दुपारची वामकुक्षी झाल्यावर ते लोकांच्या भेटीगाठी घेतात. आज दुपारनंतर तू त्यांना भेटू शकतोस. पण जरा जपून. रामानंद स्वामी शिस्तप्रिय आहेत. चिडले, तर एकदम शापवाणी उच्चारतील.'' शामलालनं कबीराला सावध केलं. कबीरानं मान डोलावली आणि तो दुपार सरायची वाट बघू लागला.

बघता बघता दुपार उलटली. सूर्य मावळतीकडे कलला आणि विचारत विचारत कबीर स्वामींच्या मठाजवळ आला. मठाबाहेर गर्दी होती. स्वामींचा भक्तपरिवार मोठा होता. लोक स्वामींच्या दर्शनासाठी, त्यांना भेटण्यासाठी रोजच्यासारखेच तिथे जमले होते. कबीर त्या गर्दीत जाऊन उभा राहिला. त्या मठाची पडवी चांगली ऐसपैस होती. पडवीतच स्वामींचं आसन मांडलं होतं. एक मोठा चौरंग होता. त्यावर मखमलीची जाडसर बैठक होती. चौरंगासमोर मखमलीचीच पायठेवणी होती. चौरंगालाच मागे टेकण्यासाठी पाठफळी लावली होती. तिलाही मखमल लावली होती. लोक हात जोडून शांत उभे होते. मधूनच स्वामींचा जयजयकार करत होते. थोडा वेळ असाच गेला आणि 'स्वामीजी आलेऽ, स्वामीजी आलेऽऽ!' असा एकच गलका झाला. काही क्षणांतच स्वामीजी येऊन त्या आसनावर बसले. स्वामीजींच्या शिष्यांनी मग जमलेल्या गर्दीला शिस्त लावली. लोकांना रांगेत उभं केलं आणि

एकेक करून स्वामीजींच्या दर्शनासाठी सोडू लागले. कबीर हे सगळं बघत होता. लोक शिस्तीत रांगेत उभे होते. प्रत्येक भक्ताच्या हातात काहीतरी होतं. फुलं, हार, नारळ, इतर काही फळं, वस्त्रं असं प्रत्येक जण काहीतरी घेऊन आला होता. कबीरानं पाहिलं, की आपण काहीच आणलं नाही. आपण रिकाम्या हातांनी आलो. पण आता तोही रांगेत उभा होता. आता काही आणायलाही जाणं शक्य नव्हतं. आणायला गेलो, तर रांगेतली जागा गेली असती. काहीच ना सुचून कबीर तसाच तिथे उभा राहिला. रांग हळूहळू पुढं सरकत होती.

रांगेत उभा राहिलेला एकेक भक्त स्वामींसमोर गेला, की जमिनीवर डोकं टेकवून नमस्कार करत होता. स्वामीजी मांडी घालून बसले होते. भक्तानं डोकं टेकलं, की त्याच्या मस्तकावर हात ठेवून स्वामीजी त्याला आशीर्वाद देत होते. मग तो भक्त आपण आणलेली फुलं, फळं जे काही असेल, ते स्वामीजींच्या शेजारी ठेवत होता. त्याला उजव्या हातानं स्पर्श करून स्वामीजी त्याचा स्वीकार करत होते. नंतर त्या वस्तू बाकीच्या भक्तांना वाटून टाकत होते. कबीरानं पाहिलं, की कितीतरी वस्तू येत होत्या, ढीग लागत होता; पण स्वामीजी स्वत:कडे काहीच ठेवून घेत नव्हते. सगळं काही वाटून टाकत होते. कबीराला नवल वाटलं. त्याचं लक्ष लोकांच्या चेहऱ्यांकडे गेलं. स्वामीजींसमोर जाऊन डोकं टेकताना त्यांच्या चेहऱ्यांवर श्रद्धा ओसंडत होती. स्वामींनी त्यांच्या मस्तकावर हात ठेवताना त्यांचा स्पर्श झाला, की भक्तांच्या चेहऱ्यांवर आनंद, कृतकृत्यता ओसंडत होती. मात्र इतक्या लोकांना भेटूनही स्वामींच्या चेहऱ्यावर त्रासिक भाव नव्हते किंवा कंटाळाही नव्हता. त्यांच्या चेहऱ्यावर एक प्रसन्न, मंद स्मितहास्य विलसत होतं. चेहऱ्यावरून प्रसन्नता ओसंडत होती. डोळे स्नेहाचा वर्षाव करीत होते. कबीरानं हे सगळं बघितलं आणि नकळत त्याच्या मनांमध्ये स्वामीजींबद्दल आदर निर्माण झाला. रांग हळूहळू पुढं सरकत होती. आपली बारी कधी येणार याची कबीर वाट बघत उभा राहिला.

कबीर स्वामीजींजवळ पोहोचला. इतरांप्रमाणे कबीरानंही डोकं टेकवून स्वामींना प्रणाम केला. त्याच्या मस्तकावर हात ठेवून स्वामींनी त्यालाही आशीर्वाद दिला. कबीर त्यांच्यासमोर उभा राहिला. त्याला काहीतरी बोलायचंय हे स्वामीजींच्या लक्षात आलं. "बोलो, बेटा. काय बोलायचं तुला?" स्वामीजींनी विचारलं.

"स्वामीजी! मी कबीर! मला तुमचा शिष्य व्हायचंय. मला शिष्य करून घ्याल?" कबीरानं विचारलं.

"कबीर? कबीर तुझं नाव? नावावरून तरी तू मुस्लीम वाटतोस! पण, बेटा, मी मुस्लिमांना शिष्य करून घेत नाही. तू जाऊ शकतोस! तू तुमच्या धर्मातल्या वलीसाहेबांना उस्ताद करून घे!" स्वामीजींनी स्पष्टपणे सांगितलं.

कबीरचा चेहरा पडला. तरीही तो धीर करून म्हणाला, "स्वामीजी, मी मुस्लीम नाही आणि हिंदूही नाही! एक इन्सान म्हणून तुम्ही माझा शिष्य म्हणून स्वीकार करा ना, स्वामी!" कबीरानं पुन्हा आग्रह केला. पण स्वामींनी नकारार्थी मान हलवली. म्हणाले, "बालका, धर्म हा जीवनाचा पाया आहे. तू कोणताच धर्म मानणार नसशील, तर तू जगशील कसा? आणि मी तुला काय म्हणून शिष्य बनवू? नाही, बेटा! मी तुझा शिष्य म्हणून स्वीकार करू शकत नाही!" स्वामीजींनी स्पष्टपणे सांगितलं.

कबीर काही क्षण तिथेच उभा राहिला. पण पाठीमागचे लोक दंगा करायला लागले, तसा तो रांगेतून बाहेर आला आणि निराश मनानं त्यानं लहरताराची वाट धरली.

कबीरवाणी...

कबीर सूता क्या करे, उठि किन रोवै दुक्ख ।
जाका बासा गोर मैं, सो क्यूं सोवै सुक्ख॥

कबीर म्हणतो, झोपून राहून काय करणार? उठून तू तुझे दुःख रडून मोकळे का करीत नाहीस? ज्याचा निवासच कबीरामध्ये व्हावयाचा आहे (जीवन क्षणभंगुर आहे) त्याने सुखाने का झोपून राहावे?

८.

कबीर लहरताराला पोहोचला, तेव्हा संध्याकाळ झाली होती. उदास झालेला कबीर घरी ना जाता थेट राममंदिरात गेला. केशवप्रभू सायंप्रार्थना करत होते. राममंदिर पणत्यांनी उजळलं होतं. कबीर आत आला आणि काही ना बोलता सभामंडपात एका बाजूला बसून राहिला. केशवप्रभू सायंप्रार्थना संपवून गाभाऱ्याबाहेर आले, तो त्यांना सभामंडपात कबीर बसलेला दिसला.

''कबीर! बेटा, तू कधी आलास? आणि मला हाक मारायची नाहीस का? असं गुपचुप बसून का राहिलास? काय झालं? तू गेला होतास वाराणसीला? भेटले का तुला स्वामीजी? काय म्हणाले? तुझी भेट झाली का?'' केशवप्रभूंनी कबीराला एकापाठोपाठ एक प्रश्न विचारले. त्यांच्या स्वरातून उत्सुकता ओसंडत होती. त्या स्वरातून त्यांच्या मनात असलेलं कबीरबद्दलचं प्रेम आणि त्याच्या कल्याणाची चिंता दोन्ही प्रतीत होत होतं. केशवप्रभू समोर आल्यावर कबीर उठून उभा राहिला. त्याचा उतरलेला चेहरा बघून केशवप्रभूंना थोडा अंदाज आला. त्यांनी कबीराला विचारलं, ''कबीर, काय झालं?'' क्षणभर शब्द जुळवून कबीर म्हणाला, ''पुजारीबाबा, मी वाराणसीला जाऊन आलो. स्वामीजींची माझी भेट झाली. त्यांच्या दर्शनानं मी फार

प्रभावित झालो. मी त्यांना विनंती केली, की मला शिष्य बनवून घ्या; पण ते नाही म्हणाले. मी खूप विनवण्या केल्या. त्यांची मनधरणी केली. पण ते म्हणाले, की मुस्लीम मुलाला शिष्य म्हणून स्वीकारू शकत नाही. असं सांगून त्यांनी मला परत पाठवलं.''

कबीरचा स्वर तर रडवेला झालाच होता, पण त्याचा चेहराही तो आता कोणत्याही क्षणी रडेल असा झाला होता. त्याला काय आणि कसं समजवायचं याचा विचार केशवप्रभू करत होते. तोच कबीरानं पुन्हा विचारलं, ''पुजारीबाबा, आता मी काय करू? कोणाला गुरू करू?'' त्याचा तो अगतिक, रडवेला प्रश्न ऐकून केशवप्रभूंना त्याची दया आली. ते म्हणाले, ''कबीर, तुला महाभारतातली एकलव्याची गोष्ट माहीत आहे. मीच तुला सांगितली आहे. तसं तू कर! रामानंद स्वामींच्या चरणांचा स्पर्श तुला होईल आणि त्यांच्या मुखातून तुला गुरुमंत्र मिळेल, असं तू काहीतरी कर! एवढं झालं, तरी तू त्यांचा शिष्य बनशील. त्यासाठी त्यांनी तुला गुरुगंडा बांधलाच पाहिजे असं नाही. यातलं तुला काय आणि कसं करता येईल, ते बघ!'' केशवप्रभूंनी त्याला मार्ग सांगितला. कबीर विचार करत घरी परतला.

तो घरी आला, तरी त्याचं विचारचक्र चालूच होतं. तो घरी आलेला बघितल्यावर निरूनं विचारलं, ''कबीर, वाराणसी जाकर आया क्या? शामलाल भेटला काय? त्यानं काही नवीन माल मागितलाय का? आणि त्याच्याकडे आधीच्या कापडाचे थोडे पैसे राहिलेत, ते घेऊन आलास का?'' कबीरानं काहीच उत्तर दिलं नाही. त्याचा उतरलेला चेहरा आणि त्याचं गप्प राहणं बघून निरूनं त्याला पुन्हा विचारलं, ''कबीर, मग तू वाराणसीला गेला होतास कशाला?'' या प्रश्नाचं उत्तर मात्र कबीरानं दिलं. म्हणाला, ''मी गुरू शोधण्यासाठी वाराणसीला गेलो होतो!'' ते ऐकून निरूला आणि निमालाही नवल वाटलं. निमानं विचारलंच, ''कबीर, बेटा तू मदरश्यात तर जात नाहीस. मग तुला गुरू कशाला पाहिजे? आता गुरू काय करणार आणखी?'' निमाचा हा प्रश्न ऐकून कबीर विचित्र नजरेनं तिच्याकडे पाहत राहिला. क्षणभर थांबून म्हणाला,

गुरु बिन ज्ञान ना उपजै, गुरु बिन मिलै ना मोक्ष।
गुरु बिन लखै ना सत्य को, गुरु बिन मिटै ना दोष॥

''गुरूशिवाय ज्ञान मिळत नाही. गुरूविना मोक्ष लाभत नाही. गुरूशिवाय सत्य समजत नाही. गुरूशिवाय दोष मिटत नाही.''

कबीरानं हा दोहा म्हणून दाखवला. भाषा सोपी होती. निरू आणि निमाला त्याचा अर्थ कळला. हा मुलगा वेगळाच कोणीतरी आहे आणि वेगळाच कोणीतरी बनणार आहे असं त्यांना इतके दिवस जे वाटत होतं त्या तर्काला दुजोरा मिळाला.

पण निरूनं शामलालचं नाव विचारलं आणि कबीरच्या विचारांना चालना मिळाली. शामलाल त्याला म्हणाला होता, की रामानंद स्वामी रोज भल्या पहाटे गंगास्नानासाठी घाटावर जातात. केशवप्रभू म्हणाले होते, की त्यांच्या चरणांचा स्पर्श तुला होईल आणि त्यांच्या मुखातून जो मंत्र उच्चारला जाईल, तो गुरुमंत्र असेल. कबीरचं विचारचक्र सुरू झालं. या दोन गोष्टींची सांगड घालता येईल का, या दोन्ही घटना एकत्र घडतील का, असा विचार तो करायला लागला. दिवसभराच्या पायपिटीनं दमलेला कबीर ना जेवता तसाच झोपला. कदाचित झोपेतसुद्धा कबीर हाच विचार करत असावा; कारण सकाळी त्याला जाग आली, तेव्हा त्याला एक युक्ती सापडलेली होती. 'त्या' दोन घटनांचा एकत्रित मेळ घालून तो आपल्या मनातली इच्छा पूर्ण करू शकत होता. जाग येताच त्याच्या मनानं हा कौल दिला आणि कबीरानं तो निश्चित स्वीकारायचं ठरवलं. अर्थात याबद्दल आधी कुणालाच आणि काहीच सांगायचं नाही, असंही त्यानं ठरवलं. मनातला आनंद चेहऱ्यावर ना दाखवता मनातच लपवत तो उठला. मुखमार्जन आटोपून तो माग चालवायला बसला. आपलं ईप्सित साध्य करण्यासाठी त्याला पुन्हा वाराणसीला जावं लागणार होतं. जाण्यासाठी काही निमित्त हवं आणि दोन पैसे हाताशी हवे असा विचार त्यानं केला. आपल्या मनातली इच्छा पूर्ण होण्यासाठी किती दिवस वाराणसीला राहावं लागेल याचा अंदाज नव्हता. म्हणूनच आज दिवसभर माग चालवून कापड विणायचं, ते जाताना सोबत घेऊन जायचं आणि तिथे विकायचं; म्हणजे दोन पैसे हाताशी असतील आणि वाराणसीला जाण्याला कारणही मिळेल. असा विचार करून तो माग चालवायला बसला. एरवी माग चालवण्याचा कंटाळा करणारा, किती सांगितलं तरी ना ऐकणारा कबीर आज उठल्याबरोबर कुणी ना सांगता मागावर बसलाय हे बघून निमाला आश्चर्य वाटलं. तसं तिनं निरूला बोलूनही दाखवलं. पण निरूनं तिला दटावलं. 'तो मनानं करतोय तर करू दे! तुम मत टोकना उसे!' असं त्यानं तिला बजावलं.

तो पूर्ण दिवस कबीर मागावर कापड विणत बसला. आत्तापर्यंत कधी केलं नव्हतं, इतकं काम त्यानं एका दिवसात केलं आणि कापडही विणलं. अतिशय

तलम. हे सगळं काम आटपून कबीर निजला, तेव्हा चंद्र माथ्यावर आला होता. कबीर जरा उशिराच उठला. अम्मीला त्यानं चार दिवसाच्या रोट्या बांधून द्यायला सांगितल्या. तिनं कारण विचारलं, तर 'आपण आता चारपाच दिवस वाराणसीतच राहणार आहोत. तिथं महत्त्वाचं काम आहे.' असं त्यानं तिला सांगितलं. चार कपडे पिशवीत भरले. तिनं दिलेल्या रोट्या फडक्यात बांधून घेतल्या. आपण विणलेलं तलम कापड नीट काळजीपूर्वक बांधून घेतलं आणि दुपारचं जेवण करून कबीर बाहेर पडला. जाताना वाटेत तो आपण योजलेला बेत तडीस कसा नेता येईल, याचाच विचार करत होता. आपण योजलेलं काम जास्तीत जास्त निर्दोष आणि अचूक कसं होईल आणि पूर्णत्वाला कसं जाईल, याचा तो विचार करत होता. या विचारात झपझप चालत तो वाराणसीला पोहोचला, तेव्हा मध्यरात्र झाली होती. गंगेच्या घाटाजवळ एक सराय (धर्मशाळा) होती. त्या धर्मशाळेच्या बाहेरच्या आवारात त्यानं जमिनीवर अंग टाकलं. पायपीट करून थकलेल्या कबीराला गार वाऱ्याच्या झुळकेत लगेचच झोप लागली.

लोकांच्या वर्दळीनं त्याला जाग आली. त्यानं बघितलं. अजून पुरतं उजाडलं नव्हतं, पण धर्मशाळेच्या समोरच्या रस्त्यावर लोक दाटीवाटीनं उभे होते. एका दिशेलाच वाकून बघत होते. जसे काही कोणाची तरी वाट बघत होते. डोळे चोळत उठलेल्या कबीरानं एका माणसाला विचारलं, "हे सगळे असे का जमलेत? आणि काय पाहतायत?" त्या माणसानं एकदा कबीरकडे डोळे मोठे करून पाहिलं आणि म्हणाला, "म्हणजे तू नवीन दिसतोस वाराणसीत! तुला माहीत नाही? अरे, पूज्य रामानंद स्वामी रोज याच रस्त्यावरून गंगेच्या घाटावर स्नानासाठी जातात. त्यांच्या दर्शनासाठी लोक गर्दी करतात. स्वामी रामानंद महान योगी आणि विद्वान आहेत. त्यांचा आशीर्वाद घेण्यासाठी आणि दर्शनासाठी रोज इथे अशी गर्दी होते." त्या माणसानं कबीराला असं सगळं समजावून सांगितलं. आपण योग्य ठिकाणी थांबलो आहोत याची कबीराला जणू ग्वाही मिळाली. तोही उठून एका बाजूला उभा राहिला. थोडा वेळ असाच गेला आणि रामानंद स्वामी आले. त्यांच्यासोबत आठ-दहा शिष्य होते. भगवी कफनी धारण केलेले रामानंद स्वामी झपझप पावलं टाकत चालत होते. पायात खडावा होत्या. गळ्यात रुद्राक्षाच्या माळा होत्या. मनगटांत, दंडांत रुद्राक्षमणी माळा लपेटून बांधलेल्या होत्या. तर उजव्या हाताच्या मुठीत एक जपाची माळ धरलेली होती. स्वामी समोरून जात असताना लोक वाकून नमस्कार करत

होते. रुद्राक्षाच्या माळेसह आपला उजवा हात उंचावून स्वामी आशीर्वाद देत होते. काही लोक तर स्वामी जिथून चालत गेले, तिथे माथा टेकवत होते. तर काही जण तिथली माती उचलून कपाळाला लावत होते. स्वामी पुढच्या रस्त्याला वळले, तसे लोक पांगले. मात्र जो तो स्वामींबद्दल आदरानं, पूज्य भावानं बोलत होता. त्या सगळ्या लोकांचं बोलणं ऐकलं आणि आपण स्वामी रामानंदांचे शिष्य बनायचं हा कबीरचा निश्चय आणखी पक्का झाला. ''स्नान करून स्वामी केव्हा परत येतात? आणि याच रस्त्यानं येतात का?'' कबीरानं त्या माणसाला विचारलं. ''नाही! स्वामी स्नान करून परतताना पालखीतून परततात आणि ते इकडे येतच नाहीत. ते सरळ वेदशाळेत जातात. तिथेच ते दिवसभर थांबतात. मग मंदिरातली सायंआरती करूनच मठात परत जातात.'' त्या माणसानं सगळी माहिती पुरवली.

कबीरानं ती सगळी माहिती नीट ऐकली आणि आपण आपला बेत कसा पार पाडायचा याचा विचार त्यानं मनाशी पक्का केला. दोन दिवस कबीरानं तसेच वाराणसीत हिंडून फिरून घालवले. आपण विणलेलं ते तलम कापड त्यानं नेहमीच्या चार-पाच व्यापाऱ्यांना दाखवलं. त्यातल्या एकानं त्याला चांगली किंमत देऊ केली आणि आणखी अशाच तलम कापडाची त्याच्याकडे मागणी नोंदवली. रात्र झाल्यावर कबीर त्या धर्मशाळेकडे परतला, ते भल्या पहाटे उठायचं या निश्चयानंच आणि खरोखर तो अगदी भल्या पहाटे उठला. अजून अंधारच होता. धर्मशाळेतून बाहेर पडून तो गंगेच्या घाटावर आला. अंधुक प्रकाशातच पायऱ्या उतरून त्यानं गंगेत एक डुबकी मारली. पाणी जरासं कोमट होतं. तसाच तो ओल्या अंगानं बाहेर आला आणि गंगेच्या पात्रानजीक असलेल्या पायरीवर त्यानं स्वतःला झोकून दिलं. किरकोळ शरीरयष्टीचा, चौदा-पंधरा वर्षांचा कबीर त्या पायरीवर व्यवस्थित मावला. गंगेच्या पाण्यावरून मंद शीतल वारा वाहत होता. कबीरच्या अंगावर शहारे येत होते. पायरीवर असलेले वाळूचे बारीक कण कबीरच्या उघड्या पाठीला टोचत होते. पण कबीरचं या सगळ्याकडे लक्ष नव्हतं. त्याचे कान खडावांच्या आवाजाचा कानोसा घेत होते. कारण त्यानं पाहिलं होतं, की रामानंद स्वामी घाटाच्या वरच्या पायरीपर्यंत खडावा घालून येतात. तिथे खडावा काढून अनवाणी पावलांनी ते घाटाच्या पायऱ्या उतरतात आणि गंगास्नान करतात. म्हणून तर स्वामींच्या खडावांच्या आवाजाचा कानोसा घेत कबीर पायरीवर पडून राहिला होता. आणि त्याला आवाज ऐकू आला. खडावांचाही आणि काही लोकांच्या बोलण्याचाही. कबीरानं श्वास रोखून धरला. ना

जाणो, स्वामींना आपल्या श्वासाचा आवाज ऐकू यायचा.

रामानंद स्वामींनी खडावा काढल्या. अजून अंधार होता. स्वामी आज जरा लवकर आले होते गंगास्नानाला. आज त्यांना वेदपाठशाळेत लवकर जायचं होतं. उजाडताच तिथे पोहोचायचं होतं. आज तिथे यज्ञ होता. त्याचे धाता स्वामीजी होते. खडावा काढून स्वामींनी घाटाच्या पायऱ्या उतरायला सुरुवात केली. एकेक पायरी उतरत ते खालच्या पायरीपर्यंत आले. तो घाट, त्या पायऱ्या त्यांच्या पायाखालच्या होत्या. सवयीच्या होत्या. अंधारातही ते ठामपणे एकेक पायरी उतरत होते. जराही थांबत किंवा अडखळत नव्हते. आता दोनच पायऱ्या उरल्या होत्या. मग गंगेच्या पवित्र पाण्याचा स्पर्श पावलांना होणार होता. स्वामीजी आणखी एक पायरी उतरले. आणि ते त्यांचं खाली टाकलेलं पाऊल कशावर तरी पडलं. ‘‘हे राम, हे राम!’’ स्वामी उद्गारले. कशावर तरी पडलेलं ते पाऊल त्यांनी पुन्हा वर उचललं. ‘‘विष्णूऽऽऽ!’’ स्वामींनी शिष्याला हाक मारली. पलिता घेऊन विष्णू धावत आला. ‘‘जी स्वामीजी! आवाज दिला?’’ त्यानं विचारलं. ‘‘होय. विष्णू, इथे या पायरीवर काय आहे बघ! माझा त्यावर पाय पडला!’’ स्वामीनी सांगितलं. विष्णू पलिता घेऊन पायऱ्या उतरून खाली आला. पलित्याचा उजेड त्या पायरीवर पाडला. स्वामीजींनी बघितलं, की त्या पायरीवर एक माणूस - माणूस कसला, पोरगा झोपला होता. झोपला नव्हता पडला होता. तो चक्क जागा होता. पलित्याचा उजेड अंगावर पडल्यावर तो मुलगा उठला. स्वामींच्या चरणांजवळ मस्तक टेकवलं आणि हात जोडून उभा राहत म्हणाला, ‘‘माफ करना, स्वामीजी! मैं कबीर! मी मुस्लीम आहे म्हणून तुम्ही मला शिष्य करून घ्यायला नकार दिलात, पण मला तुमचा शिष्य व्हायचंच होतं. त्यासाठी तुमचा चरणस्पर्श मला होणं आणि तुम्ही गुरुमंत्र देणं फार महत्त्वाचं होतं. म्हणून मी इथे तुमच्या येण्याजाण्याच्या वाटेवर निजलो. स्वामीजी, मला तुमचा चरणस्पर्शही झाला आणि तुमच्याच मुखातून मला ‘राम राम’ हा गुरुमंत्रही मिळाला. आता तुम्ही आशीर्वादही दिलात. मी धन्य झालो, स्वामी, मी धन्य झालो! आता हा कबीर तुमचा शिष्य झाला आणि तुम्ही माझे गुरू!’’ असं म्हणत आनंदानं निथळत कबीरानं स्वामींना पुन्हा एकदा वंदन केलं आणि तो वाऱ्याच्या वेगानं धावत सुटला.

कबीर थेट धर्मशाळेजवळ येऊन थांबला. या प्रसंगानं स्वामीजी स्तिमित झाले खरं, पण कबीरचं ते पोरवय बघून त्यांनी तो विषय, तो प्रसंग आपल्या मनातून झटकून टाकला आणि ते शेवटची पायरी उतरून गंगेत शिरले. गंगेत

स्नान करताना त्यांच्या लक्षात आलं, की आपल्या उजव्या हाताच्या तळव्याला आणि बोटांत गुंफलेली रुद्राक्ष माळ नाहीशी झालीय. त्यांनी पाण्यात डुबकी मारून ती माळ शोधायचा खूप प्रयत्न केला, पण माळ सापडली नाही. ती कुठं गेली असावी याचा ते विचार करू लागले आणि त्यांच्या लक्षात आलं, 'मगाशी पायऱ्या उतरताना त्या मुलावर पाय पडल्यानं आपण एकदम दचकलो. त्या वेळी माळ आपल्या मुठीतून निसटली आणि त्या मुलाच्या अंगावर पडली. ती माळ त्याच्याकडे असेल. जाऊ दे. ती आता त्याची झाली! आपण दुसरी माळ घालू!' असा विचार करून स्वामीजी गंगेतून बाहेर आले. पाऊलभर पाण्यात उभं राहून त्यांनी पूर्व दिशेला अर्घ्य दिलं. सूर्य अजून क्षितिजावरही आला नव्हता. पण क्षितिजाचे रंग बदलायला सुरुवात झाली होती. गायत्रीचा जप करून स्वामीजी पाण्याबाहेर आले. वळून त्यांनी गंगेला नमस्कार केला आणि पायऱ्या चढून ते वर आले. हे सगळं सवयीप्रमाणे घडलं खरं, पण मनाच्या एका कोपऱ्यात तो मुलगा कबीर रेंगाळत होता आणि ती माळही!

स्वामीजींचा पाय आपल्या छातीवर पडला. पाठोपाठ 'राम राम' उच्चार ऐकू आला आणि स्वामीजींनी दचकून पाऊल पुन्हा उचलून मागे घेतलं. तोच कोणतीतरी वस्तू त्यांच्या हातातून आपल्या अंगावर पडली. अंधारात दिसली नाही, तरी ती वस्तू आपण हातात घेताच ती माळ आहे, तसबीह आहे हे आपल्याला जाणवलं. तो स्वामीजींचा प्रसाद आहे असं समजून, त्यांना वंदन करून आपण तिथून धावत इथे परतलो. हातात ती माळ धरून माळेकडे एकटक बघत कबीर विचार करत होता. त्यांचा चरणस्पर्श आपल्याला होणं, त्यांच्या मुखातून गुरुमंत्र कानावर पडणं हा सगळा जरी आपला बेत असला; तरी स्वामींच्या हातातली जपाची रुद्राक्ष माळ आपल्या अंगावर पडणं हा निश्चितच काही संकेत असावा. स्वामींच्या आशीर्वादासोबतच ही माळ आपल्याला मिळाली, यात काहीतरी दैवी संकेत आहे असं कबीरच्या मनात सारखं येऊ लागलं. याचा अर्थ आपण लहरतारा ला जाऊन पुजारीबाबांना विचारायला हवं, असा मनात निश्चय करून, अजून दिवस उजाडायचा आहे हे बघून कबीर पुन्हा निजला. पण त्याला झोप लागेपर्यंत स्वामीजींच्या मुखातून ऐकलेलं 'राम राम' त्याच्या मनात रुंजी घालत होतं, हे खरं!

लोकांची चहलपहल वाढली, तसा कबीर जागा झाला. वाराणसीला येऊन त्याला चार दिवस होऊन गेले होते. अम्मीनं दिलेल्या रोट्या कधीच संपल्या होत्या.

तिनं आग्रहाने बांधून दिलेला मलिदा थोडा शिल्लक होता. पण आज कबीराला भूक नव्हती. जेवणाची वेळ टळून गेली, तरी त्याला भूक लागली नाही. कशानं कोण जाणे, पण त्याचं पोट भरलं होतं. दुपारी उन्हाचाच कबीर लहरताराला परतला. आत्ता त्याचं मन अतिशय प्रसन्न होतं. त्या आनंदात वाट कशी सरली हेही त्याला कळलं नाही. तो पोहोचला, तेव्हा संध्याकाळ झाली होती. लहरतारा तलावाजवळ त्याला मशिदीतले मौलवीसाहेब भेटले. त्यांनी कबीराला हाक मारली. कबीर थांबला. मौलवीसाहेबांना त्यानं सलाम केला. वलीसाहेबांनी विचारलं, ''कबीर, बेटा कहाँ गये थे? अकेले कहाँ से आ रहे हो?'' मौलवीसाहेब एक प्रेमळ गृहस्थ होते. गावात त्यांना मान होता. कबीर म्हणाला, ''वलीसाहब, मी वाराणसीला गेलो होतो.''

''वाराणसीला? माने बनारस को? क्यों बेटा? और अकेले ही गया था? अम्मी, अब्बू कोई साथ नहीं आये? मौलवीसाहेबांनी प्रेमानं विचारलं. ''नहीं मौलवीसाहब! मैं अकेला ही गया था।'' कबीरानं उत्तर दिलं. ''क्यों बेटा? ऐसी कौनसी आफत आयी, जो तुझे अकेले ही जाना पडा? मला बोलवायचंस!'' मौलवीसाहेबांनी काळजीनं विचारलं. आता कबीराला खरं उत्तर देणं भागच होतं. ''मौलवीसाहेब, मी गुरू शोधायला बनारसला गेलो होतो.'' कबीरचं हे उत्तर ऐकून मौलवीसाहेबांना नवल वाटलं.

''अरे बेटा, गुरू शोधायला बनारसला जाण्याची गरज काय? आणि जरी तुला बनारसला गुरू सापडला, तरी ते तिथे आणि तू इथे! तो तुला काय शिकवणार? आणि आम्ही इथे या लहरतारात मौजूद असताना तुला एवढ्या लांब गुरू शोधायला जायची गरज काय? तो क्या बनारस में मिल गया गुरू? वो क्या वहींसे तुझे पढाएगा?'' मौलवीसाहेबांनी थोडं कुचेष्टेच्या स्वरात विचारलं. कबीराला त्यांच्या त्या चेष्टेचा राग आला. पण मौलवीसाहेबांबद्दल त्याच्याही मनात आदर होता. तो क्षणभर थांबला. मग म्हणाला, ''मौलवीसाहेब, मी गुरू का शोधला सांगू? शिष्य हा याचक असतो. गुरू हा दाता.

गुरू समान दाता नहीं याचक शीष समान।
तीन लोक की संपदा सो गुरू दीन्ही दान॥

गुरूसारखा कोणी दाता (दानशूर) नाही. शिष्य हा याचक आहे. त्रैलोक्याची संपत्ती गुरू दान करतो.''

कबीरानं दोहा ऐकवला, पण मौलवींनी पुन्हा विचारलं, ''कबीर, ये बात तो सच है। लेकिन तू अगर बनारस का गुरू करेगा, तो पढेगा-सीखेगा कैसे?'' त्यांच्या विचारण्यात उपहास होता. कबीर दोहे रचतो हे त्यांच्या कानावर आलं होतं. पण आज जणू ते कबीरची परीक्षा घेत होते. त्यांचा प्रश्न ऐकून कबीर क्षणभर थांबला. मग म्हणाला, ''मौलवीसाहेब,

जो गुरू बसै बनारसी, सीष समुन्दर तीर।
एख़ पलख बिसरें नहीं, जो गुण होय सरीर॥

गुरू जरी बनारसला असेल आणि शिष्य दूर समुद्राच्या तीरावर असेल, तरी क्षणभरही गुरू आपल्या शिष्याला विसरत नाही.

असं आहे, मौलवीसाहेब! म्हणून मी बनारसला गुरू शोधायला गेलो होतो.'' कबीरानं समजुतीच्या स्वरात सांगितलं. मौलवीसाहेब निरुत्तर झाले. तोपर्यंत तिथे वीस-पंचवीस माणसं जमली होती. ती सगळी कबीराला ओळखत तर होतीच, पण मौलवीसाहेबांनाही मानणारी होती. कबीर आणि मौलवीसाहेब काहीतरी बोलतायत हे बघून एकेक करत तिथे माणसं गोळा होऊ लागली. त्यांच्या डोळ्यांत मौलवीसाहेबांबद्दल आदर, तर कबीरबद्दल राग आणि कुचेष्टा दिसत होती. कबीरचं गुरूबद्दलचं हे उत्तर ऐकून आणि भोवताली आपल्याला मानणारी माणसं जमतील हे बघून कबीरची आणखी चेष्टा करण्याची लहर मौलवीसाहेबांना आली आणि त्यांनी उपहासाच्या स्वरात कबीराला विचारलं, ''क्या कबीर? तो क्या बनारस में मिल गया तुम्हें गुरू? कौन है वो? कौनसी जाती का है? क्या कोई साधू-संन्यासी है? या कोई राजा-महाराजा? साधूही होगा! क्या जाती है उसकी? तू काही विचारलंस का त्याला? तुमने कुछ पूछा उसको? उसकी जात, उसका धर्म?'' उपहास करून प्रश्न विचारताना मौलवीसाहेबांचा आवाजही मोठा झाला होता. तिथे जमलेल्या सगळ्यांना ऐकू जाईल असा. ते ऐकून जमलेले लोकही हसू लागले. आता मात्र कबीरलाही थोडा राग यायला लागला. त्यानं मौलवीसाहेबांना आणि जमलेल्या लोकांना ऐकू जाईल अशा खणखणीत, मोठ्या आवाजात दोहा म्हटला.

जाति ना पूछो साधु की, पूछी लियो ज्ञान।
मोल करो तरवार का, पडा रहन दो म्यान॥
कह आकाश को फेर है, कह धरती को तोल।
कहा साधु की जाति है, कह पारस का मोल॥

साधुन की झुपडी भली, ना साकट को गाँव।
चंदन की कुटकी भली, ना बबूल बनराव॥

साधूची जात विचारू नये. त्याचं ज्ञान पाहावं. तलवारीची धार पाहावी. म्यान बाजूला पडू द्यावी. आकाशाला आधार लागतो का? धरणीचा तोल कुणी सांभाळतं का? साधूची कुठे जात असते का? पारसमण्याचे कुणी मोल करतं का? दुर्गुणी गावापेक्षा साधूची झोपडी चांगली. बाभळीच्या जंगलापेक्षा चंदनाची एक काडी चांगली. ऐसे होते है साधू और ऐसा होता है गुरू। मौलवीसाहब, मी बनारसला गेलो होतो, तिथे मला माझे गुरू भेटले. जसे मला हवे होते तसेच!'' असं दिमाखात उत्तर देऊन कबीर तिथून निघून गेला. मौलवीसाहेब आणि जमलेले सगळी लोक कबीरच्या पाठमोऱ्या आकृतीकडे बघत राहिले. सगळ्यांच्या मनात एकच प्रश्न होता. 'हे इतके सुंदर आणि चपखल दोहे कबीरच्या गुरूंनी कबीराला शिकवले, की त्याला आधीपासूनच येत होते?' हा प्रश्न अगदी मौलवीसाहेबांच्याही मनात उद्‌भवला होता. जाता जाता कबीर मौलवी साहेबांजवळ क्षणभर थबकला. म्हणाला, ''मौलवीसाहेब,

ऐसी वाणी बोलिए मन का आपा खोय।
औरन को शीतल करैं आप शीतल होय॥

असे शब्द बोला, की मनावरचा ताबा सुटणार नाही. तुम्ही स्वतःही शांत राहाल आणि इतरांनाही शांतवाल.''

मौलवीसाहेब त्याच्या पाठमोऱ्या आकृतीकडे डोळे विस्फारून बघत राहिले.

✽

कबीरवाणी...

तूं तूं करता तूं भया, मुझमें रही न हूं।
वारी तेरे नाउं परि, तिज देखौं तित तूं॥

तू तू करता करता आता केवळ तूच होऊन गेला आहे (ईश्वराचे स्मरण करता करता मी ईश्वरमय झालो) माझ्यात आता माझे असे 'मी 'पण राहिलेले नाही. मी स्वतःस तुझ्या नामरूपावर समर्पित करून टाकले आहे. आता तर. मी जेथे पाहतो तेथे तूच तू दिसून येतोस.

९.

कबीर तिथून निघाला, तो थेट राम मंदिरात आला. केशवप्रभू निजायच्या तयारीत होते. कबीर थेट मंदिरात गेला. समोर केशवप्रभू दिसताच त्यानं त्यांचे पाय धरले. केशवप्रभूंनी त्याला खांद्याला धरून उठवलं. ते म्हणाले, ''कबीर काय झालं? वाराणसीला जाऊन आलास का? स्वामीजींची पुन्हा भेट झाली का?'' केशवप्रभूंच्या शब्दाशब्दांतून माया ओसंडत होती. कबीराला भरून आलं. डोळे पाण्यानं भरले. गालांवरून अश्रूंना तसेच ओघळत ठेवून कबीर म्हणाला, ''पुजारीबाबा, मी... मला... मला स्वामीजी भेटले.'' अशी सुरुवात करून कबीरानं घडलेली सगळी हकिकत केशवप्रभूंना सांगितली. क्षणभर केशवप्रभूंना विषाद वाटला. पण कबीरचं पोरवय बघून त्यांनी श्रीरामाला हात जोडून प्रार्थना केली की 'हे प्रभू, कबीराला क्षमा कर!' कबीर आनंदानं त्यांना स्वामीजींची आपल्या अंगावर पडलेली जपाची माळ दाखवत होता. केशवप्रभू त्याच्या निरागस आनंदात सामील झाले. कबीराला त्यांनी आशीर्वाद दिला, ''गुरूंच्या आत्मिक मार्गदर्शनानं तुझ्या आयुष्याचं कल्याण होईल!'' या सगळ्या घटनेमुळे आनंदलेला कबीर केशवप्रभूंचा निरोप घेऊन घरी परतला. तो घरी आला, तर घरात एक संकट त्याची वाट बघत होतं. त्याच्या

घरासमोर पाच-पन्नास माणसं जमली होती. ती आपसांत कुजबुजत होती. निरू आणि निमा त्यांच्यासमोर उभे होते. काही माणसं त्या दोघांसमोर उभं राहून हातवारे करून बोलत होती. निरू आणि निमा हात जोडून त्यांना काहीतरी सांगत होते. कबीराला कळेना हे काय चाललंय आणि काय झालंय? तो तरातरा पुढं आला. कबीर गर्दीसमोर आला, तसा लोकांचा आवाज वाढला. "हा बघा आला!"

'हा आला कबीर!', 'हाच तो अतिशहाणा!', 'हाच तो उद्धट मुलगा?' अशी वाक्यं गर्दीतून कबीराला ऐकू आली. त्याला कळेना लोक अशी वाक्यं का बोलतायत. रसूलचाचा समोर उभे होते. त्यानं रसूलचाचांना विचारलं. रसूलचाचांनी जे सांगितलं, ते ऐकून त्याला धक्काच बसला. संध्याकाळी लहरतारा तलावाजवळ मौलवीसाहेबांशी कबीरचा जो संवाद झाला, जी प्रश्नोत्तरं झाली, त्यातून कबीरानं मौलवीसाहेबांचा अपमान केला, तो त्यांच्याशी उद्धटपणे बोलला असं जमलेल्या लोकांचं म्हणणं होतं. त्याबद्दल कबीरानं मौलवीसाहेबांची माफी मागितली पाहिजे अशी त्या जमलेल्या लोकांची मागणी होती. कबीरानं जर हे ऐकलं नाही, तर त्यांचा सगळा समाज निरू-निमाला वाळीत टाकेल अशीही धमकी ते देत होते. या सगळ्या बोलण्यात पुढे होता तो हसन अली. तो मौलवीसाहेबांचा भाऊ होता. कबीरच्या संध्याकाळच्या बोलण्याला वेगळं रूप देऊन, वेगळा अर्थ लावून आणि विचित्र शब्द लोकांना सांगून त्यांना भडकवण्याचं काम हसन अलीनं केलं होतं. तो मौलवीसाहेबांचा भाऊ असल्यानं लोकांच्या दृष्टीनं त्याच्या मताला, शब्दाला किंमत होती आणि आत्ताही तो असंच काहीतरी प्रक्षोभक बोलून लोकांना भडकवत होता. त्याचं ऐकून लोक जास्तच संतापत होते. आता कदाचित ते हातघाईवर उतरतील किंवा दगडफेक करतील अशी भीती कबीराला वाटली. त्याच्या लक्षात आलं, की लोकांना शांत करायचं असेल, तर आधी या हसन अलीला गप्प करावं लागेल. कबीरानं धाडसानं ते करायचं ठरवलं. आपल्या घराच्या अंगणाच्या दगडी भिंतीवर चढून तो उभा राहिला आणि लोकांचा जो कल्ला चालला होता, त्यापेक्षा मोठ्या आवाजात ओरडून त्यानं लोकांना शांत राहायला सांगितलं. त्याचा आवाज ऐकून लोक शांत झाले. आता कबीर काय बोलतोय, आपल्यावरच्या आरोपांचा स्वीकार करून मौलवीसाहेबांची माफी मागतोय की समर्थन करतोय, हे लोकांना बघायचंच होतं. कबीरानं ओरडून त्यांना शांत राहण्याचं आवाहन केलं. सगळे लोक शांत झाल्यावर तो म्हणाला, "मेरे भाईयों! मी मौलवीसाहेबांचा अपमान केला आहे असा

तुम्ही माझ्यावर आरोप केलाय. तुम्ही माझं म्हणणं ऐका! माझ्या काही प्रश्नांची उत्तर द्या. ते झाल्यावर तुम्ही सांगितलंत, की मी मौलवीसाहेबांची माफी मागेन. त्याआधी मला काय सांगायचंय, ते तुम्ही ऐकून घ्या.''

कबीरचं हे बोलणं ऐकून लोक शांत झाले. कबीर काय सांगतोय ते त्यांना ऐकायचं होतं. हसन अलीनं काहीतरी बोलायचा प्रयत्न केला, पण लोकांनी त्याला थांबवलं. रसूलचाचा पुढं येऊन म्हणाले, ''कबीर बेटा, तू बोल!'' कबीरानं एकवार सगळ्यांवरून नजर फिरवली आणि त्यानं बोलायला सुरुवात केली.

''भाईयों! मी कबीर. निमा-निरू जुलाहाला सापडलेला पोर. मी हिंदू आहे की मुसलमान, हे मलाही माहीत नाही. त्यामुळे मी ना हिंदू आहे, ना मुसलमान आहे. मी फक्त एक माणूस आहे. म्हणून मला बुद्धी आहे. ती बुद्धी अधिक चांगल्या मार्गानं चालावी, म्हणून मी थोरामोठ्यांचं मार्गदर्शन घेतो. त्यांच्याकडून काही शिकतो. जसं मी मदरशात मौलानासाहेबांकडून ऐकलं, मशिदीत जाऊन मौलवीसाहेबांकडून ऐकलं, तर मंदिरात जाऊन पुजारीबाबांकडून ऐकलं. तुम्ही म्हणाल, की मी हिंदू नाही तर मग मी रामाला का मानतो? मी राम या देवाला मानत नाही. तर या पृथ्वीचं पालन करणारी जी शक्ती आहे, तिचं नाव 'राम' आहे. मला 'राम' हे नाव फार आवडलं. म्हणून त्या शक्तीला मी 'राम' म्हणतो. राम म्हणजे हिंदूंचा देव नव्हे.

हिंदू मुआ राम कहि, मुसलमान खुदाई।
कहै कबीर सो जीवता, जो दुहुँ के निकट ना जाई॥

हिंदू लोक राम म्हणतात, मुसलमान लोक खुदा. पण कबीर असं म्हणतो, की या दोन्हींच्या जवळ जो जात नाही, त्याचं आयुष्य फुकट जातं.

राम ही एक शक्ती आहे, जी धरतीवरचा सगळा व्यवहार चालवते. मौलवीसाहेबांनी मला जे जे प्रश्न विचारले, त्यांची मी फक्त उत्तरं दिली. मौलवीसाहेबांचा अपमान करण्याची किंवा त्यांना काही शिकवण्याची माझी योग्यताही नाही आणि तशी इच्छाही नाही. पण मी असं मानतो की,

काबा फिरी कासी भया, राम ही भया रहीम।
मोट चून मैदा भया, बैठी कबीर जीम॥

काबा हेच काशी बनते. राम हाच रहीम बनला आहे. हे नामजपाचे बारीक पीठ घेऊन कबीर मळत बसला आहे. हे नाम राम आहे. याचं महत्त्व काय आहे हे जाणून घेण्यासाठी गुरूची आवश्यकता आहे. गुरूशिवाय ज्ञान नाही.

सत्गुरू सम कोई नहीं, सात दीप नौ खण्ड।
तीन लोक ना पाइये, गुरू इकइस ब्रह्मण्ड॥

सात द्वीप आणि नऊ खंडांतही सद्गुरूसारखा कोणी नाही. त्रैलोक्याची काय बात करता? गुरू एकवीस ब्रह्मांडांत आहे. असा गुरू लाभला तर आयुष्याचं कल्याण होतं. मी माझ्या आयुष्याचं कल्याण करून घेणार आहे. मी धर्म मानत नाही, जात मानत नाही, पंथ मानत नाही; पण राम नावाच्या शक्तीला मानतो. कारण ती शक्ती म्हणजेच ईश्वर आहे आणि अल्लाही आहे. म्हणून मला तो आवडतो. मी त्याचं रंगरूप बघत नाही, तर सामर्थ्य बघतो. आणि ते सामर्थ्य अफाट आहे. हे गुरू जास्त चांगल्या प्रकारे समजावेल. म्हणून गुरूचं फक्त ज्ञान बघावं, जात-धर्म बघू नये. कारण -

सब धरती कागज करूँ, लिखनी सब बनराय।
सात समुद्र की मसी करूँ, गुरु गुण लिखा ना जाय॥

सगळ्या धरणीचा कागद केला, सगळ्या जंगलाची लेखणी केली, सात समुद्रांची शाई केली, तरीही गुरूची महती लिहिता येणार नाही. अशी गुरूची महती आहे. गुरूची इतकी महानता असताना त्याची जात, धर्म हे कशासाठी विचारायचं. मी हेच मौलवीसाहेबांना सांगितलं. आता तुम्हीच मला सांगा, यात माझं काय चुकलं? यात मी मौलवीसाहेबांचा कुठे अपमान केला? मौलवीसाहेबही गुरूच आहेत. ते मशिदीत आणि मदरशात लोकांना मार्गदर्शन करतात. ज्ञान देतात. मग मी त्यांचा अपमान कसा करीन? मी कबीर आहे. तुमच्यासमोर लहानाचा मोठा झालोय. तुम्ही सगळे मला लहानपणापासून ओळखता. मी कसा आहे ते तुम्ही जाणता. निमाअम्मीनं मला जन्म दिला नसला, तरी मला चांगलं वागायचं कसं हे शिकवलंय. मी थोडा वेगळ्या विचारांचा आहे, पण मी कुणाचा अपमान करणार नाही. कुणाला त्रास देणार नाही. हे पटलंय ना तुला?''

कबीरानं लाघवी आवाजात आपलं म्हणणं स्पष्ट केलं आणि त्याहीपेक्षा लाघवीपणे लोकांचा कौल मागितला. लोकांना कबीरचं म्हणणं पटलं होतं. त्या सगळ्यांनी कबीरच्या बाजूनं कौल दिला आणि गावातल्या मुस्लिमांची नाराजी ओढवून घेण्यापासून कबीर सहीसलामत वाचला. या घटनेनंतर एक मात्र झालं. कबीर हा वेगळ्या विचारांचा, वेगळा मुलगा आहे हे त्या लोकांनी मान्य केलं. आपल्या विचाराप्रमाणे वागायला कबीर मोकळा झाला.

लहरतारा गावात हे असं नाट्य घडत असताना बनारसमध्ये एक वेगळंच नाट्य घडत होतं. रामानंद स्वामींनी एका मुस्लीम मुलाला शिष्य करून घेतलं ही बातमी कर्णोपकर्णी सगळीकडे पसरली आणि वाराणसीचे विद्वान रामानंद स्वामींचा निषेध करू लागले. त्यांच्यावर बहिष्कार टाकण्याची भाषा बोलू लागले. वेदपाठशाळेतील आणि स्वामींजींच्या दर्शनाला येणाऱ्या लोकांची संख्या कमी व्हायला लागली. स्वामी स्वतः पुन्हापुन्हा या वार्तेचा इन्कार करत राहिले. नाकारत राहिले. 'मी कुणाही मुसलमानाला शिष्य करून घेतलेलं नाही' असं म्हणत राहिले आणि या समस्येचा उलगडा कसा करायचा हे कोणालाच कळेना. शेवटी एकानं शोध लावला. लहरतारा गावातला कबीर नावाचा मुलगा 'मी रामानंद स्वामींचा शिष्य आहे' असं सांगतोय हे समजल्यावर कबीराला वाराणसीत बोलवण्यात आलं. स्वामींचा निरोप आला म्हटल्यावर कबीर तातडीनं वाराणसीला आला. स्वामीजींच्या मठात बरेच लोक जमले होते. कबीराला तिथे बोलावून घेतलं. स्वामी रामानंद उच्चासनावर बसले होते. कबीरानं समोर उभं राहून त्यांना वंदन केलं. स्वामीजींनी विचारलं, "तू कबीर का? मला सांग, मी कधी तुला गुरुगंडा बांधून माझा शिष्य करून घेतला?" कबीर म्हणाला, "नाही, स्वामीजी! कधीच नाही!" हे उत्तर ऐकून स्वामीजींच्या शेजारी उभा असलेला त्यांचा शिष्य विष्णू संतापानं म्हणाला, "मग तू असं का म्हणतोस, की तू स्वामीजींचा शिष्य आहेस?" इथे जमलेल्या या गर्दीचं कारण कबीरच्या आत्ता लक्षात आलं. तो हात जोडून म्हणाला, "स्वामीजी, मी या गोष्टीचं स्पष्टीकरण करू इच्छितो. मला अनुमती असावी!" स्वामीजींनी उजवा हात उंचावून अनुमती दिली. ते बघून कबीरानं बोलायला सुरुवात केली. "सज्जनहो! स्पष्ट दृष्टीनं स्वामीजींनी मला शिष्य करून घेतलेलं नाही किंवा मला गुरुगंडाही बांधलेला नाही. पण माझीच अशी आत्यंतिक इच्छा होती, की स्वामी माझे गुरू व्हावेत. एखाद्या पूजनीय व्यक्तीला गुरू मानण्यासाठी कशाची गरज असते? तर त्या पूजनीय व्यक्तीचा चरणस्पर्श अंगाला होणं आणि त्या व्यक्तीच्या मुखातून गुरुमंत्र मिळणं. स्वामीजींच्या गंगास्नानाच्या वाटेवर निजून मी हे दोन्ही मिळवलं. स्वामीजींचा चरणस्पर्श मला झाला आणि त्याक्षणी स्वामीजींच्या तोंडून 'राम राम' असे उद्गार निघाले. मला गुरुमंत्रही मिळाला. मी स्वामींचा शिष्य झालो."

कबीरानं दिलेलं हे स्पष्टीकरण ऐकून सगळी नवल करायला लागली. रामानंद स्वामींनी विचारलं, "माझा शिष्य म्हणून मी ना तुला काही ज्ञान दिलं ना तुला एकांतात

पंचीकरण सांगितलं. तरी तू स्वत:ला माझा शिष्य म्हणवतोस?'' स्वामीजींनी पुन्हा विचारलं. आता तिथे शांतता पसरली. इतकी, की समोरून वाहणाऱ्या गंगेच्या पाण्यावर उठणाऱ्या लहान लहान लाटांचाही आवाज ऐकू येऊ लागला. सगळ्या लोकांचं लक्ष आता कबीर काय उत्तर देतो इकडे लागलं. स्वामीजींचा प्रश्न ऐकून कबीर क्षणभर गप्प बसला. सर्वांवर एक नजर फिरवली. आणि हात जोडून म्हणाला, ''स्वामीजी, आपल्या प्रश्नाचं उत्तर मी देतो. पण तत्पूर्वी आपण माझ्या प्रश्नाचं उत्तर द्यावं!'' हे ऐकून स्वामीजींनी पुन्हा हात उंचावून अनुमती दिली. कबीराला धीर आला. म्हणाला, ''स्वामीजी, रामनामापेक्षा असं कोणतं मोठं ज्ञान आपण शिष्यांना देता?'' कबीरचा प्रश्न ऐकून स्वामीजींनी नकार दिला. ''कोणतंच नाही!'' स्वामीजी उद्गारले. कबीरच्या चेहऱ्यावर समाधान पसरलं.

कबीरानं दुसरा प्रश्न विचारला, ''स्वामीजी, आपण शिष्यांना एकांतात जे गुह्यरूपात पंचीकरण देता ते रामनामाशिवाय वेगळं आणि त्या रामनामापेक्षाही मोठं आणि महत्त्वाचं असं दुसरं काही असतं काय?'' स्वामीजींनी पुन्हा नकारार्थी मान हलवली. म्हणाले, ''नाही! रामनामापेक्षा मोठं दुसरं काहीच नाही!'' स्वामीजींचं हे उत्तर ऐकून कबीरचा चेहरा प्रसन्न झाला. ''मग, स्वामीजी, आपण उद्गारलेला 'राम राम' हा मंत्र सर्वश्रेष्ठ मंत्र आहे. तो मी गुरुमंत्र म्हणून स्वीकारला. मग यापेक्षा वेगळं ज्ञान ते काय?'' कबीरचा हा प्रश्न बिनतोड होता. स्वामीजी प्रसन्न झाले. त्यांनी कबीराला मनापासून आशीर्वाद दिला. म्हणाले, ''कबीर, माझी जपाची माळ तुझ्या अंगावर पडली. ती तू प्रसाद म्हणून ठेवून घेतलीस. मला आनंद आहे. पण तिचा अवमान कधी करू नकोस.'' असं बोलून रामानंद स्वामी उठले. आता त्यांच्या पूजेची वेळ झाली होती. स्वामीजी उठल्यावर जमलेले लोकही पांगले. आपण काय करावं हे ना कळून कबीर तिथेच घुटमळत राहिला. रामानंद स्वामी वेदपाठशाळेच्या एका बाजूला असलेल्या चबुतऱ्यावर पूजा करत असत. पूजा करताना ते पूर्णपणे एकांतात बसत. चबुतऱ्याच्या चारी बाजूला पडदे लावलेले असत. शिष्य पूजेची सगळी तयारी करून ठेवत. त्यानंतर स्वामीजी पूजेला बसत. लोक असं म्हणत, की पूजा करताना ते साक्षात देवाशी बोलत असत आणि पूजा करताना त्यांनी केलेला प्रत्येक उपचार देव प्रत्यक्ष येऊन स्वीकारत असत. म्हणून ते चारही बाजूला पडदे लावत असत. आजही ते पूजेला बसले. पण त्यांना काहीतरी चुकल्यासारखं वाटू लागलं. आज देवही आपले उपचार स्वीकारत नाही असं त्यांच्या ध्यानांत येऊ

लागलं. त्यांना कळेना असं का होतंय. त्यांनी डोळे मिटून ध्यानाला सुरुवात केली आणि त्यांच्या लक्षात आलं, की काहीतरी विसरलंय. त्यांनी डोळे उघडून पुन्हा एकदा पूजासाहित्यावरून नजर फिरवली. सगळं तर होतं. तोच बाहेरून कबीरचा आवाज आला, ''स्वामीजी, आज पूजेच्या फुलांत तुलसीदलं नाहीयेत. तुलसीपत्रं नाहीत!'' हे ऐकलं आणि स्वामीजींनी फुलांच्या परडीकडे नजर टाकली. खरंच! आज त्यात तुलसीदलं नव्हती. ''हे कबीराला कसं समजलं? तो तर पूजासामग्रीजवळ फिरकला ही नाही!'' स्वामीजींच्या मनात आलं. तोच कबीरचा आवाज आला, ''मला श्रीरामानं सांगितलं!'' स्वामीजींच्या डोळ्यांत अश्रू उभे राहिले. हा मुलगा मुस्लीम आहे, पण याची रामनामावर किती श्रद्धा आहे! याचं प्रत्यंतर त्यांना आलं होतं. आणि आपण केवळ याचा धर्म वेगळा आहे म्हणून याला शिष्य करून घ्यायचं नाकारत होतो. स्वामी भारावले. कबीराला म्हणाले, ''कबीर, रामनामाबद्दलची तुझी आस्था, तुझं प्रेम मला समजलं. माझा तुला आशीर्वाद आहे. लोक युगानुयुगं तुझं नाव स्मरणांत ठेवतील. शतकं लोटतील, पण तुझ्या ज्ञानामुळे आणि शब्दप्रतिभेमुळे तू लोकांच्या मनात चिरंतन राहशील. निधर्मी भक्तीचं आणि व्यावहारिक बुद्धिमत्तेचं तू उदाहरण ठरशील!''

बाहेर उभा असलेला कबीर स्वामीजींचे हे शब्द ऐकत होता. स्वामीजींचा आशीर्वाद मिळाला आणि तो रोमांचित झाला. आसपास असलेल्या लोकांनीही स्वामींनी कबीराला दिलेला हा आशीर्वाद ऐकला आणि त्यांनी उत्स्फूर्तपणे टाळ्या वाजवल्या. ते कौतुकं होतं कबीरच्या आस्थेचं आणि स्वामींच्या गुणग्राहकवाद संपला होता. समस्येचा उलगडा झाला होता. आनंदी आणि प्रसन्न मनानं कबीर लहरताराला परतला. निमा आणि निरू दोघं चिंताक्रांत होऊन बसली होती. रामानंद स्वामी नावाच्या एका मोठ्या माणसानं कबीराला 'वाराणसीला ये' असा निरोप पाठवला हे कळल्यापासून ते चिंतेत होते. आता या पोरानं नवीन काय उद्योग केला, नवीन काय उपद्व्याप केला, याची त्यांना चिंता वाटतं होती. मौलवीसाहेबांसोबत त्यानं केलेली प्रश्नोत्तरं, त्यांचा भाऊ हसनजवळ त्यानं केलेलं त्या प्रश्नोत्तराचं विवेचन हे सगळं निमा आणि निरूच्या कानावर आलं होतं. आधीच ते दोघं बिचारे घाबरून गेले होते. त्यात आता वाराणसीहून बोलावणं आलं होतं. काय झालं असेल या चिंतेत दोघं कबीरच्या वाटेकडे डोळे लावून बसले होते. हा पोरगा नीट, सातत्यानं काम करत नाही, रोज मागावर बसून कापड विणत नाही. त्याला जबरदस्तीनं बसवलं, तरी त्याचं

कामात लक्ष असत नसतं. जेव्हा लक्ष असतं, तेव्हा दृष्ट लागेल असं काम करतो; पण त्यात सातत्य तर नाहीच आणि असले भलतेसलते काहीतरी उद्योग करत असतो. लोक जमवून त्यांना शहाणपण शिकवतो. या सगळ्या गोष्टींची चिंता त्या दोघांना सतत वाटत राहायची. हे पोरगं म्हणजे सरळ असलं तर सूत, नाहीतर भूत असलं आहे याबद्दल दोघांचं एकमत झालं होतं. कबीर घरी आल्यावर त्याला चार शब्द सुनवायचे, चांगलाच फैलावर घ्यायचा, असं दोघांनी ठरवलं आणि कबीर आला.

कबीरचा चेहरा खूपच प्रसन्न दिसत होता. आल्या आल्या त्यानं निरूला सांगितलं, ''अम्मी, मला खूप भूक लागलीये. मी खूप आनंदात आहे. म्हणून मी खूप जेवणार आहे. मला जेवायला वाढ!'' आपलं पोर भुकेजलेलं आहे हे बघून निमाच्या हृदयात प्रेम उफाळून आलं. आईच होती ती! तिनं कबीराला जेवायला वाढायची तयारी केली. तोच निरू मध्ये पडला. रागानं म्हणाला, ''कबीर, तुला खूप भूक लागलीय, म्हणून तू खूप जेवणार आहेस. पण घरात तेवढं जेवण शिल्लक आहे का? नसेल तर ते बनायला शिधा घरात आहे का? हे तू कधी बघितलंस? मी दुखण्यानं आता जास्त काम करू शकत नाही. पण मला जमतंय तेवढं काम मी करतो आणि दोन पैसे कमावतो. त्यात आपलं एकवेळचं पोट कसंतरी भरतं. पण माणसाला जेवायला दोन वेळा लागतं आणि तुला तर तीन वेळा. मग ते कमवून आणणं तुझं काम नाही? तू अब बड़ा हो गया है। फिर भी मुफ्त की रोटी तोड़ेगा? ना काम का ना काज का, दुष्मन अनाज का! हम बुढे हो रहे हैं। खुद कमाकर हमें खिलाना ये तेरा फर्ज बनता है। आणि तू काय करतोस? तर ते रामनाम घेत बसतोस! चार डोकी गोळा करून त्यांना शहाणपणा सांगत बसतोस. ना घराची चिंता करतोस, ना आमची. तू असं वागत राहिलास तर, कबीर, कसं व्हायचं?'' निरूनं आपल्या मनातली खदखद बाहेर काढली. तो बोलत होता आणि निमाच्या नजरेतही तोच भाव होता. पण ती आई होती. मध्येच तिनं निरूला थांबवलं. म्हणाली, ''तुम्ही बरोबर बोलताय, पण आधी त्याला जेवू दे! पोर भुकेजून आलंय! मी घालते त्याची समजूत!'' असं निरूला सांगून निमा कबीरच्या हाताला धरून त्याला आत घेऊन गेली. त्याला जेवायला बसवून त्याच्या ताटात भात आणि त्यावर पाणीदार डाळ घालून ती म्हणाली, ''खा ले बेटा! बाद में हम बात करेंगे!'' तिचा समजूतदारपणा आणि वात्सल्य बघून कबीराला भरून आलं. आपण यांचे अपराधी आहोत असं त्याला वाटू लागलं. पोटात इतकी भूक

असूनही तो भात त्याच्या घशाखाली उतरेना. आपण या बाबतीत या दोघांशी बोललं पाहिजे, आपली बाजू मांडली पाहिजे आणि आपल्या मनात काय आहे हे या दोघांना सांगितलं पाहिजे, असं त्याला प्रकर्षानं वाटू लागलं. कबीर जेवायचा थांबला, हे बघून निमाला वाईट वाटलं. ''बेटा, खा ले। भूख लगी है नं?'' प्रेमानं विचारून तिनं त्याला घास भरवायला सुरुवात केली. ना राहवून कबीरानं 'आ' केला. निमानं त्याला घस भरवला. मन रुष्ट असूनही कबीराला तो घास अमृतासारखा वाटला. आपण आता, या क्षणी अम्मीशी बोललं पाहिजे असं वाटून कबीरानं दुसरा घास भरवणारा निमाचा हात धरला आणि म्हणाला, ''अम्मी, मला माफ कर! मी तुमचा अपराधी आहे. मी तुमच्या बाबतीतलं मुलाचं कर्तव्य पार पाडू शकलो नाही. पण अम्मी, मी काय करू? मागावर बसण्यात, कापड विणण्यात माझं मन लागत नाही. त्यात वेळ घालवावा, दिवस घालवावा असं मला वाटत नाही आणि मला ते आवडतही नाही. अम्मी, मी जुलाहा असलो, तरी माझा जन्म माग चालवण्यासाठी आणि कापड विणण्यासाठी झाला आहे असं मला वाटत नाही. मी जेव्हा माग चालवायला बसतो, धोटीमध्ये धागा घालायला लागतो, तेव्हा मला असं वाटतं, की मी रामापासून दूर जातोय. रामावरचं माझं लक्ष विचलित होतंय. मग मला ते काम करावंसं वाटत नाही. अम्मी,

तननां बुजनां तज्यौ कबीर।
राम नाम लिखि लियौ सरीर॥
मुसि मुसि रोवै कबीर की माई।
ए बारिक कैसे जीवहिं खुदाई॥
जब लगि तागा बाहों बेही।
तब लगि बिसरै राम सनेही॥
कहत कबीर सुनहु मेरी माई।
पूरन हारा त्रिभुवन राई॥

मी माझं कापड विणायचं काम सोडून दिलंय. मी माझ्या शरीरावर रामाचं नाव लिहिलंय. माझी आई हुंदके देऊन रडत विचारतेय की, असा विरक्त होऊन माझा लेक कसा जगेल? हे आई! मी जेव्हा छिद्रामध्ये धागा घालतो, तेव्हा माझ्या मनातून राम विसरला जातो. म्हणून, आई, तू ऐक. राम त्रिभुवनाचा स्वामी आहे. तो सर्व (इच्छा) काही पूर्ण करतो.

मैं जानता हूँ कि तुम बिलगकर रोती हो। पण मी काय करू? मी रामाचं नाव माझ्या शरीरावर आणि मनावर कोरून ठेवलंय. अम्मी, तू चिंता करू नको. राम सगळं सांभाळेल. तो सगळ्यांच्या इच्छा पूर्ण करतो. अम्मी, माझं तर रामावर प्रेम जडलंय.

अब हम सकल कुसल करि माना ।
सांति भई जब गोविंद जाना॥
तन महिं होती कोटि उपाधि । उलटी भई सुख सहज समाधि ।
जन तैं उलटि बहाया है राम । दुख बिन से सुख किया बिसराम॥
बैरी उलटि भए है मीता । ताकद उलटि सजन भए चीता॥
आपा जानि उलटिलै आप । तौं नहिं व्यापै नीन्यू ताप॥
अब मन उलटि सनातन डूबा । तब आना जब जीवन मुवा॥
कहै कबीर सुख सहजि समावउं । आप न डरऊं न डरावउं॥

आता मला सर्वत्र कुशल आणि आनंदी वातावरण दिसून येतंय. मी गोविंदाला जाणून घेतलं तेव्हापासून मला शांती लाभली आहे. देहात ज्या कोट्यवधी व्याधी होत्या, त्या बदलून सहज समाधी सुखात सामावल्या. यम जो मृत्युदेव होता तो बदलून राम जीवनदाता बनला. दुःखे नाहीशी होऊन सुखात न्हालो. शत्रू मित्र बनले. शाक्त बदलून त्यांचे चित्त शुद्ध झाले. आपण गोविंदास जाणून आपलं मन परिवर्तित केलं तर आपल्याला त्रिविध ताप त्रास देत नाहीत. आता माझं मन परावर्तित होऊन अमर झालंय. तेव्हाच मी हे जाणू शकलो. कबीर सांगतो, की मी सहजसुखात मग्न झालोय. आता मला कोणाची भीती वाटत नाही आणि मी कोणाला भीती दाखवत नाही.''

कबीर निमाला मनातली भावना समजावून सांगत होता आणि निमा पाणीभरल्या डोळ्यांनी कबीरकडे बघत होती. टिकया नजरेत शंका होती. 'हा धीट, धाडसी कबीर आपलाच मुलगा कबीर आहे ना?'

✽

कबीरवाणी...

जान भगत ला नित मरन, अनजाने का राज ।
सर अपसर समझे नहीं, पेट भरन सौं काज॥

ज्ञानी भक्त सदैव अडचणीत सापडला आहे. अज्ञ जनांचे राज्य आहे (त्यांची चलती आहे). कारण ते मागचा पुढचा विचार करू शकत नाहीत (विवेक नाही). त्यांना फक्त आपले पोट भरण्याशी कर्तव्य असते.

१०.

कबीर एकापाठोपाठ एक पदं म्हणून निमाला आपल्या मनातली भावना स्पष्ट करून सांगत होता. आपण कापड विणायला मागावर बसलो, की आपली मनःस्थिती कशी होते ते तिला सांगत होता. निमाला बाकी काही कळलं नाही, पण आपलं हे पोर जगावेगळं आहे एवढं तिला नक्कीच कळलं आणि तिच्या मातृहृदयाला तेवढं समजणं पुरेसं होतं. निरू मात्र 'कसं होणार या पोराचं आणि कसं होणार आपलं' या चिंतेत पडला. त्याच्याही लक्षात आलं होतं कबीरचं हे वेगळेपण; पण वेगळेपणानं पोट भरत नाही, हे त्याला माहीत होतं. हेच वेगळेपण कबीराला त्रासदायक ठरणार आहे, हे मात्र त्याला माहीत नव्हतं. लवकरच ते घडणार होतं आणि ते घडलंच!

झालं असं की, कबीर मुस्लीम असून तो स्वतःला कट्टर हिंदू असलेल्या रामानंद स्वामींचा शिष्य म्हणवतो, म्हणून वाराणसीचे काही हिंदू त्याच्यावर चिडले होते; तर कबीर मुस्लीम असूनही तो एका हिंदू साधूला गुरू मानतो, म्हणून लहरतारा आणि वाराणसीचे कुराणाचे अधिकारी मौलवी मुल्ला, हे त्याच्यावर चिडून होते. एरवी एकमेकांमधून विस्तव ना जाणाऱ्या या दोन धर्मीयांमध्ये कबीरच्या या वागण्याबद्दल त्याला अद्दल घडवायची यावरून लगेचच एकमत झालं. या संदर्भात

दोन्हीकडच्या धर्ममार्तंडांनी कबीराला याचा जाब विचारावा असंही एकमतानं ठरलं आणि त्याप्रमाणे दोन्हीकडच्या लोकांनी एक दिवस, एक वेळ निश्चित करून लहरताराच्या चौकात कबीराला बोलावून तिथे त्याला जाब विचारला आणि त्यानं गुन्हा कबूल केला की त्याला जबर शिक्षा करायची असा निर्णय सर्वानुमते घेण्यात आला. अर्थातच या निर्णयाची अंमलबजावणी तातडीनं करण्यात यावी, असंही ठरलं आणि दोनच दिवसांनी लहरतारा गावाच्या चौकात हिंदू-मुस्लीम या दोन्ही धर्मांचे धर्ममार्तंड एकत्र जमले. त्यांनी कबीराला बोलावणं पाठवलं.

कबीरला बोलवायला गेलेला गौस सांगू लागला की, लहरताराच्या चौकात हिंदू आणि मुसलमान दोन्ही मोठे लोक जमलेत. हिंदूंचे काही लोक पार वाराणसीहून आलेत आणि तिथे चौकात कबीराला लगेचच बोलावलंय हे ऐकलं आणि निमा-निरूच्या पायाखालची जमीन सरकली. आपलं हे जगावेगळं पोर काहीतरी उपद्व्याप करतं आणि असा सगळ्यांचा रोष ओढावून घेतं हा आत्तापर्यंतचा त्यांचा अनुभव होता. आता तर दोन्ही धर्मांचे लोक चौकात जमले आहेत आणि त्यांनी कबीराला तिथे बोलावलंय म्हटल्यावर या वेळी कबीरानं काहीतरी मोठा उपद्व्याप केला असणार, अशी त्या दोघांची खात्री पटली. आता काय घडणार या भीतीनं दोघांच्या तोंडाला कोरड पडली. ही दोघं घाबरली, पण कबीर मात्र शांत होता. काही झालंच नाही, काही घडलंच नाही असा त्याचा चेहरा होता. जे काही घडणार आहे, त्याला तोंड द्यायला तो समर्थ होता, असा त्याचा आविर्भाव होता. कबीर जायला निघाला. घाबरलेली निमा त्याला काही सांगणार, तोच कबीर म्हणाला, ''घाबरू नकोस, अम्मी! माझा राम माझ्यासोबत आहे. मी त्याच्यावर प्रेम करतो, तसं तोही माझ्यावर प्रेम करतो. त्याच्या आधारावर मी माझं रक्षण तर करेनच; पण चुकून मला ते जमलं नाही, तर माझा राम धावून येईल माझं रक्षण करण्यासाठी, असा मला विश्वास आहे. कारण माझ्या मनावर, बुद्धीवर, शरीरावर रामनामाचा रंग लागला आहे. त्या रंगासारखा दुसरा रंग नाही. हाच रंग माझं रक्षण करणार आहे.

राम नाम रंग लागौ, कुरंग ना कोई।
हरि रंग सौ रंग और ना कोई॥
और सबे रंग इहि रंग थै छूटै, हरिरंग लागा कदै ना खुटै।
कहे कबीर मेरे रंग राम राँई, और पतंग रंग उडी जाई॥

असं आहे, अम्मी. त्यामुळे तू चिंता करू नकोस.'' असं निमाला सांगून कबीर गौसबरोबर बाहेर पडला.

कबीर चौकात पोहोचला, तेव्हा चौकात एका बाजूला काही हिंदू पंडित आणि साधू जमले होते, तर दुसऱ्या बाजूला मुल्ला-मौलवी बसले होते. लोकांचीही गर्दी होतीच. उत्सुकता तर सगळ्यांच्याच चेहऱ्यावर होती. पण 'आता मजा बघायला मिळणार' हाच भाव जास्ती करून जमलेल्या लोकांच्या चेहऱ्यावर होता. कबीर तिथे जाण्याआधी तिथे कल्ला होता. गोंधळ होता. प्रत्येक जण काहीतरी बोलत होता. पण कबीर तिथे आला आणि तिथे एकदम शांतता पसरली. सगळ्यांच्या नजरा कबीरकडे लागल्या. मौलवी-मुल्ला तर संतापलेल्या नजरेनं कबीरकडे बघत होते. साधू-संन्यासी 'मूर्ख' या नजरेनं कबीरकडे बघत होते. कबीरचा चेहरा मात्र स्थितप्रज्ञासारखा शांत होता. ना तो मुल्ला-मौलवींच्या संतापाच्या नजरेला घाबरला होता, ना साधू-संन्याशांच्या नजरेला. त्याच्या चेहऱ्यावरही एक प्रकारचा निश्चय होता. धीरगंभीरपणा होता. शांतता होती. अर्थात, ती शांतता वादळापूर्वीची होती, की विचारांच्या ठामपणाची हे थोड्याच वेळात नक्की होणार होतं. शांतपणे चालत कबीर दोन्ही पक्षांच्या समोर मध्यभागी जाऊन उभा राहिला.

कबीरला समोर बघितल्यावर मौलवीसाहेब तीव्र आवाजात त्याला म्हणाले, ''कबीर, तू आमचा, मुस्लीम धर्माचा अपराधी आहेस. तू मुसलमान असूनही एका हिंदू साधूला शरण गेलास, त्याचा शिष्य बनलास! मुस्लीम धर्माशी तू बेइमानी केलीस. तुला शिक्षा का करू नये? या प्रश्नाचं उत्तर तुझ्याकडे आहे?'' मौलवीसाहेबांनी कठोर स्वरात प्रश्न विचारला आणि त्यांच्यासोबत तिथे बसलेले इतर मुल्ला, इमाम सगळे 'दुरुस्त है। दुरुस्त है।' असं एकमतानं उद्गारले. तो आवाज थांबला, तोच दुसऱ्या बाजूला बसलेल्या साधूंनी बोलायला सुरुवात केली. ''कबीर, तू मुस्लीम आहेस, तर एका हिंदू साधूला तू गुरू कसं म्हणतोस? तू मुस्लीम आहेस, तर आमच्या धर्माबद्दल बोलायचा तुला काय अधिकार? तू धर्मसभेच्या कायद्याचं उल्लंघन केलं आहेस. तू शिक्षेस पात्र आहेस.'' त्या दुसऱ्या बाजूला बसलेल्या हिंदू धर्मपंडितांनीही कबीरवर दोष ठेवला. कबीर काही क्षण शांत उभा राहिला. सगळ्या लोकांचं लक्ष कबीरकडे होतं. आता तो काय बोलणार? काय उत्तर देणार? की शिक्षा कबूल करणार? याकडे सर्वांचं लक्ष लागून राहिलं होतं. कबीर शांत उभा होता. ती शांतता म्हणजे आपला अपमान आहे असं वाटून मौलवीसाहेब जोरात ओरडले, ''जबाब दो, कबीर!''

आधीच शांत असलेल्या त्या जागी मौलवीसाहेबांच्या ओरडण्यानं अधिकच शांतता पसरली. इतकी, की लोकांच्या श्वासोच्छ्वासाचा आवाजही ऐकू येऊ लागला.

मौलवीसाहेब पुन्हा त्याच स्वरात गरजले, ''जबाब दो कबीर! तुम मुसलमान होकर भी ऐसी हरकत करते हो?''

''किसने कहा मैं मुसलमान हूँ?'' कबीरानं त्याच गरजत्या स्वरात विचारलं. ''आपको किसने कहा? मैं मुसलमान नहीं हूँ।'' कबीर ठामपणानं म्हणाला.

''मग तू हिंदू आहेस?'' दुसऱ्या बाजूला बसलेल्या एका पंडितानं विचारलं.

''नाही! मी हिंदूही नाही!'' कबीरचा स्वर ठाम होता. ''तुमच्यापैकी कोणाला नक्की माहीत आहे माझे आईवडील कोण होते? तुमच्यापैकी कोणी जाणतं का, की माझा जन्म कोणत्या आईच्या पोटी झालाय? कोणाला माहीत आहे माझी आई कोण होती? नाही कोणीच जाणत नाही. निरू आणि निमा या जुलाहा पती-पत्नींनी मला पाळलं. माझं पालन-पोषण केलं. त्यांच्या कुटुंबात मी लहानाचा मोठा झालो. पण म्हणून मी जन्मानं मुसलमान नाही. मलाही माहीत नाही, की माझे खरे आईवडील कोण होते. ते हिंदू होते का, हेही मला माहीत नाही. म्हणून मी हिंदूही नाही. ना मी हिंदू आहे ना मुसलमान. त्यामुळे या दोन्ही धर्मांची बंधनं, कायदे-नियम मला लागू होत नाहीत.'' कबीर आपले स्वत:बद्दलचे विचार मांडत होता; तेही ठामपणे, अत्यंत आत्मविश्वासानं!

''तू ना हिंदू है, ना मुसलमान! फिर तू है कौन?'' मौलवीसाहेबांनी संतापानं विचारलं.

''मैं खुदा का बंदा हूँ। राम का लल्ला हूँ। ईश्वर का भक्त हूँ। अल्ला का बंदा हूँ। जिसका कोई नहीं होता, उसका ईश्वर होता है। उसका खुदा होता है। और मेरी माँ, मेरे पिताजी सबकुछ तो खुदा है, जिनका नाम राम है।'' कबीरचं बोलणं ऐकून मौलवी-मुल्ला सगळेच संतापले. ''तुम उन काफिरों के भगवान को माता-पिता मानते हो? मुसलमान के घर पला-बढ़ा हुआ है तू? और हिंदू के भगवान को माता-पिता कहते हो? अल्ला के नाम के बजाय राम का नाम लेते हो? तुम्हें शरम नहीं आती?'' मौलवी-मुल्लांना आता संताप अनावर झाला. ते ऐकून खणखणीत आवाजात कबीरानं उत्तर दिलं,

हमारे राम रहीम करी माँ के सौ, अलह राम सति सोई।
बिसमिल मेटि बिसंभर एकै, और ना दूजा कोई॥

इनके काजी मुला पीर पैगंबर रोजा पछिम निवाजा।
इनकै पूरब दिसा देव दिजि पूजा, ग्यारसि गंग दिवाजा॥
तुरक मसीति देहुरे हिंदू, दहूँ ठाँ राम खुदाई।
जहाँ मसीति देहुरा नाँही, तहाँ काकी ठकुराई॥
हिन्दु तुरक दोऊ रह, टूटी फूटी अरू कनराई।
अरध उरध दसौं दिस जित तित, पूरि रहूया राँम राई।
कहै कबीरदास फकीरा, अपनी राह चली भाई।
हिंदू तुरक का करता एकै ता गति लखी ना जाई॥

''माझ्यासाठी राम, रहीम, करीम, केशव, अल्लाह हे सगळेच सत्यस्वरूप आहेत. 'बिस्मिला'ऐवजी विश्वंभर म्हटलं, तर काही फरक पडत नाही. काजी, मुल्ला, पीर, पैगंबर ही सगळी मुस्लीम धर्माशी संबंधित आहेत आणि पश्चिमेकडे तोंड करून नमाज करणं, हेही. तर हिंदू धर्मात पूर्व दिशेला, देवधर्माला आणि एकादशीला गंगास्नान, दीपदान यांचं महत्त्व आहे. तुर्क, मुसलमान हे मशिदीत, तर हिंदू मंदिरात उपासना करतात. दोन्ही ठिकाणी रामाचं अस्तित्व आहे. मग जिथं मशीद किंवा मंदिर नाही, तिथं कोणाचं स्वामित्व आहे? हिंदू, मुसलमान या दोन्हींचे उपासनेचे मार्ग ओबडधोबड आणि भेगाळलेले आहेत. अर्थात, दोन्ही श्रेष्ठ नाहीत. वर, खाली, दाही दिशांमध्ये, सगळीकडे राम भरून राहिलाय. बंधूंनो, योग्य मार्गावरून चाला. हिंदू आणि मुसलमान दोन्हींचा कर्ता-करविता एकच आहे. त्याची लीला समजून घेतली पाहिजे.''

आपल्या खणखणीत आवाजात कबीरानं हे पद म्हटलं आणि आपले विचार नक्की काय आहेत हे जणू स्पष्टपणे सर्वांना सांगितलं. हे ऐकून हिंदू पंडितांमध्ये थोडीशी चलबिचल झाली, पण मुस्लीम पंडितांचा संताप आणखी वाढला. लहरतारा इथल्या मशिदीतले प्रमुख मुल्ला नाझिर तर संतापनं बेभान झाले. आपल्या मशिदीत अब्बूंबरोबर येणारं हे पोर आता मोठं झालं आणि आम्हाला अक्कल शिकवतंय? बसल्या जागेवर उभा राहून तो ओरडायला लागला ''या अल्लाऽऽ! मेरे नवाज! रहम कर! रहम कर! इस नापाक की बातों का बुरा मत मानना। ये अक्ल का कच्चा है। तू रहम कर! तू दूर सही, लेकिन इसे जो सजा देनी है वो दे! लेकिन हम पर रहम कर!'' तो मुल्ला जोरजोरात ओरडून हे सांगत होता. त्याच्यासोबत बाकी मुस्लीमसुद्धा उंच आवाजात अल्लाला हाका मारत होते. एका बाजूला उभा राहून अस्वस्थ मनानं हे

सगळं ऐकणारा कबीर एकदम ओरडला, ''रुकोऽऽ!'' त्याचा आवाज ऐकून सगळी एकदम शांत झाली. आपला आवाज तसाच मोठा ठेवून कबीर म्हणाला,

मुल्ला कहाँ पुकारै दूरि।
राँम रहीम रह्या भरपूरि॥
यहु तो अल्लाह गूँगा नाँही। देखै खलक दुनीं दिल माहीं॥
हरि गुन गाइ बंग मैं दीन्हाँ। काल क्रोध दोऊ बिसमल कीन्हाँ॥
कहै कबीर यहु मुलनाँ झूठा। राँम रहीम सबनि मैं दीठा॥

''मुल्ला, तुम्ही अल्लाला जोरजोरात का हाका मारताय? तो लांब आहे असं समजून त्याला बोलावताय? पण राम-रहीम तर सर्वत्र आहेत. अर्थात, सर्वत्र व्यापून आहेत. तू ज्या अल्लाला बोलवतोयस तो मुका नाही. अल्लाला तुम्ही विश्वात आणि तुमच्या हृदयात पाहा. मी तर ईश्वराला त्याचे गुणगान करून, काम-क्रोधाचा त्याग करून बोलावतो. तो लगेच येतो. मंडळी, हा मुल्ला खोटारडा आहे. कारण सर्वव्याप्त असलेल्या ईश्वराला तो फक्त मशिदीतच बघतो. तिथेच ठेवू पाहतो. मी तर राम-रहीमला सगळीकडे पाहिलंय.''

कबीरानं जे सांगितलं त्याबद्दल कुणी विरोध केलाच नाही. उलट चार मौलवी-मुल्ला सोडले, तर तिथे जमलेल्या सामान्यजनांना कबीरचं हे सांगणं पूर्णपणे पटलं. त्यातले काही तर मुल्लाकडे नाराजीच्या नजरेनं बघायला लागले. आता मुस्लीम धर्ममार्तंडांच्या लक्षात यायला लागलं, की हा माहोल बदलत चाललाय. कबीर सांगतोय ते लोकांना पटायला लागलंय आणि असं जर झालं, तर या लोकांवरची आपली पकड सुटेल. मुस्लीम पंडित असा विचार करत होते, तर हिंदू पंडित मात्र कबीरानं कसं मुस्लिमांना निरुत्तर केलं या आनंदात होते. ना राहवून एक जण म्हणाला, ''सत्यवचन कबीर! तू बोलतोयस ते खरं आहे. यांना ईश्वराच्या सर्वव्यापकतेची काय कल्पना असणार? हे फक्त त्याला मशिदीतच शोधणार. पण आमच्या वेद-उपनिषदांनी ईश्वराचं सर्वव्यापकत्व सांगितलंय.'' त्या पंडिताचं हे बोलणं ऐकून कबीर हसला. म्हणाला, ''पंडितजी, वेद-उपनिषदांच्या गोष्टी तर तुम्ही बोलूच नका.

पांडे कौन कुमति तोही लागी।
तू राँम ना जपहि अभागी॥
वेद पुरान पढ़त अस पांडे, खर चंदन जैसे भारा।
राँम नाँम तत समझत नाँही, अंति पड़ै मुखी छारा॥

वेद पढ़्या का यहु फल पांडे, सब घटि देखै राँमाँ।
जरन मरन थैं तो तू छूटै, सुफल हूँ हि सब काँ माँ॥
जीव बधत अरू धरम कइत हौ, अधरम कहाँ है भाई।
आपन तो मुनिजन है बैठे, कासनि कहो कसाई॥
नारद कहै व्यास यों भाषै, सुखदेव पूछो जाई।
कहै कबीर कुमति तब छूटै, जे रहौ राँम ल्यो लाई॥

''हे पंडित, तुम्हाला कशी दुर्बुद्धी सुचली? तुम्ही रामनामाचा जप करत नाही, म्हणून अभागी आहात. तुम्ही वेदपुराणांचा अभ्यास असा करता, जसं गाढवाच्या पाठीवर चंदनाचं ओझं. ते गाढव जसं त्या सुगंधापासून वंचित राहतं, तसं तुम्ही ज्ञानापासून वंचित राहता. वेद-पुराणांचा निव्वळ अभ्यास करून तुम्हाला रामनामाचं महत्त्व समजत नाही. त्यामुळे तुमच्या तोंडात केवळ ज्ञानाची धूळच पडते. पंडितजी, वेदांच्या अभ्यासाचं हे फलित झालं पाहिजे, की तुम्हाला सगळ्यात रामच दिसला पाहिजे. तुम्ही बळी देण्यासाठी जिवाची हत्या करता आणि त्याला धर्मकार्य म्हणता. मग अधर्म कशाला म्हणायचं? तुम्ही स्वत:ला ऋषी-मुनी समजता, मग कसाई कोणाला म्हणायचं? नारद आणि व्यास भक्तीचंच महत्त्व सांगतात. तुमचा विश्वास नसेल, तर शुकदेवांना विचारा. रामनाम जपाल, तेव्हाच दुर्बुद्धी संपेल. दुर्गती संपेल.''

कबीरचं हे स्पष्ट बोलणं आणि त्यातली सत्यता माहीत असल्यामुळे सगळे पंडित गप्प बसले. कबीर त्यांना संबोधित करताना मौलवी, मुल्ला, काजी यांनी आपसांत काही चर्चा केली. विचारविनिमय केला. काहीही करून कबीराला हा असा उपदेश करण्यापासून थांबवलं पाहिजे. अन्यथा मुस्लीम धर्मातल्या काही कुप्रथा, काही अपुऱ्या चालीरीती, काही अधार्मिक तत्त्वं लोकांच्या प्रकर्षानं लक्षात येतील. तेव्हा कबीराला अडवलंच पाहिजे याबद्दल त्या सगळ्यांचं एकमत झालं आणि काजी समोर येऊन कबीराला म्हणाला, ''कबीर, हम जानते है कि तुमने धर्म का अभ्यास किया है। आम्ही हेही मानतो की, या धर्मात आणि धर्मतत्त्वात, धर्मसंकेतांत काही सुधारणा होणं गरजेचं आहे. त्यासाठी तुझ्यासारखा अभ्यासू व्यासंगी, धर्मतत्त्व जाणणारा आणि परखडपणे उपदेश करून ती समजावून सांगणारा कोणीतरी धर्मगुरू असणं गरजेचं आहे. तू म्हणतोस ना, की तू हिंदूही नाहीस आणि मुस्लीमही नाहीस. पण तू हे मानतोस, की मुस्लीम आईबापानं तुझं पालनपोषण केलंय. तुला सांभाळलंय. मग तू सरळ मुस्लीमच हो! मुस्लीम धर्म

स्वीकार! तू सापडलेला मुलगा होतास, म्हणून तुझ्या आईवडिलांनी तुझी सुंता केली नाही. ती आपण आत्ता करू. तुला मुस्लीम करून घेऊ आणि तू मुस्लीम झालास, की तुला प्रमुख मुल्ला किंवा मौलाना बनवू. तुझी हाजला जाण्याची व्यवस्था करू. तुला मानवजातीचं कल्याण करायचं आहे ना? मग या पृथ्वीतलावर मुस्लीम सोडून कोणीच मानव राहणार नाही. तू मुसलमान हो! कबीर, तू मुसलमान धर्म स्वीकार! ही सुवर्णसंधी आहे. तू मुसलमान झालास, तर सगळेच तुझं ऐकतील. तुझ्यावर कसलीही संकटं येणार नाहीत. कुराण शरीफमध्येही हेच सांगितलंय.''

काजीनं कबीरची एका बाजूनं समजूत घातली, तर एका बाजूनं त्याला गर्भित धमकी दिली. ती न समजण्याइतका कबीर भोळा नव्हता. आपल्या परखड बोलण्याची, निष्पक्ष बोलण्याची या लोकांना भीती वाटायला लागलीय, म्हणून आपल्याला मुस्लीम बनवून आपलं तोंड बंद करायचंय आणि त्यांच्या कळपात आपल्याला ओढायचंय हा त्यांचा कावाही कबीरच्या लक्षात आला. पण तो कबीर होता. रामनामाचं पाठबळ त्याच्या पाठीशी होतं आणि त्याच रामनामानं त्याला धाडस दिलं होतं. निडरता शिकवली होती. निर्भयता शिकवली होती.

काजीचं बोलणं ऐकून क्षणभर कबीर काही बोलला नाही. मग मात्र सगळ्यांना सामोरा जात तो म्हणाला, ''हे काजी, कुराण शरीफची बात तू मला सांगू नकोस. त्यातला कलमा न् कलमा मी जाणतो.

काजी तै कवन कतेब बखानी।
पढ़त पढ़त केते दिन बीते गति एकौ नहिं जाँनी॥
सकति सनेह पकरि करि सुनति मैं ना बदऊँगा भाई।
जो रे खुदाइ तुरुक मोहिं करता तो आपहिं कटि किन जाई
सुनति कराई तुरुक जौ होना, तौ औरति कौं का कहिए।
अरध शरीरी नारि न छूटै, तातै हिंदू रहिए॥
हिंदू तुरुक कहा तैं आए किन एह राह चलाई।
दिलि महिं खोजि देखि खोजादे भिस्ति कहाँ तै आई
छाँडि कतेब राँम भुज बऊरे जुलुम करत है भारी।
कबीरै पकरी टेक राँम की, तुरुक रहे पचिहारी॥

''काजी, तुम मुझे किस कुरान का व्याख्यान देते हो? तुझं आयुष्य गेलं वाचता वाचता, पण तू परमतत्त्वाच्या गतीला समजू नाही शकलास. बळजबरीनं किंवा प्रेमानं

मला पकडून तुम्ही माझी सुंता करू शकाल, पण मी ती स्वीकारणार नाही किंवा मानणारही नाही. किंवा त्यावर काही बोलणार ही नाही. पण मी बदलणारही नाही. जर खुदा स्वत: मुस्लीम असता, तर सगळ्यांची सुंता आपोआपच झाली असती. पण तसं होत नाही. म्हणजे याचा अर्थ असा, की खुदाला कोणत्याही प्रकारचा मानवीय भेद करायची इच्छा नव्हती. आणि केवळ सुंता करून कोणी मुस्लीम बनत असेल, तर मग स्त्रियांच्या बाबतीत काय म्हणायचं? (त्यांची तर सुंता होत नाही.) पुरुषाची अर्धांगिनी असलेल्या स्त्रीशिवाय पुरुष अपूर्ण आहे, तर मग मुसलमानांचा अर्धा भाग हा हिंदूच राहतो. हिंदू आणि मुस्लीम हा भेद कोणी निर्माण केला? हा भेद कसा निर्माण झाला? मनाशी विचार करा आणि शोधा स्वर्ग-नरक कुठून आले? कुराण सोडा आणि हे अज्ञानी लोकांनो, रामाचं भजन करा. कशाला मनावर जुलूम करताय? कबीरानं रामाला जाणीवपूर्वक पकडलंय. म्हणून तर जो काजी कबीराला मुस्लीम बनवू पाहत होता, त्यानं हार मानली आहे. आपला आग्रह सोडला आहे.''

अत्यंत आत्मविश्वासानं आणि निर्धारानं कबीरानं रामभक्तीची कास धरली, की त्याचं धर्मांतर करून त्याला मुसलमान बनवण्याचा काजी आणि मुल्ला यांचा बेत पार उधळला गेला. आपल्या सांगण्याला, समजावण्याला, धमकावण्याला कबीर बधत नाही, दाद देत नाही. घाबरत नाही. उलट आपल्यातल्या आणि आपल्या धर्मातल्या काही उणिवा तो दाखवून देतोय, हे बघितल्यावर सगळे मुस्लीम धर्मपंडित गप्प बसले आणि तिथून निघून गेले. त्यांच्या पाठोपाठ हिंदू पंडितही गेले आणि आता कबीरच्या भोवती जमलेले सर्वसामान्य लोक ज्यात हिंदूही होते आणि मुस्लीमही. त्यांना धर्मातल्या तत्त्वांशी, संकेतांशी आणि कायद्यांशी काही देणं-घेणं नव्हतं. त्यांना फक्त समजून घ्यायचं होतं, रोजच्या जीवनात कसं वागायचं ते! आणि कबीर आता त्यांना तेच समजावून सांगणार होता. लांब उभा राहून हे सगळं बघत असलेल्या केशवप्रभूंनी तिथूनच श्रीरामाला हात जोडले. डोळ्यांतून वाहणारं पाणी न पुसता मनोमन श्रीरामाला म्हणाले, ''रामप्रभू, तुमची लीला अगाध आहे. भक्तिभाव कुठं आणि कसा पेराल, ते कळतच नाही!''

✽

कबीरवाणी...

भगत हजारी कापड़ा, तामैं मल न समाइ ।
साकत काली कामरी, भावै तहां बिछाइ ।।

वैष्णव भक्त हजारिया या मौल्यवान वस्त्राप्रमाणे आहे, त्यात मळ साठत नाही (कारण ते वस्त्र जपून ठेवले जाते, घाणीत अंथरले जात नाही). याच्या मानाने शाक्त हा काळ्या कांबळ्याप्रमाणे आहे. पाहिजे तेथे अंथरा ! (अगदी तलम सुताने विणलेल्या कापडास हजारिया असे म्हणत असत.)

११.

अत्यंत आत्मविश्वासानं, स्थिर चित्तानं कबीर एकापाठोपाठ एक पदं ऐकवत होता आणि त्या प्रत्येक पदात हिंदू आणि मुसलमानांच्या धर्मग्रंथांचा अभ्यास, त्यातील उणिवा, त्या उणिवांवर आपल्या शब्दांतून कबीरानं ठेवलेलं बोट, अत्यंत अचूकपणे त्या उणिवांचा घेतलेला वेध आणि त्यामुळे निरुत्तर झालेले दोन्ही धर्मांचे पंडित. काही वेळ तिथे अगदी शांतता पसरली. कारण कबीरच्या या सगळ्या आक्षेपांना काय उत्तर द्यावं हे कोणालाच कळेना. धर्ममार्तंड सोडले, तर सामान्य माणसांना मात्र कबीरचा प्रत्येक शब्द पटत होता. ते बघून दोन्ही धर्मांचे पंडित तर तिथून निघून गेले आणि तिथे जमलेल्या सामान्य माणसांचा वेढा कबीरभोवती पडला. प्रत्येकाच्या मनात कबीरबद्दल कौतुक होतं. पण अनेक प्रश्नही होते. अनेक शंका होत्या. तिथे जमलेल्या प्रत्येकाला कबीराला काहीतरी विचारायचं होतं, काहीतरी सांगायचं होतं, काहीतरी जाणून घ्यायचं होतं. काहीतरी माहीत करून घ्यायचं होतं. सगळे जण एकदमच कल्ला करायला लागले. कबीरानं हात उंचावून त्या सगळ्यांना शांत केलं. म्हणाला, ''लोकहो, मी जाणतो की तुमच्या मनात अनेक प्रश्न आहेत, शंका आहेत. धर्मांविषयी - हिंदू-मुस्लीम दोन्ही धर्मांविषयी, अल्ला-

ईश्वर दोन्हींविषयी, राम-रहीम दोघांविषयी. लोकहो, धर्म हा सुकूनसे जगायला शिकवतो. खरं तर त्यानं तसं शिकवलं पाहिजे. पण धर्माचा खरा अर्थ कुणालाच माहीत नाही. हत्ती आणि चार आंधळ्यांच्या त्या गोष्टीप्रमाणे प्रत्येक जण आपल्याला जसा समजला तसाच त्याचा अर्थ लावतो. धर्मानं आनंद दिला पाहिजे. जगण्यासाठी आधार दिला पाहिजे. पण आमचे धर्म आम्हाला पांगळं बनवतात. नसत्या कल्पना आणि संकेत उराशी बाळगून जगायला लावतात. ना त्या कल्पनांचे अर्थ आपल्याला समजतात, ना ते समजावून सांगतात. ना ते संकेत आपल्याला माहीत असतात, ना ते माहीत करून देतात. म्हणून लोकहो, मी तसा प्रयत्न करणार आहे. तुम्हाला काही समजून देणार आहे. समजावून सांगणार आहे. निदान मी तसा प्रयत्न तरी करणार आहे.'' कबीरानं सगळ्यांना समजावून, विश्वासात घेऊन सांगितलं. त्याचा स्वर ठाम, आत्मविश्वासाचा आणि अत्यंत जिव्हाळ्याचा होता. इतका, की तिथे जमलेल्या लोकांचा त्याच्यावर लगेचच विश्वास बसला. त्या जमावात सगळ्यांपुढे होते शरीफचाचा. कबीराला त्यांनी विचारलं, ''कबीर, मैं नहीं जानता कि तू हिंदू है या मुसलमान। इतना जानता हूँ कि तू मुसलमान परिवार में पला-बढ़ा है। म्हणजे तुझ्यावर जे संस्कार झाले, ते मुस्लीम धर्माचे झाले. मग तू रामाचा भक्त कसा झालास? राम तर हिंदूंचा देव आहे. तू रामनाम का घ्यायला लागलास?'' तिथे जमलेल्या शंभर लोकांच्या मनातला प्रश्न जणू शरीफचाचांनी विचारला होता.

कोण जाणे, तो प्रश्न ऐकला आणि कबीरच्या चेहऱ्यावर प्रसन्न हसू उमटलं. जणू हा प्रश्न कोणीतरी विचारावा याची तो वाट बघत होता. आणि या जमलेल्या सगळ्या माणसांच्या समोर शरीफचाचांनी हा प्रश्न विचारला होता. या प्रश्नाचं उत्तर द्यायला तर कबीर फारच उत्सुक होता. कारण या प्रश्नाच्या उत्तरात कबीरचं स्वतःचं तत्त्वज्ञान, त्याची स्वतःची धर्मविषयक तत्त्वं, त्याच्या आयुष्याची आधारशीला, त्याच्या विचारांचा दृष्टिकोन आणि त्याची भूमिका हे सगळं येणार होतं. अत्यंत प्रसन्न मनानं कबीर म्हणाला, ''शरीफचाचा, तुम्ही खूप चांगला आणि महत्त्वाचा प्रश्न विचारलाय. या प्रश्नाचं उत्तर, म्हणजे मी तुम्हाला जे समजावून सांगणार आहे, त्याची सुरुवात आहे. अर्थात या प्रश्नाचं उत्तर मला विस्तारानं द्यावं लागेल. मला असं वाटतं, की आपण उद्या पुन्हा सगळी इथे जमू या. मी शरीफचाचांच्या प्रश्नाचं सविस्तरपणे उत्तर देईन. आज या चर्चेत खूपच उशीर झालाय.'' कबीरानं लोकांना सांगितलं. त्यानं असं मुद्दामच सांगितलं. त्याला बघायचं होतं, की आपण जे सांगू

ते ऐकायला किती लोक येतील? कारण त्यावरच त्याचं लोकांना काही नवीन शिकवणंही अवलंबून होतं. लोक त्याच्या सांगण्यावरून उद्या जमली, तर कबीर त्यांना चार गोष्टी सांगू शकणार होता. जे त्यांच्या दृष्टीनं चांगलं होतं, महत्त्वाचं होतं, उपयुक्त होतं. लोकांना ते पटलं. इथे जमून बराच उशीर झाला होता. काहींना कामावर तर काहींना शेतात जायचं होतं. काहींना कापड घेऊन विकायला जायचं होतं. 'उद्या संध्याकाळी आपण इथे जमू या!' असं सांगून कबीरानं सगळ्यांना जायला सांगितलं आणि तोही घरी परतला.

दुसऱ्या दिवशी ठरल्याप्रमाणे कबीर चौकात वेळेवर पोहोचला, तेव्हा संध्याकाळ झाली होती. लोक कामावरून परतले होते. कबीर आज काय सांगणार याची सगळ्यांनाच उत्सुकता होती. एकेक करत सगळे त्या चौकात जमले. त्यात हिंदू होते, मुसलमान होते; साक्षर होते, निरक्षर, अडाणी होते. अल्लाला मानणारे होते. रामाची भक्ती करणारे होते. गरीब होते, काही श्रीमंतही होते. कामकरी होते. कष्टकरी होते. पण सगळ्यांच्यात एक समान धागा होता, तो म्हणजे सगळे गोंधळलेले होते आणि त्यांच्या मनात असंख्य प्रश्न होते. धर्माबद्दल, जातीबद्दल, दैनंदिन जीवनाबद्दल, वर्तनाबद्दल, एकूणच आयुष्याबद्दल. लोक जमलेले बघून कबीराला आनंद झाला. कालच्याप्रमाणे आजही शरीफचाचा त्या लोकांच्यात आघाडीवर होते. त्यांना समोर बघून कबीरानं सलाम केला. शरीफचाचा म्हणाले, ''कबीर, आता सांग! दे आमच्या प्रश्नांची उत्तरं! अनेक शंका आहेत आमच्या मनात. कर त्यांचं निरसन!'' शरीफचाचांनी जणू कबीरपुढं एक आव्हान ठेवलं होतं.

कबीर हसला. म्हणाला, ''ठीक आहे, चाचा. मी तयार आहे. लोकहो, मी आधी स्वत:बद्दल सांगतो. तुम्हाला प्रश्न पडला आहे ना, की मी हिंदू आहे की मुसलमान. तर,

हिंदू कहूँ तो मैं नहीं, मुसलमान भी नहीं।
पाँच तत्त्व का पूतरा, गैबी खलै माहिं॥

''मी हिंदूही नाही आणि मुसलमानही नाही. सत्य हे आहे, की पाच तत्त्वांचा एक पुतळा तयार झाला आहे आणि त्यात अविनाशी आत्मा चमकत आहे. म्हणून मी कोणत्याच धर्माचा नाही. मग मी रामाची भक्ती केली काय किंवा अल्लाचा बंदा झालो काय? जर त्या दोघांना, म्हणजे रामाला आणि त्या अल्लाला काही फरक पडत नाही. ते मला काही म्हणत नाहीत तर तुम्हांला का फरक पडतोय? तुम्ही

कशाला मला टोकताय? आता तुम्हांला प्रश्न पडलाय, की मी रामाचंच नाव का घ्यायला लागलो. रामच मला का आवडला? तर लोकहो, याचं उत्तर नीट ऐका.

''मी लहान होतो, तेव्हा मला अनेक प्रश्न पडायचे. शंका यायच्या. मी त्या शंका विचारायचो, तर मला त्याची नीट उत्तरं मिळायची नाहीत. किंवा 'तू हे प्रश्न अल्लाला विचार' असं सांगितलं जायचं. मी अल्लाला विचारायला मशिदीत जायचो, पण मला तिथे अल्ला दिसायचा नाही. मी काही विचारलं, की मौलवीसाहेब मला तिथून पळवून लावायचे आणि खूप रागवायचे. मग मी घाबरून पळून जायचो. असाच एके दिवशी मी घाबरलेल्या अवस्थेत चुकून मंदिरात शिरलो. तिथे लपून बसलो. तिथे इतका सुकून होता, की बसल्या जागी मला झोप लागली. जाग आल्यावर मी रामाच्या मूर्तीसमोर उभा राहिलो. मला त्या मूर्तीच्या डोळ्यांत माझ्याबद्दल प्रेम दिसलं, माया दिसली. मूर्तीचा चेहरा हसरा होता. त्या हास्यात मला आपुलकी दिसली. मला तिथे आल्याचा आनंद दिसला. पुजारीबाबांनी त्या मूर्तीचं नाव 'राम' असं सांगितलं. मी ते नाव उच्चारलं आणि मला एकदम छान वाटलं. समाधान वाटलं. मग मी पुजारीबाबांना 'राम' या शब्दाचा अर्थ विचारला. ते म्हणाले, ''राम म्हणजे केवळ हिंदूंचा देव नाही. राम ही एक शक्ती आहे. सृष्टीतली पंचमहाभूतं या शक्तीत एकवटली आहेत. राम हे केवळ नाव नसून ते एक प्रतीक आहे. पराक्रमाचं, सद्गुणांचं, वचनबद्धतेचं, सभ्यतेचं, अन्यायाचा प्रतिकार करण्याचं, शांततेचं, सहृदयतेचं, दयेचं, कल्याणकारी विचारांचं, आश्वासकतेचं, प्रेमाचं. 'राम' हा शब्द उच्चारताच मनात चांगले विचार यायला सुरुवात होते. हेच तर रामनामाचं वैशिष्ट आहे. आपण 'राम' हा हिंदूंचा देव आहे एवढंच शिकलो. एवढीच माहिती करून घेतली. पण राम हा शक्तीचं, भक्तीचं प्रतीक आहे आणि ते सर्वव्यापक आहे. ते धर्म, जाती, पंथ यांच्या पलीकडचं आहे, असा विचार आपण कधी केला नाही. ना आपल्याला कुणी करायला शिकवला. राम या शब्दाचा मला पुजारीबाबांनी जो अर्थ सांगितला, 'रमंति इति रामः।' म्हणजे जो सगळ्यांच्या हृदयात राहतो तो! राम हे नाव जर शक्तीचं, भक्तीचं प्रतीक आहे, तर त्या नावाला धर्म, जाती, पंथ यांचं बंधन नाही, नसणार. मग हा राम केवळ हिंदूंचा कसा? तो सगळ्यांचा, सगळ्या धर्मांच्या लोकांचा आहे. राम ही व्यक्ती नसून ते एक तत्त्व आहे. एक अनुपम तत्त्व.

राम कै नाँइ नीसाँन बागा, ताका मरम ना जाँनै कोई।

भूख तृषा गुण वाकै नाँही, घट घट अंतरी लोई॥
बेद बिबर्जित भेद बिबर्जित, बिबर्जित पापरु पुन्यं।
ग्यान बिबर्जित ध्यान बिबर्जित, बिबर्जित अस्थूल सुन्यं॥
भेष बिबर्जित, भीक बिबर्जित, बिबर्जित ज्यमंक रूपं।
कहै कबीर तीहूँ लोक बिबर्जित ऐसा तत्त्व अनूपं॥

''रामाचे नाव सगळीकडे निनादत आहे. पण त्याचे मर्म कोणीच जाणत नाही. तहान-भुकेपासून ते दूर आहे. प्रत्येक शरीरात तो वसलेला आहे. तो वेदांहून निराळा आहे, भेदापासून लांब आहे. पाप-पुण्यापासून तो दूर आहे. ज्ञान, ध्यानापासून वेगळा आहे. स्थूल, शून्यापासून निराळा आहे. त्याचा कोणताही वेष नाही. तो भिक्षेपासून वेगळा आहे. अहंकारापासून दूर आहे. तो कोणत्याही अवडंबरापासून दूर आहे. तिन्ही लोकांत भरलेलं ते एक अनुपम तत्त्व आहे, असं कबीर म्हणतो.''

राम म्हणजे नक्की काय आहे याचं सुंदर विवेचन कबीरानं केलं आणि विशेष म्हणजे जमलेल्या लोकांनाही ते पटलं. त्यांच्या मनांतल्या काही शंका निरूल्या होत्या. पण अजून काही प्रश्न बाकी होते. लोकांचे विचार जाणून शरीफचाचांनी ते विचारलेच. शरीफचाचांनी विचारलं, ''कबीर, रामाचं नाव तर घ्यायचंच, पण मग मशिदीत जायचं की नाही? नमाज अदा करनी है या नहीं? अगर नहीं करनी है, तो काजी को, मुल्ला को क्या जवाब देना है? या उनसे क्या पूछना है? तेही आम्हाला सांगून ठेव!'' शरीफचाचांनी विचारलं आणि सगळ्या जमलेल्या लोकांनी माना डोलावल्या. कबीरच्या लक्षात आलं, की हाच तर खरा गोंधळ आहे त्यांच्या मनात. कबीर काही बोलायला सुरुवात करणार तोच मशिदीतले मुल्ला आणि काजी दोघंही तिथे आले. त्यांना बघून लोक थोडे घाबरले. गोंधळले. 'आपण कबीरचं ऐकलं, तर या दोघांचा रोष आपल्यावर ओढवेल आणि आपल्याला तर पदोपदी या दोघांची गरज लागते.' काय करावं ते लोकांना सुचेना. तोच काजी पुढे येऊन म्हणाला, ''कबीर, तू धर्माच्या गोष्टी सांगू नकोस. तू तर कोणताच धर्म मानत नाहीस. आजकाल तू मशिदीतही जात नाहीस, कुराणही वाचत नाहीस. तसबीहसुद्धा ओढत नाहीस. अल्लाचं नावही घेत नाहीस. अल्लाचे बंदे आम्ही आहोत. अल्ला काय आहे ते आम्हाला माहीत आहे. अल्ला माझ्या तोंडून न्यायदानाचं कार्य करतो. तू यातलं काही जाणत नाहीस. तेव्हा तू अकलेचे तारे तोडून लोकांना गोंधळात पाडू नको. ते जशा पद्धतीनं जगतायत, तसंच त्यांना जगू दे. तुला मुस्लीम धर्म मानायचा

नाही ना? नको मानू. पण आम्ही करत असलेल्या धर्मकार्यात अडथळा आणू नकोस.'' काजींनी तीव्र स्वरात कबीराला जणू दमच भरला. जमलेले लोक घाबरले. आपण कबीराला साथ दिली, तर आपल्याला हे काजी आणि मुल्ला समाजाबाहेर काढतील, अशी भीती त्यांना वाटायला लागली. आपण इथून गेलेलं बरं असा विचार प्रत्येकाच्या मनात येऊ लागला. जाण्यासाठी ते वळणार, तोच कबीरचा उच्च स्वर त्यांना ऐकू आला.

पढिले काजी बंग निवाजा।
एक मसीति दसौं दरवाजा॥
मन करि मका कबिला करि देही। बोलन हार जगत गुर एही॥
उहाँ ना दो जग भिस्त मुकाँमाँ। इहाँ ही राम इहाँ रहिमाँना॥
बिसमल ताँमस भरम कंदूरी। पंचौ भषि ज्यूँ होई सबूरी॥
कहै कबीर मैं भया दिवाँनाँ। मनवां मुसिमुसि सहजि समाँना।

''हे काजी, तू बांग दे, नमाज पढ़; पण एक लक्षात घे, की सर्वांना एक मशीदरूपी देह मिळाला आहे, ज्याचे दहा दरवाजे आहेत. तू मनाला मक्का आणि देहाला किंबला मान. जे आत्मतत्त्व बोलते, तोच गुरू आहे. तिथे स्वर्ग, नरक यांना स्थान नाही. हाच राम आणि रहीम आहे. तू बळी देतोस तो तामसी आहे आणि ते शिजवण्याचं तुझं भांडं हा भ्रम आहे. तुला तामसीपणाचा त्याग केला पाहिजे आणि भ्रम दूर केला पाहिजे. पाच तत्त्वांचं तू ग्रहण कर, म्हणजे तुला शांती मिळेल. हा कबीर सांगतोय, की मीसुद्धा हळूहळू सहजतत्त्वात मिसळून गेलो. म्हणून मी शांती मिळवली.''

काजीच्या उन्मत्त आणि इशारावजा बोलण्यावर कबीरानं दिलेलं उत्तर ऐकल्यावर काजी गप्प बसला, पण त्याच्यासोबत आलेला मुल्ला मात्र चिडला. विशेषतः काजीला कबीरानं गप्प बसवलं याचा त्याला फारच राग आला. मुळातच कबीरवर त्याचा राग होता. त्याची धर्मविषयीची, विशेषतः मुस्लीम धर्मविषयीची मतं ऐकून मुल्लांना आधीच कबीरचा राग यायचा. आता तर काजीलाही त्यानं गप्प बसवलं. हे बघून मुल्ला चिडला. तावातावानं तो पुढं आला ''कबीऽऽर! जबान संभाल अपनी! तेरी जितनी उमर नहीं उतना समय काजीसाहबने मस्जिद में बिताया है। और तू उनसे धरम की बातें कर रहा है? तुझे शरम नहीं आती? धर्म की बातें तो हमें करनी चाहिए।'' संतापून मुल्ला म्हणाला. लोकांना वाटलं की तो आता

कबीरच्या अंगावर धावून जाणार. लोक घाबरले, पण कबीर शांत उभा होता. ''सुन ले कबीऽर!'' मुल्ला गरजला. तो पुढं काही बोलणार तोच कबीर म्हणाला, ''आप ही सुन लीजिए मुल्लासाहब...

मुल्ला कह हु निआऊ खुदाई।
इही बिधी जीव का भरम ना जाई॥
सर जीव आँनैं देह बिनासै माटी बिसमिल कीआ।
जोति सरुपी हाथि ना आया कहौ हलाल क्यूँ कीआ॥
बेद कतेब कह हु मत झुठे झूठा जो ना विचारै।
सभ घटि एक एक करि लेखै भै दूजा करि मारै॥
कुकड़ी मारै बकरी मारै हक्क हक्क करि बोलै।
सबै जीव साँई के प्यारे उबर हुगे किस बोलै॥
दिल नापाक पाक नाहिं चीन्हाँ तिसकौ मरम ना जाँनाँ।
कहै कबीर भिसति छिटकाई, दोजग ही मन माँनाँ॥

''हे मुल्ला, तुम्ही ईश्वराचं नाव घेऊन स्वतःच न्याय करता. यामुळे प्राणिमात्रांच्या मनातल्या भ्रमाचे निवारण होणार नाही. तुम्ही जिवंत प्राणी आणता, त्याचा देह नष्ट करता. म्हणजे तुम्ही त्याच्या मातीचाच बळी देता. पण त्याच्यातल्या ज्योतीरूप आत्मा तुमच्या हातात येत नाही, मग तुम्ही पवित्र काय करता? वेद आणि कुराण तुम्ही खोटे म्हणता, पण खोटा तोच असतो, जो विचार करत नाही. सगळ्यांमध्ये एकच प्राणतत्त्व आहे. या एकात्मतेचं ज्ञान तुम्हाला आहे तरी दुसऱ्याचा जीव आपल्याहून वेगळा आहे, असं समजून तुम्ही हत्या करता. तुम्ही कोंबडी मारता, बकरी मारता आणि प्रत्येक वेळी अंतिम सत्याचा वास्ता देता. सगळे जीव परमात्म्याचे लाडके आहेत. मग तुम्ही कोणाच्या आधारे पापमुक्त व्हाल? तुमचं हृदय पवित्र नाही, म्हणून तुम्ही परमात्म्याला ओळखलं नाही आणि त्याला शोधूही शकला नाहीत. कबीर सांगतो आहे, की तुम्ही स्वर्गापासून वेगळे होऊन नरकाकडे वाटचाल करीत आहात.''

कबीरचा प्रत्येक शब्द जसा मुल्ला आणि काजी ऐकत होते, तसेच तिथे जमलेले लोकही ऐकत होते. मुल्ला आणि काजी यांना तो आपला अपमान वाटत होता. कबीर आपल्याशी उद्धटपणा करतोय, धर्मतत्त्वांचा अपमान करतोय असं वाटत होतं. पण तिथे जमलेल्या लोकांपैकी मुसलमान असलेल्या प्रत्येकाला कबीरचा शब्द

न् शब्द पटत होता. समजत होता, उमजत होता. मुल्ला आणि काजी मात्र संतापानं थरथरत होते. कबीरचं सगळं बोलणं ऐकून संतापलेल्या काजीनं उसळून विचारलं, ''आखिर तू कहना क्या चाहता है?''

कबीर हसला. म्हणाला,

ऐसा भेद बिगूचनि भारी।
बेद कतेब दीन अरू दुनियाँ कौन पुरिख कौन नारी॥
एक रुधिर, एकै मल मूतर, एक चाँम एक गूढ़ा।
एक बूँद तै सृष्टि रची है कौंन बांह्मन कौन सूदा॥
माटी का पिंड सहज उतपनाँ नाद सबिंद समाँनाँ।
बिनसि गया तै का नाँव धरिहौ पढ़ि, गुनि मरम ना जाँ नाँ।
रज गुन ब्रह्माँ, तम गुन संकर, सत गुज हरि है सोई।
कहै कबीर एक राम जपहु रे हिंदू तुरक ना कोई॥

''मुल्लासाहेब, ऐका कबीर काय म्हणतो. भेद ही बुद्धीची वास्तविकता आहे. वेद, कुराण, धर्म आणि संसार, पुरुष आणि स्त्रिया या सगळ्यांतले भेद कल्पित आहेत. व्यर्थ आहेत. स्त्री-पुरुष या सर्वांच्यात एकच रक्त, एकच मल-मूत्र, एक ही त्वचा आणि एकच मांस आहे. एकाच बिंदूपासून सृष्टीची निर्मिती झाली आहे. मग भेद कसा? मातीनं बनलेला हा पिंड सहज उत्पन्न झाला आहे आणि त्यात ब्रह्मतत्त्व आणि सूक्ष्म शरीर सामावते आहे. तो नष्ट झाल्यावर त्याला तुम्ही काय नाव द्याल? तुम्ही शास्त्राचं मनन-चिंतन केलं असलं, तरी त्याचं मर्म तुम्ही समजून घेतलं नाही. रजोगुणांनी ब्रह्मा, तमोगुणी शंकर आणि सत्त्वगुणी विष्णू यांच्यातही ते परमतत्त्व आहे, जे राम आहे. सगळ्यांनी रामाचा जप करावा. कोणी हिंदू नाही कोणी मुसलमान नाही. (सगळेच त्या आत्मतत्त्वाचे अंश आहोत.) म्हणून प्रत्येकानं रामाचं नाव घेतलं पाहिजे. काजीसाहेब, हे मला म्हणायचं आहे आणि यात काही चूक आहे, असं मला वाटत नाही.''

काजी आणि मुल्ला क्षणभर गप्प बसले. पण त्या शांततेचा फायदा घेऊन लोक मात्र ओरडायला लागले. ''दुरुस्त है। दुरुस्त है। कबीर बरोबर बोलतोय.'' लोकांच्या या उत्साहापुढं काजी आणि मुल्ला यांना काहीच बोलता आलं नाही. ते खाली मान घालून निघून गेले. लोकांनी एकच कल्ला केला. ते कबीरच्या भोवती जमले आणि त्याला उत्तेजन देऊ लागले. कबीरच्या डोळ्यांत आनंदाश्रू उभे राहिले.

आपली अशी जगावेगळी असणारी मतं, वेगळे असणारे आपले विचार लोकांना पटलेत, पटू लागलेत हे बघून त्याला खूप बरं वाटलं. आपल्या स्वप्नातला, विचारातला, तर्कातला, भविष्यातला आपल्याला अपेक्षित असलेला समाज याच विचारांच्या बांधणीतून, याच लोकविचारांच्या आधारशीलेतून तयार होणार आहे याची ग्वाही या लोकसमूहातून त्याला मिळाली आणि त्याच्या मनाला समाधान लाभलं. त्याच समाधानानं तो राममंदिरात गेला. पुजारीबाबांना ही सगळी हकीकत कधी सांगतोय असं त्याला झालं होतं. प्रवाहाविरुद्ध पोहण्याचं त्याचं स्वप्न आता प्रत्यक्षात उतरताना दिसत होतं. त्याला रामाचेही आभार मानायचे होते. त्याचीच तर ही सगळी किमया होती. आणि त्यानं आत्ता सांगितलेल्या ज्ञानाचा पायाही रामच तर होता. जाता जाता कबीर गात होता...

मैं गुलाँम मोहि बेचि गुसाँई।
तनमन धन राँम जी के ताँई॥
आनि कबीरा हाटि उतारा। सोई गाहक सोई बेचनहारा॥
बेचै राँम तो राखै कौन। राखे राँम तौ बेचै कौन॥
कहै कबीर मैं तनमन जारया। साहिब अपनाँ छिन न बिसराय।

''हे राम, मी तुझा दास आहे. तुझा गुलाम आहे. तुझी इच्छा असेल, तर तू मला वीक. माझ तन-मन-धन सारं काही रामासाठी आहे. देवाने कबीराला या संसाराच्या बाजारात उभं केलं आहे आणि राम खरेदीदार आहे. जर रामानं विकलं, तर कोण राखेल आणि रामानं राखलं, तर कोण विकू शकेल? देवा, हा कबीर म्हणतोय, की मी मन आणि शरीर जाळून घेतलंय. मी एक क्षणही देवाला विसरत नाही.''

रामाजवळ हीच कबुली देण्यासाठी कबीर राममंदिरात शिरला.

कबीरवाणी...

ऐसा कोई ना मिलै, जासीं रहिए लागि ।
सब जग जरता देखिया, अपनी अपनी आगि ।।

ज्याचा आधार घ्यावा असा कोणीही मला सापडत नाही. सारे जगच मी आपापल्या आगीमध्ये जळताना पाहिले. अर्थात प्रत्येक जण आपल्याच विवंचनेने ग्रासला असल्याचे मला दिसून आले.

१२.

हिंदू, मुस्लीम, सर्व जातिधर्मांच्या लोकांत आता कबीर लोकप्रिय होऊ लागला. याचं सगळ्यांत महत्त्वाचं कारण म्हणजे कबीरचं रोखठोक बोलणं, सामान्यातल्या सामान्य माणसाला समजेल अशी धर्माची संकल्पना सांगणं, जगणं सोपं करण्यासाठी धर्माचे संकेत काय आणि कसे आहेत हे सांगणं आणि हिंदू आणि मुस्लीम दोन्ही धर्मांतल्या लोकांना त्यांच्या धर्मातल्या चांगल्या आणि वाईट दोन्ही गोष्टी सांगणं. सर्वांपेक्षा वेगळं असलेलं कबीरचं हे सांगणं लोकांना अधिक सोपं वाटायचं. त्यामुळेच ते पटायचं आणि कबीर काही सांगू लागला, की लोक गर्दी करायचे. मात्र याचा परिणाम असा झाला, की हिंदू पंडित आणि मुस्लीम धर्मगुरू कबीरचा रागराग करू लागले. त्याला शिव्याशाप देऊ लागले. कबीर जिथं दिसेल, तिथे त्याचा अपमान करू लागले. कोणत्याही बाबतीत त्यांचं कधीच एकमत व्हायचं नाही. ते हिंदू पंडित आणि मुस्लीम धर्मगुरू कबीरच्या बाबतीत मात्र एकमतानं वागू लागले. कबीर रस्त्याने जाताना दिसला, की त्याला 'धर्मभक्षक जा रहा है', 'धर्माचा तिरस्कार करणारा निघालाय' अशी नावं ते ठेवत. ते सगळं कानावर पडूनही कबीर स्थितप्रज्ञ असे.

एके दिवशी कबीर राममंदिरातून घरी परतत असताना एक हिंदू पंडित त्याला वाटेत भेटला. कबीराला समोर बघितल्यावर त्याच्या कपाळावर आठी पडली. डोळ्यांत संताप उतरला. तो पंडित रागानं कबीराला म्हणाला, ''तुला कसलीच लाज वाटत नाही का रे? तू मुस्लीम आहेस, तर राममंदिरात कशाला जातोस? आणि हिंदू असशील, तर मुस्लीम कुटुंबात कशाला राहतोस? वाट्टेल ते ज्ञान सांगून लोकांना चुकीच्या मार्गावरून जायला लावतोस! तू जर कोणताच धर्म मानत नाहीस, तर तू धर्माच्या गोष्टी कशाला करतोस? तुला काय वाटतंय की तू मुसलमान असून रामाचं नाव घेतोयस, म्हणजे तू स्वर्गात जाशील? तुला नरकातसुद्धा जागा मिळणार नाही! तू वैकुंठाला जायची तर बातच सोड.' अतिशय संतापलेला तो पंडित कबीरवर आगपाखड करत म्हणाला. तो इतका तीव्र आणि मोठ्या स्वरात ओरडत होता, की तिथे माणसं जमली. त्यातल्या बऱ्याच जणांना पंडिताचं म्हणणं पटतही होतं. कबीर मात्र शांतपणे उभा होता.

कबीरला अद्वातद्वा बोलून तो पंडित बहुतेक दमला असावा. संतापानं लाल झालेला चेहरा, अंगार ओकणारे डोळे घेऊन जोरजोरात श्वास घेत तो तिथेच उभा राहिला. आपला संताप ऐकायला लोक जमलेले बघून त्याही अवस्थेत त्याला बरं वाटलं. त्याचा धपापणारा ऊर बघून कबीर शांत स्वरात म्हणाला, ''अहो पंडितजी, शांत व्हा! कशाला स्वतःला त्रास करून घेताय? तोही माझ्यासाठी? मी नरकात जाणार की वैकुंठाला, असा विचार करून कशाला त्रास करून घेताय?

चलन चलन सब कोई कहत हैं।
नां जानौं बैकुंठ कहाँ है॥
जो जन एक परमिती नहिं जानै। बातनि ही बैकुंठ बखांनै॥
जब लगी मनि बैकुंठ का आसा। तब लग नहिं हरिचरन निवासा॥
कहें सुनें कैसे पति अइयै। जब लग तहाँ आप नहिं जइयै॥
कहै कबीर यहु कहिये काहि। साध संगति बैकुंठही आहि॥

''वैकुंठाला जाण्याच्या गोष्टी सगळे जण करतात; पण कोणीच जाणत नाही, की वैकुंठ कुठं आहे. एक कोस अंतरावरचं माहीत नसतं आणि वैकुंठाच्या गोष्टी करतात. जोवर वैकुंठाची आस लावून भक्त असतात, तोवर त्यांना देवाच्या पायी आश्रय मिळत नाही. जोवर त्या व्यक्तीला त्या उच्च स्थानाचा किंवा वैकुंठाचा स्वतःला साक्षात्कार होत नाही. तोवर सांगोवांगी गोष्टींवर तो विश्वास ठेवत नाही.

कबीर तर असं म्हणतो की, साधुसंतांच्या सहवासातच वैकुंठ आहे पण हे कोणाला सांगू? तेव्हा पंडितजी वैकुंठाच्या गोष्टी तुम्ही मला सांगू नका. पलीकडच्या गावांत काय चाललंय याचं ज्ञान तुम्हाला नसतं. वैकुंठ, वेद आणि कुराण तर लांबच.

अपने बिचारि असवारी कीजे।
सहज कै पाई डै पाव जब दीजै॥
दै मुहरा लगाम पहिराऊँ, सीकली जीन गगन दौराऊँ।
चलि बैकुंठ तो हि लै तारौ, थकहि त प्रेम ताजनै मारूँ॥
जन कबीर ऐस असवारा, वेद कतेब दहूँ थै न्यारा॥

''तेव्हा, हे मना, जेव्हा सहज समाधीरूपी रिकिबीत पाय ठेवशील, तेव्हाच आत्मचिंतनाची सवारी करू शकशील. आपल्या मनरूपी घोड्याच्या तोंडाला झापडं लावून लगाम लाव. म्हणजे विषयवासनेला पूर्णपणे ताब्यात ठेवून समर्पण भावाचं जीन घोड्यावर घालून त्याला अंतिम सीमेपर्यंत दौडत ने. यावर तू स्वार झालास, की हे मना, मी तुला वैकुंठाला नेऊन उतरवेन. घोडा वाटेत जर दमला, तर त्याला प्रेमाचा चाबूक मारेन. कबीर म्हणतो, की जो साधक आत्मचिंतनाच्या घोड्यावर स्वार झालेला आहे, तो वेद आणि कुराण या दोन्हींच्या मार्गापासून वेगळा मार्ग निवडतो. म्हणून सांगतो, पंडितजी, तुम्हीसुद्धा आत्मचिंतन करा. म्हणजे वैकुंठ काय आहे, कोठे आहे, कसे आहे हे तुम्हालाही समजेल.''

आपण एवढं संतापून, तोंड टाकून या कबीराला वाट्टेल तसं बोललो, पण याची स्थितप्रज्ञता भंग झाली नाही, हे बघून त्या पंडिताला स्वत:च्या बोलण्याचीच लाज वाटली आणि तो झपाट्यानं तिथून निघून गेला. जमलेले लोक कबीरच्या शांतपणाचं कौतुक करत निघून गेले. कबीरच्या चेहऱ्यावर मात्र एक गूढ हास्य उमटलं होतं.

कबीरच्या बाबतीत असे लहान-मोठे प्रसंग सतत घडत होते. हिंदू आणि मुस्लीम धर्ममार्तंडांच्या डोळ्यांत सतत सलणारा कबीर स्वत: मात्र अशा प्रसंगातून तावून-सुलाखून निघत होता. मुशीतून जाळून काढल्यावर सोनं जसं अधिक चोख, अधिक शुद्ध होतं, तसं कबीरचं होत होतं. तो अधिक तावून-सुलाखून आणखीनच आत्मविश्वासानं परिपूर्ण होत होता. मात्र धर्माचा विचार करणारे कबीराला सतत आणि सतत त्रास होईल, असे प्रसंग निर्माण करत होते.

असाच एक हा प्रसंग. ज्याने कबीरचं ज्ञान आणखी उजळून गेलं. दोन पंडित कबीरकडे आले. कबीराला म्हणाले, ''कबीर महाराज, आम्ही दोघे वाराणसीचे

पंडित आहोत. गेले दोन महिने आमच्यात एक वाद सुरू आहे. आम्ही दोघेही शास्त्री आहोत. आम्ही बऱ्याच विद्वानांना भेटलो आणि आमच्यात जो वाद सुरू आहे, त्यात मध्यस्थी करून आमच्या शंकांची उत्तर देण्याची विनंती केली. पण कुणालाच ते जमलं नाही. कुणीतरी आम्हाला सांगितलं, की तुम्ही कबीर महाराजांकडे जा. ते तुमच्या प्रश्नांची उत्तरं देतील. म्हणून आम्ही इथे तुमच्याकडे आलो आहोत. कृपा करा आणि आमच्यातला वाद मिटवून आमच्या प्रश्नांची उत्तरं द्या.'' त्यातल्या एका पंडिताने कबीराला ही विनंती केली. कबीरची फजिती करण्यासाठी वाराणसीच्या काही धर्ममार्तंडांनीच या दोघांना पाठवलं होतं.

''पंडितजी, मी एक सामान्य कोष्टी आहे. मी काही कुणी मोठा ज्ञानी नाही. मला वाटतं तुम्हाला कोणीतरी चुकीची माहिती दिलीय. तुम्ही विद्वान पंडित आहात. मी काय तुमच्यातला वाद मिटवणार? आणि मी काय तुमच्या शंकांचं निरसन करणार? आपण चुकीच्या ठिकाणी, चुकीच्या माणसाकडे आलेला आहात. कृपा करून तुम्ही कोणताही गैरसमज करून न घेता परत जावं अशी माझी तुम्हाला विनंती आहे.''

कबीरचं हे बोलणं ऐकून त्या दोघांना राग आला. त्यातला दुसरा पंडित म्हणाला, ''तसं असेल, तर तुम्ही तुमची हार कबूल करा. तुम्ही जे काही वागताय, जे काही सांगताय, ते चुकीचं आहे हे मान्य करा. तसं आम्हाला लेखी द्या. मग आम्ही परत जातो.' त्या पंडिताच्या बोलण्यात अहंभाव तर होताच, पण 'आता या कबीरची चांगलीच जिरणार' असाही भाव होता. त्याच्या बोलण्यात एक प्रकारची तुच्छता होती. तिरस्कार होता. नम्रता, प्रेम, जिव्हाळा यांचा लवलेशही नव्हता. कबीर काही बोलणार तोच पहिला पंडित म्हणाला, ''बोला, कबीर महाराज, काय करताय? आम्ही दोघांनी सर्वच पोथ्या-पुराणं वाचली आहेत. नव्हे, ती आम्हाला मुखोद्गत आहेत. त्यामुळेच जिथे जाऊ, तिथे आम्ही जिंकतो. तुम्ही रामभक्त आहात ना? मग द्या आमच्या प्रश्नांची उत्तरं! येतात का पाहा! आम्ही नुसते नावाला पंडित नाही. विद्वान पंडित आहोत.''

त्या पंडिताची ती दर्पोक्ती, समोरच्या व्यक्तीला हीन लेखण्याची प्रवृत्ती आणि तिरस्कार दर्शवणारा स्वर! हे सगळं बघून कबीराला वाईट वाटलं. नेहमी त्याच्यासोबत असलेला, केशवप्रभू पुजारी बाबांचा मुलगा असलेला हरिप्रसाद आत्ताही त्याच्यासोबत होताच. ''कबीर भैय्या! कसा बोलतोय हा पंडित? याच्या या

आढ्यतेनं बोलण्यात जराही प्रेम, जिव्हाळा, आदब नाही. याला काय म्हणायचं?'' हरिप्रसादनं विचारलं. कबीर हसला. हरिप्रसादला म्हणाला -

पोथी पढि पढि जग मुवा पंडित भया ना कोय।
ढाई आखर प्रेम का, पढै सो पंडित होय॥
धरती अंबर ना हता, को पंडित था पास।
कौन महूरत थापिया, चाँद सूरज आकाश॥

''या गोष्टी यांना कळत नाहीत, कारण ते फक्त पढत पंडित आहेत. पण आता यांनी कबीरमधल्या भक्ताला आव्हान दिलंय. हरि, आता आपण यांना उत्तर द्यायचं. कारण ती देता आली नाहीत, तर माझ्या रामाचा अपमान होईल. कारण रामाच्या भक्ताचा अपमान म्हणजे रामाचा अपमान. आणि भक्ताचा अपमान म्हणजे त्याच्या भक्तीचा, श्रद्धेचा, विश्वासाचा अपमान. तेव्हा, हरी, सांग यांना. कबीर तयार आहे म्हणून!''

कबीरानं असं सांगताच ते दोघे पंडित पुढे सरसावले. त्यांच्या चेहऱ्यांवरून आसुरी आनंद निथळत होता. आता आपण कबीरची चांगलीच जिरवणार, असा त्यांचा तो आविर्भाव होता. आता मात्र त्या दोघांभोवती माणसं जमली. भवताली गर्दी जमलेली बघून त्यांना आणखीनच जोर आला. त्यातला एक पुढे सरसावला. त्यानं कबीराला प्रश्न विचारला. ''आकाश आणि आभाळ यांत फरक काय?'' कबीर म्हणाला, ''जो फरक फुलांचं झाड आणि मोठा वृक्ष यांत आहे तोच. आकाश चांदण्यांनी भरलेलं असतं. ते सुंदर दिसतं. आभाळ मेघांनी भरलेलं असतं. ते पोषण करतं, पाणी देतं. तहान भागवतं!'' कबीरचं हे उत्तर ऐकून जमलेल्या लोकांनी टाळ्या वाजवल्या. आता दुसरा पंडित पुढं सरसावला. त्यानं विचारलं, ''कबीर महाराज, सांगा. सूर्य आणि पृथ्वी यांचं नातं काय?'' आपण काहीतरी गहन प्रश्न विचारलाय या आविर्भावात त्यानं सगळीकडे नजर फिरवली. ''चैतन्य आणि शरीर यांचं जे नातं आहे, तेच सूर्य आणि पृथ्वी यांचं आहे. चैतन्याविना शरीर हे अचेतन आहे, तशीच सूर्याविना पृथ्वी अचेतन आहे!'' कबीरचं उत्तर ऐकून पुन्हा लोकांनी टाळ्या वाजवल्या. आता त्या पंडितानं पुढचा प्रश्न केला, ''परमात्मा आणि आत्मा यांचा संबंध काय?'' या प्रश्नाचं उत्तर कबीराला येणार नाही अशा विश्वासानं त्यानं कबीरकडे पाहिलं. कबीर हसला. ''परमात्मा आणि आत्मा यांचा संबंध वडील आणि मुलाचा आहे. वडील नसतील, तर मुलगा जन्मणारच नाही. तसं परमात्मा नसेल, तर आत्मा निर्माणच होणार नाही.

बाप आणि मुलगा हे जसे दोन असून एक आहेत, तसंच परमात्मा आणि आत्मा हे दोन असून एक आहेत.'' कबीरानं दिलेलं उत्तर ऐकून त्या पंडिताचा चेहरा जरा पडला. पण 'आता खरी परीक्षा आहे' अशा आविर्भावात तो कबीराला म्हणाला, ''ठीक ठीक! प्रश्नांची उत्तरं तर तुम्ही बरोबर दिलीत. आता आम्हा दोघांच्यात गेले दोन महिने जो वाद चाललाय, त्या वादाच्या मुद्द्याचं निराकरण तुम्ही करा. आमच्यात वाद असा आहे, की मी म्हणतोय देव एक आहे. तर हा म्हणतोय की देव दोन आहेत. कोणाचं खरं आणि कोणाचं खोटं, कोण बरोबर आणि कोण चूक याचा निवाडा तुम्ही करा आणि निर्णय द्या.' त्या पंडितांनी कबीरसमोर प्रस्ताव मांडला. 'आपण कबीराला कसं पेचात पकडलं' असा त्याचा आविर्भाव होता. तोच दुसरा पंडित म्हणाला, ''सांगा, कबीर महाराज. मी म्हणतोय देव दोन आहेत, तर हा म्हणतोय की देव एकच आहे. मी खरा की हा बरोबर? द्या उत्तर!'' त्या दुसऱ्या पंडितानंही कबीराला जणू आव्हान दिलं. काही क्षण कबीर गप्प बसला. त्या दोघांना वाटलं, की कबीराला उत्तर येत नाही. ते आनंदानं आरोळी ठोकणार, तोच कबीर म्हणाला, ''पंडितजी, आप सचमुच महान है। जिस विषय में बहस हो ही नहीं सकती, उस विषय पर आप दोनो पिछले दो महिनों से लड रहे हो। आप के इस सवाल का जबाब देने से पहले इसी विषय के बारे में मैं आपको चंद सवाल पूछना चाहता हूँ। आप अनुमती दो तो!'' कबीरानं खरं तर खोडा टाकला होता. पण 'आपणच आता जिंकणार' या आनंदात त्या पंडितांना तो समजलाच नाही आणि त्यांनी होकार देत कबीराला सांगितलं, ''कबीर महाराज! तुम्ही कोणताही, कसलाही प्रश्न विचारा. आम्ही त्याचं अचूक उत्तरं देऊ! विचारा काय विचारायचं ते!' त्या दोन्ही पंडितांकडून होकार येताच कबीरानं पहिला प्रश्न केला. ''देव एक आहे की दोन याचा निर्णय नंतर करू. त्याआधी मला सांगा, देव कोणत्या रंगाचा आहे? हिरवा, पिवळा, काळा, लाल यांपैकी तुम्ही देव कोणत्या रंगाचा मानता?'' कबीरानं प्रश्न केला आणि 'हा काय निर्बुद्ध माणसासारखा प्रश्न आहे?' अशा आविर्भावात त्या दोघांनी उत्तर दिलं, ''नाही. ईश्वराचा असा कोणताही रंग असत नाही.'' पुन्हा कबीरानं प्रश्न केला ''त्याचं रूप कसं आहे? गोरं, काळं की सावळं?'' यावर त्या दोघांनी उत्तर दिलं, ''देवाचं असं कोणतंच रूप नाही. ना गोरं, ना काळं, ना सावळं!'' ही उत्तरं देताना मात्र 'काय हे प्रश्न फालतू आहेत? यावरून या कबीरचं ज्ञान फारसं सखोल नाही हे दिसतंय!' अशा विचारानं दोघांनी एकमेकांकडे पाहिलं. तोवर कबीरानं पुढचा प्रश्न केला, ''तो ईश्वर आकाराने केवढा आहे?''

''मुंगी एवढाही असेल किंवा हत्ती एवढाही असू शकेल!''

पुन्हा कबीरानं विचारलं, ''त्याचा आकार मातीच्या कणांएवढा आहे, की प्रचंड पहाडाएवढा?'' यावर त्या दोघांनी नकारार्थी मान हलवली. यावर मात्र मग कबीर म्हणाला, ''भल्या गृहस्थांनो, तो ईश्वर कोणत्याही रंगाचा नाही, त्याचं कोणतंही एक रूप नाही, त्याचा कोणताही निश्चित असा आकार नाही. कोणताही प्रकार नाही. मग त्याची गणती तुम्ही कशी करणार? तो एक आहे, दोन की अनेक, हे कसं ठरवणार? सत्य हे आहे, की दोन की अनेक हे कसं ठरवणार? सत्य हे आहे की तो एकही नाही आणि दोनही नाही. उलट तो एकाच वेळी अनंत रूपांत सर्वत्र, सर्व वस्तुमात्रांत सामावलेला आहे.

सोहं हंसो एक समान!
काया के गुँण आँजही आँन॥
माटी एक सकल संसारा। बहु विधि माँडे घडै कुंम्हारा॥
पंच वरन दस दुहिये गाइ। एक दूध देखौ पतिआई॥
कहै कबीर संसा करि दूरि। त्रिभुवननाथ रह्या भरपूरी॥

''सोहं आणि हंसो. तो मी आहे आणि मी तो आहे. अर्थात परमात्मा आत्मा आहे आणि आत्मा परमात्मा आहे. दोन्हींमध्ये कोणतेही भेद नाहीत. सगळ्या विश्वात एकच माती आहे, पण कुंभार अनेक प्रकारचे घडे बनवतो. त्याचप्रमाणे परमात्म्याने एकाच तत्त्वातून सर्वांना निर्माण केलंय. पाच रंगांच्या दहा गायींचं दूध काढा, तरीही ते दूध एकसारखंच असेल. तुम्ही स्वतः याची प्रचिती घेऊ शकता. कबीर सांगतो, मनात शंका ठेवू नका. तो एक परमात्मा सगळ्या प्राणिमात्रांत भरलेला आहे.

हम तौ एक एक करि जाँनां।
दोदू कहै तीनही कौ दो जग जिन नाहिंन पहिचाँनाँ॥
एकै पवन एक ही पाँनी एकै जोति समाँनाँ।
एकै खाक गढ़े सब भाँडै एकै कोंहरा साँनाँ।
माया देखि कै जगत लुभानाँ काहे रे नर गरबाँनाँ।
कहै कबीर सुनौ भाई साधौ गुरु के हाथि काहे न बिकाँनाँ॥

''की मी त्या परमतत्त्वाला एक आणि एकच मानलंय. जे लोक दोन मानतात, ते नरकात जातात. हवा एकच आहे, पाणी एकच आहे आणि एकच तेज जे सर्वांच्यात समप्रमाणात सामावलेलं आहे. सर्व घडे एकाच मातीचे बनले आहेत

आणि ते एकाच कुंभाराने निर्माण केले आहेत. मायेच्या पाशात सगळं जग मोहित आहे आणि धनसंपत्ती किंवा सत्ता मिळाल्यामुळे सगळ्यांना अहंकार झालाय. कबीर म्हणतोय, की हे संतबंधूंनो, ऐका. तुम्ही गुरू किंवा ईश्वराच्या चरणी विकले का जात नाही? (त्या ईश्वरात समर्पित का होत नाही?)''

कबीरानं अशी आगळ्यावेगळ्या पद्धतीनं पण तपशीलवार उत्तरं दिली आणि ते दोघे मनात जी शंका घेऊन आले होते, तिचं निरसन तर कबीरानं केलंच, पण त्यांच्या ज्ञानातसुद्धा आणखी भर घातली. कबीरची फजिती करायला आलेले ते दोघे पंडित तोंडात मारल्यासारखे गप्प बसले. आता ना त्यांच्याकडे प्रश्न उरले होते, ना त्यांच्या मनात कोणती शंका. ती दोघं काहीतरी बोलणार, तोच कबीरानं लगेचच पुन्हा सांगितलं, ''अरे भाई,

दोहू कहाँ सो गोहि बतावौ।
बिचिही भरम का भेद लगावौ॥
जोनि उपाइ रची द्वै धरनी, दीन एक बीच भई करनी॥
राँम रहिम जपत सुधि गई, उनि माला उनि तसबी लाई॥
कहै कबीर चेतहु रे भौंदू, बोलन हारा तुरक ना हिंदू॥

''अरे, द्वैत कुठे आहे मला सांगा. दोन आहेत असं सांगून तुम्ही त्यात भेद निर्माण करत आहात. मनुष्ययोनी निर्माण करून त्याने दोन धारणांमध्ये विभागलंय. त्यांचा धर्म तर एकच होता, परंतु त्यांच्यात भेद करणारी आचरणपद्धती वेगवेगळी स्वीकारली गेली. राम-रहीम हा जप करताना त्यांची विचारशक्ती नष्ट झाली. एका संप्रदायाने जपाची माळ घेतली, तर दुसऱ्याने ती तसबीह म्हणून वापरली. कबीर म्हणतो, की मूर्खांनो, जागे व्हा, सावध व्हा. तुमच्यात जी चेतना आहे, जे चैतन्य आहे, ते ना मुसलमान आहे, ना हिंदू.''

त्या दोघांच्या मनोरथावर, शंकांवर कबीरानं हा जणू शेवटचा घाव घातला. आणि ते दोघे समजले. आपण ज्या फुशारक्या मारत होतो, तो मूर्खपणा होता. त्यांना तर असं सांगण्यात आलं होतं, की कबीर अशिक्षित आहे. अडाणी आहे. त्याच्या गावातले बहुतांश लोक असेच अडाणी असल्यामुळे त्यांनी कबीराला डोक्यावर चढवलंय. पण इथे तर काही वेगळंच चित्र होतं. कबीर हिंदू आणि मुस्लीम हे दोन्ही धर्म जणू कोळून प्यायला होता. त्यांच्या मनांतून ही शंका काही जाईना. शेवटी त्यातल्या एका पंडितानं विचारलंच. ''कबीर महाराज, तुमच्या ज्ञानाबद्दल शंका

घेऊन आम्ही इथे तुमच्याशी वाद घालायला आलो. ही आमची चूक झाली. तुमच्या सखोल ज्ञानाबद्दल आमची खात्री पटली आहे. आम्हाला आमच्या ज्ञानाचा गर्व झाला होता. तो तुमच्या ज्ञानसंपन्नतेमुळे उतरला. आता आमच्या एका प्रश्नाचं उत्तर देऊन आम्हाला उपकृत करावंत.''

कबीरानं त्यांचा अहंकार उतरवल्यामुळे आता त्यांची भाषा ही बदलली होती. ते बघून कबीराला बरं वाटलं. ते दोघे ज्ञानी पंडित होतेच. पण ज्ञानासोबत गर्व, अहंकार आला, की ज्ञान लयाला जाते यावर कबीरचा विश्वास होता. प्रसन्न मनानं त्यानं विचारलं, ''बोला पंडितजी! आता काय शंका आहे तुमच्या मनात?'' कबीरचा तो प्रसन्न स्वर ऐकून त्या पंडिताला धीर आला. त्यानं विचारलं, ''कबीर महाराज, आपलं शिक्षण कुठं आणि किती झालंय?'' ते ऐकून कबीर हसला आणि म्हणाला, ''पंडितजी! अहो मी कसला शिक्षण घेतोय? माझं आणि शाळेचं कधी पटलंच नाही.

मसि कागद छुयो नही, कलम गही नहिं हाथ।
चारिऊ जुगन महातम कबीर, मुखहिं जनाई बात॥

''शाई आणि कागदाला मी स्पर्श केलेला नाही. लेखणी तर मी हातातही धरलेली नाही. संस्कार आणि सज्जनांची संगत यातून कबीर शिकला आणि काही विचार सांगू लागला.

मैं जान्यूँ पढिबो भलौ, पढिबा थे भलौं जोग।
राँम नाँम सूँ प्रीति करि, भल-भल नींदौ लोग॥

''मी जाणतो, की शिक्षण घेणं चांगलं आहे, पण या शाब्दिक ज्ञानापेक्षा योगसाधना कितीतरी चांगली आहे. कबीरानं रामनामावरच प्रेम केलंय. भले, लोक त्याला नावं ठेवोत!

कबीर पढिबो दूरि करि, पुस्तक देइ बहाई।
बाँवन अषिर सोधि कर, ररै ममैं चित्त लाई॥

''अशा शाब्दिक शिक्षणाला बाजूला करून पुस्तके नदीत वाहत जाऊ देत. वर्णमालेच्या ५२ अक्षरांत शोधून रकार आणि मकार घेऊन रामालाच चित्तात भरून घ्या.''

आपल्या शिक्षणाबद्दल, साक्षरतेबद्दल सांगतानासुद्धा कबीरानं असे दोहे रचून सांगितलं. ते ऐकून ते दोघे पंडित थक्क झाले. त्यांनी पुढे होऊन कबीरचे पाय धरले. म्हणाले, ''आम्हाला क्षमा करा आणि काही उपदेश करा.'' कबीरानं त्यांना

उठवलं. म्हणाला, ''तुम्ही विद्वान पंडित आहात. मी अडाणी कसला तुम्हाला उपदेश करणार? पण...

जो पै बीज रूप भगवाना।
तौ पंडित का कथिसी गियाना॥
नहीं तन नहीं मन नहीं अहंकार।
नहीं सतरज तम तिनी प्रकार॥
विष अमृत फल फले अनेक।
वेद अरू बोध कहै तरू एक॥
कहै कबीर इहै मन माना।
कहिं धूँ कवन उरझांना॥

''हे पंडितांनो, जर ईश्वर हाच बीजरूप आहे. सगळ्या उत्पत्तीचं मूळ आहे, तर ज्ञानाच्या गोष्टी कशाला करता? मग ना शरीर आहे, ना मन आहे, ना अहंकार. प्रकृतीचे तीन गुण जे सत्त्व, रज, तम तेही नाहीत. ज्ञाता आणि ज्ञेय हा एकच वृक्ष आहे. त्याला मनुष्याच्या कर्मानुसार विषारी किंवा अमृताची फळे लागतात. कबीर म्हणतो, की हा संसार भ्रामक आहे. मनाची कल्पना आहे. यात कोण अडकलंय आणि कोण सुटलंय हा सगळा भ्रम आहे.''

कबीरचा निरोप घेऊन दोघे पंडित निघाले. जाता जाता एकानं विचारलं, ''महाराज, आपण काव्य रचता ती कोणती भाषा आहे?''

याचंही उत्तर कबीरानं दोह्यातच दिलं -

बोली हमारी पूरबी, ताहि ना चीन्हें कोई।
हमरी बोली सो लखै, जो पूरब का होई॥

''माझी भाषा पूरबी आहे, पण त्यात तिचं कोणतंच लक्षण नाही. जो पूर्वेचा असेल, तोच जाणेल की ही पूरबी भाषा आहे.''

कबीरला मनोमन प्रणाम करून ते दोघे पंडित परत गेले, पण जमलेल्या लोकांच्या मुखातून हा प्रसंग सर्वदूर पसरला. कबीरचं श्रेष्ठत्व पुन्हा एकदा तावून-सुलाखून निघालं.

✽

कबीरवाणी...

सारा सूरा बहु मिलें, घाइल मिलै न कोइ।
घाइल कौं घाइल मिलै, तो राम भगति दिन होइ॥

निशाणबाज आणि शूरवीर तर खूप दिसले. पण त्रस्त झालेला कोणी दिसला नाही. त्रस्त झालेल्याला जर तसाच दुसरा त्रस्त झालेला भेटला तर राभ-भक्ती दृढ होईल. म्हणजे असे की, बढाया मारणारे उपदेशकच खूप भेटतात, परंतु खराखुरा विरही साधक मोठ्या सायासाने भेटतो.

१३.

दोन पंडितांशी झालेल्या या चर्चेमुळे कबीरचं नाव सर्वतोपरी प्रसिद्ध झाले. मात्र कबीरची फजिती करण्यासाठी ज्यांनी कारस्थान रचलं होतं, त्यांचा मात्र संताप संताप झाला. काहीही झालं, तरी आपण कबीराला शह देऊ शकत नाही, त्याच्यावर मात करू शकत नाही हे लक्षात येऊन त्यांनी काही दिवस शांत राहायचं ठरवलं. कबीरचं कामकाज मात्र सुरूच होतं. याच दरम्यान कबीरची ईश्वरभक्ती, विश्वास आणि प्रेम किती उत्कट होतं, किती अपरिमित होतं याचं प्रत्यंतर गावकऱ्यांना आलंच, पण या प्रसंगामुळे कबीरची कीर्ती आणखी सर्वदूर पसरली.

झालं असं, की रामनाम जपत जपत कबीर मागावर कापड विणत असे. आठवडाभर कापड विणून तो बाजारच्या दिवशी नेऊन ते विकत असे. त्यात जे काही चार पैसे मिळत, त्यावर कबीर घरातली डाळरोटी भागवत असे. त्यातच त्याला भेटायला, चर्चा करायला, काही विचारायला, सल्ला घ्यायला दूरदूरवरून माणसं येत. त्यांचाही पाहुणचार कबीर त्याच पैशांतून करत असे. त्या दिवशी कबीर असंच तयार झालेलं कापड घेऊन बाजारात गेला. अजून कापडविक्रीला सुरुवातही झाली नव्हती, तोच एक गरीब माणूस त्याच्याजवळ आला. त्याची दशा अगदी

वाईट होती. त्याच्या अंगावर पुरेसं वस्त्रसुद्धा नव्हतं. त्याचा चेहरापण दीनवाणा होता. तो कबीरजवळ आला आणि त्यानं कबीराला विनवणी केली, की त्याला अंगावर घालायला कापड द्यावे. कबीराला त्याची दया आली आणि त्याने अर्धा तागा त्याला दिला. पण तो घेऊन त्यानं पुन्हा विनवणी केली, की घरी पत्नी आणि दोन मुली यांनाही कपडे नाहीत. ते ऐकून त्याची आत्यंतिक दया येऊन कबीरानं विकायला आणलेलं सगळंच कापड त्या गरीब याचकाला देऊन टाकलं. त्याला खूप आनंद झाला. त्यानं समाधान पावून कबीराला आशीर्वाद दिला, ''तुझं मन आणि पोट सदैव भरलेलं राहील!'' असं बोलून तो याचक ते सगळं कापड घेऊन तिथून निघून गेला. आपण सगळं कापड त्या याचकाला दिलं खरं, पण आता विकणार काय आणि घरात बाजारचं सामान कसं भरणार आणि ते भरलं नाही, तर आठवडाभर काय खाणार, हा प्रश्न आता कबीराला भेडसवायला लागला. आता घरी काहीच नेता येणार नाही, या विचारानं त्यांना दडपण आलं. अम्मीनं विचारलं, तर तिला काय उत्तर द्यायचं, या प्रश्नामुळे त्याची घरी जाण्याची हिंमत होईना. त्यामुळे तो बाजारातच एका जागी लपून बसला. आता काय करावं, कुठे जावं, कोणाकडे मदत मागावी हे प्रश्न त्याला सतावू लागले. आणि त्याला एक श्रीरामाशिवाय कोणाचंच नाव आठवेना.

अब मोहिं राँम भरोसा तोरा।
तब काहू का कवन निहोरा॥
जाकै हरिसा ठाकुरू भाई। सो कत अनत पुकारन जाई॥
तिनी लोक जाकै इहि भारा। सो काहे ना करै प्रति पारा॥
कहै कबीर सेवो बनवारी। सींचौ पेड पिबैं सब डारी॥

हे ईश्वरा, आता मला तुझाच सहारा आहे. दुसऱ्या कोणाकडे काही मागून मी कोणाचे उपकार घेऊ इच्छित नाही. ज्याचा स्वामी हा रामासारखा आहे, तो दुसरीकडे मागत का फिरेल? जो आपल्या मस्तकावर त्रैलोक्याचा भार वाहतो, तो भक्ताचं पालनपोषण करणार नाही का? कबीर म्हणतो, की तुम्ही वनमाळी असलेल्या कृष्णाची भक्ती करा. तुम्ही झाडाला पाणी घातलंत, की ते फांद्यांपर्यंत पोहोचतं, त्याचप्रमाणे रामाची भक्ती जगाच्या कानाकोपऱ्यात पोहोचते.

त्या अंधाऱ्या जागी बसून कबीर त्याच्या रामाचा धावा करत होता. तीन दिवस असेच गेले. कबीरच्या घरच्यांनाही कबीर कुठे आहे, कुठे असेल काहीच

पत्ता लागेना. निमानं दोन दिवस उधार-उसनवार करून कशीतरी वेळ भागवली. पण तिसऱ्या दिवशी मात्र कुणाच्या पोटात अन्नाचा कण गेला नाही. भुकेबरोबरच आता निमाला कबीरची काळजी वाटू लागली. 'कुठं गेला असेल हा? कुठं राहिला असेल? हा असा कलंदर स्वभावाचा आहे. पण निदान मला तरी सांगायचं!' निमा विचार करून थकली. तिची काळजीसुद्धा वाढत गेली. आता आज रात्रीपर्यंत तो आला नाही किंवा त्याचा पत्ता लागला नाही, तर आपण चौकीत सांगायचं, असा ती विचार करत असतानाच एक माणूस 'कबीर महाराज इथेच राहतात काय?' असं विचारत तिथे आला. त्याच्यासोबत चार बैलगाड्या होत्या आणि त्या बैलगाड्यांत पोती भरलेली होती. निमाला कळेना की हा कोण माणूस आहे? आणि तो हे सामान घेऊन इथे का आलाय? शिवाय तो आपल्या मुलाची चौकशी का करतोय? तिनं उत्तर दिलं "होय. कबीर इथेच राहतो. पण तुम्ही कोण? आणि हे सामान कुणाचं आहे?"

यावर तो माणूस म्हणाला, "मी राजेसाहेबांचा माणूस आहे. आमच्या महाराजांची आणि कबीरदासांची वाराणसीत भेट झाली. तिथे दोघांची काहीतरी चर्चा झाली. त्यानंतर खूश होऊन आमच्या महाराजांनी कबीरदासांना पुष्कळ धन, हिरे-माणकं, रत्नं देऊ केली; पण कबीरदासांनी ती नाकारली. तेव्हा महाराजांनी हे खाण्यापिण्याचं सामान तुमच्या घरी पोहोचतं करायला सांगितलंय. म्हणून त्यांच्या आज्ञेवरून मी ते घेऊन आलोय." त्या माणसानं असं तपशीलवार उत्तर दिलं.

निमाचा त्यावर विश्वास बसला नाही. कबीर असं कुणाकडून काहीच मागून किंवा फुकट घेणार नाही. याची तिला खात्री होती. तिने पुन्हा विचारलं, "पण तुमच्या महाराजांनी हे सगळं कबीरलाच कशासाठी देऊ केलंय?" तेव्हा तो माणूस म्हणाला, "कबीरदासांनी जे कापड विणून आणलं होतं ना, ते अत्यंत उच्च दर्जाचं होतं. महाराजांना ते फारच पसंत पडलं. त्यांनी आणखी भरपूर कापड विणून देण्याबद्दल कबीरदासांना विनंती केली आणि त्याचा बयाणा म्हणून हे सामान पाठवलंय. कबीरदास थोड्या वेळात येतीलच." असं सांगून ते सामान सगळं तिथे उतरवून ठेवून तो माणूस तिथून निघूनसुद्धा गेला. त्यानं असं सगळं सविस्तर उत्तर आणि माहिती दिल्यावर निमाचा त्यावर विश्वास बसला. तोवर तिथे आसपासचे लोक जमा झाले. ती सामानाची रास बघून सगळ्यांनी आश्चर्यानं तोंडात बोटं घातली. त्यातलाच एक जण ज्यानं कबीराला वाराणसीच्या धर्मशाळेत लपून बसलेलं पाहिलं

होतं, तो लगेचच घोड्यावर बसून वाराणसीला गेला. कबीर त्या धर्मशाळेत रामाचा धावा करीत बसला होता.

क्या मागा। किछु थिर ना रहाई।
देखत नैन चला जग जाई॥
इक लाख पूत सवालख नाती। तिहि रावन घर दिया न बाती॥
लंका सा कोट समुंद सी खाई। तिहि रावन की खबरी न पाई॥
आवत संग ना जान सँगाती। कहा भयौ दरि बाँधे हाथी॥
कहै कबीर अंत की बारी। हाथ झारि जैसे चला जुआरी॥

'मी ईश्वराजवळ प्रापंचिक वस्तू कशाला मागू? सगळं काही जाणार आहे. एक लाख पुत्र आणि सव्वा लाख नातवंडं असलेल्या रावणाच्या घरी दिवा लावणारं कोणी नाही. लंकेसारखा किल्ला, समुद्राप्रमाणे खोली असलेल्या रावणाचं काहीच शिल्लक राहिलं नाही. ना कोणी सोबत येतं, ना काही बरोबर येतं. मग दारात हत्ती बांधलेलं ते वैभव काय कामाचं? कबीर म्हणतो, शेवटी जीव हात झटकून निघून जातो, जसा जुगारी जातो.'

श्रीरामाला अशा पद्धतीनं विनवणी करत कबीर बसला असताना तो घोड्यावरून आलेला माणूस तिथे पोहोचला आणि घराजवळ घडलेली सगळी हकिकत त्यानं कबीराला सांगितली. कबीर ताडकन उठून उभा राहिला आणि त्या माणसाबरोबर घोड्यावरून लगेचच तो घरी परतला. घरी आल्यावर त्यानं अम्मीला सगळी हकिकत विचारली. निमानं त्याला सगळी हकिकत सांगितली आणि जाताना तो माणूस काय म्हणाला तेही सांगितलं. तो माणूस जाताना निमाला सांगून गेला होता, की कबीरदासांना सांगा, त्याचं मन आणि पोट सदैव भरलेलं असेल अशी व्यवस्था केली जाईल. ते ऐकलं आणि कबीर चमकला. हेच वाक्य... हेच वाक्य तो कापड मागणारा माणूस म्हणाला होता. हे आठवलं आणि कबीर नखशिखांत थरारला. तो उमगला. तो कापड मागायला आलेला माणूस आणि इथे सामान घेऊन आलेला माणूस हे दोघेही श्रीरामानेच पाठवलेले होते. हे कबीरच्या लक्षात आलं आणि त्याचे डोळे अश्रूंनी भरले. त्यांतून घळाघळा अश्रू वाहू लागले. हरिप्रसाद धावत तिथे आला होता. कबीरच्या डोळ्यांतून घळाघळा पाणी वाहताना बघून हरिप्रसादने विचारलं, ''कबीरभैय्या, काय झालं? आपल्या डोळ्यांत पाणी? आणि... आणि हे सगळं सामान कुणी आणलं? कसं आणलं?

का आणलं? कबीर भैय्या, हे सगळं काय आहे? याचा अर्थ काय?'' उत्सुकतेनं हरिप्रसाद एकामागोमाग एक प्रश्न विचारत होता. कबीरानं त्याला हातानं थांबवलं. डोळ्यांतून वाहणाऱ्या अश्रूंची धार न पुसता ते म्हणाले, ''हरी, मला समजलंय, की हे सगळं माझ्या रामानं पाठवलंय. माझ्या रामानं. त्यानं या गरीब भक्ताची अडचण जाणली. हरी, अरे दोन-तीन दिवस माझ्या घरात अन्नाचा कण नव्हता. मी विणलेलं कापडही तसंच फुकट देऊन आलो होतो. त्यामुळे मला पैसे मिळाले नव्हते. रिकाम्या हातांनी घरी कसं परतायचं, म्हणून मी घरी न परतता तिथेच वाराणसीत लपून राहिलो. माझे घरचे शोधायला येतील म्हणून मी एका धर्मशाळेत लपून बसलो. पण माझ्या रामानं माझं संकट ओळखलं आणि हे सामान पाठवलं. पण हे सामान माझं नाही. हरी, आपण सगळ्या संत-सज्जनांना भोजनाला बोलावू, म्हणजे श्रीरामाचा हा कृपाप्रसाद सगळ्यांना मिळेल.'' कबीरचं हे बोलणं ऐकून हरिप्रसाद भारावून गेला. तशाच भारावल्या अवस्थेत त्यानं कबीराला विचारलं, ''कबीर भैय्या, मलाही रामाला प्रसन्न करून घ्यायचंय. मी बाबांनाही म्हटलं. तर बाबा म्हणाले, की कबीरदासांनी रामाला प्रसन्न करून घेतलंय. तू त्यांनाच विचार. कबीरभैय्या, राम तुमच्यावर प्रसन्न आहे याची प्रचिती मी आत्ताच पाहिली. मलाही सांगा ना त्यासाठी काय केलं पाहिजे?''

हरिप्रसादनं असं इतक्या उत्सुकतेनं आणि निरागसपणे विचारलं, की त्याच्या प्रश्नाला उत्तर दिल्याशिवाय कबीराला राहवेना.

निरगुन राँम जपहु भाई।
अविगति की गति लखी न जाई॥
चारि बेद अरु सुम्रित पुराँनाँ। नौ व्याकरनाँ मरम न जाँनाँ॥
सेस नाग जाकै गरुड समाँनाँ। चरन कँवल कँवला नहिं जाँनाँ॥
कहै कबीर सो भरमैं नाँही। निज जन बैठे हरि की छाँहीं॥

''हरिप्रसाद, अरे निर्गुण रामाचं नामस्मरण कर. जप कर. निराकार ईश्वराची गती मन आणि वाणीसाठी दुर्लभ आहे. चारी वेद, स्मृती, पुराणं, व्याकरणाचे नऊ सिद्धान्त, त्याचं मर्म जाणू शकले नाहीत. शेषनाग आणि गरुड हे ज्याचे सेवक आहेत, ज्याच्या चरणकमलांचं विषयांत विशेष असं लक्ष्मीसुद्धा जाणत नाही. अशा भगवंताची भक्ती करणारे कधीच मार्ग चुकत नाहीत. (भ्रमित होत नाहीत.)आणि नेहमीच भगवंताच्या आश्रयात राहातात, असं कबीर म्हणतो.''

हरिप्रसादला असं दोह्यांतून समजावून सांगून कबीर पुढे म्हणाला, ''हरी, आपल्याला मिळालेला हा शिधा आपण आपल्यासाठी वापरायचा नाही. या परिसरातले, पंचक्रोशीतले सगळे साधुसंत-ईश्वरभक्त यांना भोजनाला बोलावू. आणि हा शिधा त्या कामी वापरू. आता तुझ्यासारखेच माझे आणखी काही शिष्य झाले आहेत. त्यांना हाताशी धरून ती सगळी व्यवस्था बघ. या शिध्यातून उत्तम रसांचं भोजन बनवू आणि संत-साधू-सज्जनांना भोजन घालू.' कबीरानं आपला विचार हरीला सांगितला आणि त्याला व्यवस्था करायला सांगितली. हरिप्रसादने चार शिष्य मदतीला घेऊन सगळी व्यवस्था केली. उत्तमोत्तम अशी स्वादिष्ट पक्वान्नं बनवली. इतरही सर्व भोजनाची सिद्धता केली. पंचक्रोशीतल्या सगळ्या साधुसंतांना, संत-महंताना, ईश्वरभक्तांना निमंत्रणं पाठवली. कबीरदासांचं आमंत्रण आहे म्हटल्यावर पंचक्रोशीतले सगळे साधुसंत, महंत-बैरागी, ईश्वरभक्त मोठ्या आनंदानं निमंत्रण स्वीकारून भोजनाला हजर राहिले.

कबीरानं आनंदानं सगळ्यांचं स्वागत केलं. आदरातिथ्य केलं. सन्मानानं भोजन वाढलं. कबीरचे हरिप्रसाद आणि इतर शिष्य तर धावपळ करत होतेच, पण कबीर स्वत: जातीनं सगळ्यांना हवं-नको बघत होता. कुणीतरी कबीराला विचारलं, ''कबीर, पंचक्रोशीतल्या साधुसंतांना भोजनाला बोलावलंस! या मागचं कारण काय?'' त्या माणसानं असं विचारल्यावर मात्र कबीरानं झटक्यात उत्तर दिलं.

कोटि कोटि तीरथ करै, कोटि कोटि करू धाम।
जब लग साधु न सेवई, जब लग काचा काम॥

''तुम्ही कोटीकोटी तीर्थांना जा किंवा कोटीकोटी तीर्थांत स्नान करा. जोपर्यंत तुम्ही संत-सज्जनांची, साधूंची सेवा करत नाही, तोवर हे सगळं व्यर्थ आहे.''

हे ऐकून त्या माणसानं पुन्हा विचारलं ''हो! हे सगळं खरं आहे, पण हे जेवण, वस्त्रदान कशासाठी?''

यावर कबीर पुन्हा म्हणाला,

छाजन भोजन प्रीति सो, दीजै साधु बुलाय।
जीवन सहै जगत में, अन्त परम पद पाय॥

''सर्वांनी संत-सज्जनांना आदरानं आमंत्रण द्यावं, ते आल्यावर त्यांना प्रेमानं भोजन व वस्त्रं द्यावीत. असं केल्यानं कार्यात सफलता मिळते व अंतिम क्षणी परमपद प्राप्त होतं. म्हणजे मोक्ष मिळतो. कारण,

साधू दरशन महाफल, कोटि यज्ञ फल लेह।
इक मंदिर को का पडी, नगर शुद्ध करि लेह॥

''संत-सज्जनांच्या, साधूंच्या दर्शनाचं फळ महान आहे. त्यापासून कोटी यज्ञांचं फळ मिळतं. एका मंदिराच्या काय गोष्टी करता? साधुसंतांमुळे सगळं नगरच पवित्र होतं.''

कबीरानं साधुसंतांचा गौरव करणारे असे अनेक दोहे सांगितले आणि विचारणाऱ्यांची तोंडे बंद झाली.

कबीरानं पाहिलं. सर्व साधुसंत आनंदानं त्या उत्तम भोजनाचा आस्वाद घेत होते. त्यांच्या चेहऱ्यांवरून आनंद, तृप्ती, समाधान ओसंडत होतं. या सगळ्या साधुसंतांना कबीरबद्दल आत्यंतिक आदर होता. कबीरचे स्पष्ट विचार, त्याची सडेतोड मतं, त्याच्या रचना, त्याची रामभक्ती, त्याच्या रचनांतून त्याने केलेला उपदेश, श्रीरामांचं त्याच्यावर असलेलं प्रेम, हे सगळं ते साधू पारमार्थिक मार्गातलेच असल्यामुळे उत्तम प्रकारे जाणत होते. कबीरचा निधर्मी तत्त्वाचा आग्रह आणि त्याचा मनुष्यधर्माच्या तत्त्वांचा अंगिकार यांचाही त्या साधुसंतांना आत्यंतिक आदर वाटत असे. कबीरानं आपल्याला जेवायला बोलावलंय म्हटल्यावर त्या सगळ्यांनी अत्यंत आनंदानं त्या निमंत्रणाचा स्वीकार केला. आणि आत्ता ते भोजनाचा आस्वाद घेत होते. भोजनही अत्यंत स्वादिष्ट होतं. काही हवं-नकोची विचारपूस करत कबीर स्वत: जातीनं लक्ष घालत होता. कबीर पंगतीतून हिंडत असताना वाराणसीच्या गंगेच्या घाटावरच्या आश्रमातल्या साधू कैवल्यानंदांनी विचारलं, ''कबीरदास, तुम्ही रामाचे मोठे भक्त आहात. तुमचं परमार्थिक ज्ञान सखोल आहे. पण आजकाल साधुसंतांमध्येही सोंग-ढोंग, केशभूषा, वेषभूषा यांचं अवडंबर माजलं आहे. त्याबद्दल काही सांगाल का?'' कबीरानं कैवल्यानंदांना प्रणाम केला. म्हणाला, ''स्वामी, खरं तर या विषयात माझ्यापेक्षा तुमचा अधिकार मोठा आहे. पण आता तुमचा आदेश मानून मी काही सांगतो.'' असं सांगून कबीर सगळ्यांना उद्देशून म्हणाला, ''संत-साधू-सज्जनहो, स्वामी कैवल्यानंद म्हणाले ते अगदी खरं आहे. पण साधूची किंवा साधुत्वाची खरी ओळख काय आहे,

साधौ भगति भेख तैं न्यारी।
मन पवनां पाचौ बसि कीया तिन या राह सँवारी॥
काय कोट मैं अमर न रहनां कागद का धर कीन्हाँ॥

माला तिलक तिर थौ नहिं कोई परम तत्त नहिं चीन्हाँ॥
गोरखनाथ न मुद्रा पहिरी मस्तक नहीं मुड़ाया॥
ऐसा भगत भया भू ऊपरि गुरपैं राज छुड़ाया॥
ग्रभबास सुमिरन कीन्हाँ सुखदेव कौंन सुमाला॥
कहै कबीर सब भेख भुलाँनाँ मूल छाँडि गहि डाला॥

''सज्जनहो, भक्तीची वेशभूषा वेगळीच असते. साधूच्या वेशातली प्रत्येक व्यक्ती ही भक्त असत नाही. मन, प्राण आणि पाच इंद्रियांवर ज्यांनी विजय मिळवला आहे, त्यांनीच हा मार्ग प्रशस्त केला आहे. देहरूपानं कोणी अमर होत नाही. देह आणि आत्मा यांची संलग्नता शाश्वत राहत नाहीत. हे देहाचं घर कागदाच्या घरासारखं लगेचच फाटून जाणारं आहे. केवळ माळ घालून आणि टिळा लावून कोणाला भवसागर पार करता येत नाही. गोरखनाथांनी ना मुद्रा धारण केली होती, ना मस्तकाचं क्षौर केलं होतं. ते एक असे भक्त पृथ्वीवर निर्माण झाले, ज्यांनी आपल्या गुरूला दुसऱ्याच्या तावडीतून सोडवलं. गर्भवासात शुकदेवानं तप केलं, तिथे कोणती माळ होती? कबीर म्हणतो, की तुम्ही वेषभूषेतच मग्न आहात. तुम्ही मुळाला सोडून फांद्या पकडून त्यातच समाधानी आहात. तेव्हा, हे संतसज्जनहो, वरवरच्या रंगरूपाला जास्त महत्त्व देऊ नका. अंतःकरणाशी जोडलेले राहा! आणि अंतःकरणाने श्रीरामाशी जोडलेले राहा!''

कबीरचं हे सांगणं, त्यानं केलेली शब्दरचना, त्याचं विश्लेषण, त्यातून प्रतीत होणारी त्याची श्रीरामांवरची भक्ती आणि रोखठोक स्पष्टपणे समजावून सांगणं हे परमार्थाचे साधक असलेल्या तिथे जमलेल्या सगळ्याच साधुसंताना आवडलं. त्यातच इतक्या लोकांना भोजन देण्यामागचं कारण जेव्हा त्यांना समजलं, तेव्हा कबीरची निःस्पृहता, निःस्वार्थीपणा, एकंदरीतच प्रपंचाबाबत असलेली त्याची अनासक्ती हे सगळं लोकांना समजलं आणि त्यांच्या मनात असलेली कबीरची प्रतिमा आणखीनच उजळली गेली. आत्तापर्यंत सामान्य माणसांच्या मनात स्थान मिळवलेल्या कबीरानं या प्रसंगामुळे परमार्थिक मार्गाच्या साधकांना आणि सिद्धांनाही आपलंसं केलं. त्यातले काही कबीराला कधीतरी प्रत्यक्ष भेटले होते, तर काहींनी कबीरबद्दल निव्वळ ऐकलं होतं. पण आज प्रत्यक्ष कबीराला भेटून त्याचं वागणं, त्याचं ज्ञान, त्याची मतं, त्याचे विचार हे सगळं ऐकून ते पारमार्थिक सिद्ध पुरुष फारच प्रभावित झाले. भोजन झाल्यावर निरोप घेताना त्या सगळ्यांनी

कबीराला 'कबीरदास' म्हणून संबोधलं. त्याचा जयजयकार केला आणि त्याला प्रणाम करून ते सगळे परतले. आपला कबीर आता कबीरदास म्हणून ओळखले जाणार होते.

साधुसंत सगळे परतले आणि गावातल्या काही स्त्रिया पाठीमागची आवराआवर करायला आल्या. उरलेलं अन्न, उरलेला शिधा कबीरदासांनी त्यांना वाटून टाकला. तिथलं सगळं मागचं काम करून ते उरलेलं अन्न, तो शिधा घेऊन त्या आनंदित होऊन परत निघाल्या. परत जात असताना कबीरदासांना प्रणाम करण्यासाठी त्या त्यांच्याजवळ आल्या. त्या वेळी कबीरदास एक वाढलेलं आणि एका बाजूला कडेला राहिलेलं ताट उचलत होते. कैवल्यानंद स्वामींनी ते ताट नैवेद्य म्हणून, प्रसाद म्हणून ठेवलं होतं. 'ताटातलं अन्न नंतर तुम्ही खा.' असं त्यांनी कबीरदासांना सांगितलं होतं. म्हणूनच ते ताट तसंच एका बाजूला ठेवलेलं होतं. कबीरदासांनी त्या ताटाला मन:पूर्वक नमस्कार केला आणि म्हणाले, ''श्रीराम, तुला नैवेद्य पोहोचला असेल आणि तुझी परवानगी असेल, तर आता मी या ताटातलं अन्न खाईन!' असं म्हणून त्यांनी ते ताट उचललं. मात्र ताट उचलता क्षणी त्यांचे डोळे विस्फारले गेले, शरीरावर रोमांच उभे राहिले. देहाला थरथर सुटली, हृदयाची धडधड वाढली. नैवेद्याचं ते ताट आपल्या हातातून पडतंय की काय असं त्यांना वाटू लागलं. आपण जे बघतोय ते खरं आहे की आभास? किंवा आपल्याला जे दिसतंय ते सत्य आहे की स्वप्न याचा त्यांना उलगडा होईना. भारावून गेलेल्या कबीरदासांच्या डोळ्यांतून घळाघळा अश्रू वाहायला लागले. ते पुसण्याचं, स्वत:ला सावरण्याचंही भान त्यांना राहिलं नाही. विविध अन्नपदार्थांनी भरलेलं ते नैवेद्याचं ताट तसंच हातात धरून त्यांची जणू भावसमाधी लागली. ताट उचललेल्या जागेकडे ते डोळे विस्फारून बघू लागले. गोमयानं सारवलेली ती जागा, जिथं ते नैवेद्याचं ताट ठेवलं होतं, त्या जागेवर स्वस्तिक चिन्हांकित दोन पावलांची आकृती उमटली होती. स्वस्तिक चिन्हांकित पाऊलांच्या दोन मुद्रा तिथे अगदी ठळकपणे उमटल्या होत्या. स्वस्तिक चिन्हांकित पावलांचे ते ठसे बघितले आणि नखशिखांत शहारलेल्या कबीरदासांनी ओळखलं, 'श्रीराम इथे येऊन गेले!'

कबीरदासांच्या आनंदाला आकाश ठेंगणं झालं. हातातलं ताट बाजूला ठेवून त्यांनी त्या पावलांच्या ठशांसमोर मस्तक टेकवलं. डोळ्यांतून घळाघळा वाहणाऱ्या अश्रूंनी जणू त्या पावलांवर अभिषेक केला. कितीतरी वेळ ते तसेच

मस्तक टेकवून बसले होते. कितीतरी वेळ त्यांचं अंग गदगदत होतं. कितीतरी वेळ त्यांचं भान हरपलं होतं. ते भानावर आले ते निमाच्या हाकेनं. निमा हाक मारत होती, ''कबीर बेटा! या बायका निघाल्यायत. तुला नमस्कार करायला आल्यात.'' कबीरदास भानावर आले. सावध झाले. उठून त्या स्त्रियांना सामोरे गेले. मात्र त्यांच्या चेहऱ्यावरून ओसंडणारा आनंद त्यांच्या अश्रूंतून ओघळत होता. त्याच आनंदात त्या स्त्रियांना ते म्हणाले,

दुलहिनी गावहु मंगलचार,
हम घरि आये हो राजा राम भरतार॥
तन रति करि मैं मन रति करि हौ पंचतत बराती।
रामदेव मोरै पाहूनैं आएं, मैं जोबत मैं माती॥
सरीर सरोवर बेदी करि हौ, ब्रह्मा बेद उचारा।
रामदेव संग भाँवरि लैहों, धनि धनि भाग हमारा॥
सुर तैतिसौं कौतिग आए, मुनिवर सहस अठासी।
कहै कबीर हंम ब्याहि चले हैं, पुरिष एक अबिनासी॥

''हे सुहासिनी स्त्रियांनो, मंगल गीताचं गान करा. माझ्या घरी राजा राम जणू नवरा (वर) बनून आलेत. पाच तत्त्वं वऱ्हाडी बनून त्यांच्यासोबत आली आहेत. मी आत्मारूपी वधू बनून त्यांच्या तनमनांवर प्रेम करेन. राम माझ्या घरी अतिथी बनून आले आहेत. मी आत्मारूपी वधू चिरतरुण असून पतिरूपात त्यांचं स्वागत करेन. देहरूपी सरोवराजवळ यज्ञवेदी बनवेन. साक्षात ब्रह्मदेव वेदमंत्र उच्चारतील. श्रीरामासोबत माझा आत्मा वधुरूपात सप्तपदी चालेल. आज माझ्या आत्म्याचं भाग्य उदयाला आलंय. या विवाहसोहळ्याचं कौतुक करण्यासाठी तेहतीस कोटी देव आणि अठ्ठावीस हजार श्रेष्ठ मुनी आले आहेत. कबीर म्हणतो आहे की, माझा आत्मा वधुरूपात त्या अविनाशी रामाशी विवाह करून सासरी निघालाय.''

बेभान होऊन कबीरदास गात होते. गाता गाता ते नाचतही होते. त्यांच्या प्रत्येक शब्दातून आणि प्रत्येक पदन्यासातून त्यांचा आनंद प्रतीत होत होता. 'आपण रामाची भक्ती करतो, रामाला आपला मानतो, पण राम आपल्याला आपला मानतो का?' इतकी वर्षं छळणाऱ्या या प्रश्नाचं उत्तर त्यांना मिळालं होतं. ती उमटलेली पावलं राम त्यांनाही आपलं मानतो याच गोष्टीची ग्वाही देत होती. कबीरदासांना त्या प्रश्नाचं उत्तर मिळालं होतं. ते रामासोबत होतेच. पण रामही त्यांच्यासोबत

होता याचं प्रत्यंतर या दोन प्रसंगांनी त्यांना दिलं होतं. कबीरदास धन्य झाले होते. कृतार्थ झाले होते. आनंदानं बेभान झाले होते. शेवटी नाचून ते थकले. त्या स्त्रिया कधीच निघून गेल्या होत्या. थकलेल्या कबीरदासांना निमानं थांबवलं. हाताला धरून खाली बसवलं. विचारलं ''कबीर बेटा, काय झालं?'' कबीरदास प्रसन्न होते. त्याच मन:स्थितीत त्यांनी उत्तर दिलं -

मन लागा उन मन सौ, उन मन मनहि बिलग।
लूण बिलगा पाणिणां, पांणी लूण बिलग॥

''अम्मी, माझं मन संसारातून विरक्त होऊन उन्मनी अवस्थेत गेलंय आणि ही उन्मनी अवस्था माझा मनात पूर्ण भरून राहिली आहे. आता माझं मन त्या ब्रह्मासोबत असं एकरूप झालंय, जसं पाणी आणि मीठ एकरूप होतात.''

कबीरदासांचं हे बोलणं ऐकून निरू मात्र त्यांच्याकडे बघत राहिली... आश्चर्यानं.

✻

कबीरवाणी...

हम घर जाला आपना, लिए मुराड़ा हाथि।
अब घर जालौं तास का, जो चलै हमारे साथि॥

मशाल हातात घेऊन मी माझे घर जाळून टाकले. माझ्याबरोबर जो कोणी आता येईल त्याचेही घर आता जाळून टाकणार आहे! तात्पर्य, धनदौलत राखून ठेवण्याची वृत्ती आदर्श भक्ताने सोडून दिली पाहिजे.

१४.

कबीरदासांच्या घरी घडलेला हा जेवणावळीचा प्रसंग अवघ्या पंचक्रोशीत पसरला. समाजातली, विशेषत: हिंदू आणि मुस्लीम दोन्ही समाजांतली कबीरदासांची वाढलेली प्रतिष्ठा, त्याला दिलं जाणारं महत्त्व, त्यांचा झेलला जाणारा शब्द, त्यांच्या रचनांचं होणारं कौतुक, त्यांची नि:स्पृहता, त्यांची उदाहरणं, त्यांची दानशूरता आणि या सगळ्या पार्श्वभूमीवर त्यांच्या घरी भोजनासाठी जमलेले पंचक्रोशीतले साधुसंत या सगळ्याचा प्रचंड बोलबाला पंचक्रोशीत झाला. कबीरदासांची कीर्ती वाढली. नुसतीच वाढली नाही, तर ती दिवसेंदिवस वाढू लागली आणि ही वाढणारी कीर्ती अनेकांच्या डोळ्यांत खुपू लागली. ते कबीरदासांना गावातून हाकलून देण्याचे बेत आखू लागले. विशेष म्हणजे ज्यांच्या ज्यांच्या डोळ्यांत कबीरदासांची ही कीर्ती खुपत होती, त्यांत हिंदू आणि मुसलमान या दोन्ही धर्मांचे लोक होते. लोक म्हणण्यापेक्षा हिंदू आणि मुसलमान या दोन्ही धर्मांतले धर्ममार्तंड, पंडित, आचार्य, धर्मगुरू, काजी, मुल्ला, मशिदीतले धर्मगुरू हे सगळे जण यात होते. विशेष म्हणजे कबीरदासांना गावातून हाकलून देण्याबाबत या सगळ्यांचं एकमत झालेलं होतं आणि सगळ्यांनी मिळून या ना त्या प्रकारे कबीरदासांना गावाबाहेर काढण्याची योजना तडीस न्यायचीच असा

निश्चय केला. या सगळ्यापासून अनभिज्ञ असलेले कबीरदास मात्र आपल्या दैनंदिन कार्यक्रमात व्यग्र होते. दरम्यान या सगळ्या धर्ममार्तंडांना संताप देणारी आणखी एक घटना घडली आणि त्यांच्या संतापात भर पडली. आगीत जणू तेल ओतलं गेलं.

कबीरदास एकदा असेच चौकात बसले असताना नेहमीप्रमाणे त्यांच्याभोवती काही लोक जमले. कबीरदासांनी नेहमीप्रमाणे त्यांच्याशी संवाद साधायला सुरुवात केली. लोक शंका विचारत होते. कबीरदास त्यांच्या प्रश्नांची उत्तरं देत होते. लोकांना अनेक प्रकारच्या शंका येत होत्या. प्रापंचिक, पारमार्थिक, आध्यात्मिक, धर्मविषयक, वर्तणुकीबाबत, समाजसुधारणेविषयी, संसाराविषयी, पाप-पुण्याविषयी अशा अनेक प्रकारच्या शंका त्यांना असत. त्यांच्या डोळ्यांसमोर लहानाचे मोठे झालेले कबीरदास त्यांना आपलेच वाटत आणि निःसंकोचपणे ते आपल्या मनातल्या शंका, प्रश्न, अडचणी कबीरदासांना विचारत. कबीरदासही त्यांना पटतील, रुचतील, समजतील अशी त्यांच्या प्रश्नांची, शंकांची उत्तरं देत असत. त्या दिवशी असं घडलं, की शरीफचाचा आजारी पडले होते. त्यांच्या अंगात भरपूर ताप होता. ते निजून राहिले होते. कबीरदास त्यांना बघण्यासाठी त्यांच्या घरी गेले. त्याच वेळी काजी मीर महमद तिथे आले होते. शरीफचाचांना बरं वाटावं म्हणून ते कलमा वाचायला आले होते. कलमा वाचून झाल्यावर ते शरीफचाचांना म्हणाले, ''शरीफचाचा, माना की तुम्हे बुखार है, लेकिन फिर भी तुम्हे उठकर नमाज पढ़ना चाहिए। तुम पंचबारी नमाजी हो। तुम नमाज नहीं पढोगे तो ठीक कैसे हो जाओगे? तुमपर खुदा रहम कैसे करेगा?'' काजींचं ते बोलणं ऐकून शरीफचाचांना वाईट वाटलं. ते काही बोलणार तोच कबीरदास म्हणाले, ''मीरसाहब, तुमचा खुदा तुमच्यावर रहम करेल काय?

जोरी करि जिबह करै, कहते है जे हलाल।
जब दफ्तर देखेगा दई, तब रहेगा कौपा हवाल॥

''काझी, आप बलपूर्वक जीव की हत्या करते हो और उसे हलाल मानते हो। जब अल्ला दफ्तर देखेगा (पापकर्मों का हिसाब देखेगा) तब आपकी क्या दशा होगी? कहिए, काजीसाहब. बात सच या झूठ?'' कबीरदासांनी काजींना असं विचारल्यावर ते संतापाने लाल झाले. ''तुमसे तो बात करना भी बेवकूफी है।'' असं म्हणत ते तिथून निघून गेले. ते तिथून निघून गेले, ते संतापाने चडफडत. जाता जाता ते मनाशी निश्चय करत गेले, की या बेमुर्वत कबीराला चांगला धडा शिकवायचा. मात्र त्यांच्या मनातले हे विचार ओळखूनही कबीरदास शरीफचाचांना म्हणाले,

"चाचा, तुम्ही या काजीकडे लक्ष देऊ नका. तुमचं शरीर आणि मन स्वस्थ असेल, तरच तुम्ही सच्ची भक्ती, सच्ची बंदगी करू शकता.

यहु सब झूठी बंदगी, बरियाँ पंच निवाज।
साचै मारै झूठ पढ़ि, काजी करै अकाज॥

"शरीफचाचा, काजीनं सांगितलंय त्याप्रमाणे पाच वेळा नमाज अदा करणं ही व्यर्थ भक्ती करण्यासारखं आहे. तो अशी नमाज अदा करतो. तीही खोटेपणानं. आणि हत्या करतो खऱ्या जीवाची, सजीवाची. म्हणजे सत्याची. म्हणूनच त्याचं हे नमाज अदा करणं व्यर्थ आहे. शरीफचाचा,

कबीर काजी स्वादि बसि, ब्रह्म हतै तब दोइ।
चढि मसीती एकै कहै, दरि क्यूं साचा होई॥

"काजी जेव्हा स्वादिष्ट भोजनासाठी सजीवाची हत्या करतो, तेव्हा तो त्या सजीवात अंश असलेल्या ईश्वराची हत्या करतो. तेव्हा त्याच्या मनात तो जीव वेगळा आणि ईश्वर वेगळा असा द्वैत भाव राहतो आणि मशिदीत गेल्यावर मात्र अल्ला एकच आहे आणि तो सर्वत्र भरलेला आहे अशी घोषणा करतो. असं खोटं बोलणारा काजी परलोकांत ईश्वरासमोर खरा कसा ठरेल?"

आजारी असलेल्या शरीफचाचांना अशी सांत्वना देऊन कबीरदास तिथून बाहेर पडले, तेव्हा अल्लाच्या बंदगीबद्दल शरीफचाचांची मतं पूर्ण बदलून गेली होती. दुसऱ्या दिवशी संध्याकाळची गोष्ट. कबीरदास नेहमीप्रमाणे चौकात बसले होते. भोवती पंधरा-वीस लोक होते. त्यातल्या काहींनी कबीरदासांना गुरू मानलं होतं. ते स्वतःला कबीरदासांचे शिष्य म्हणवत होते. धर्म या विषयावर चर्चा चालली होती. अचानक काजी मीर महमद तिथे आले. त्यांच्या मनात आदल्या दिवशीचा राग धुमसत होताच. आल्या आल्या ते म्हणाले, "कबीर, ना तू हिंदू आहेस, ना मुस्लीम. मग नमाज, आयता, कलमा यांबद्दल बोलायचा तुला काय अधिकार आहे? तू स्वतःला या लोकांचा गुरू म्हणवतोस. गुरू म्हणजे काय हे तुला माहीत तरी आहे का? असं वागताना तुला लाज, शरम कशी वाटत नाही? मी मीर महमद काजी गेली कित्येक वर्षं अल्लाची सेवा करतोय. लोकांना सन्मार्ग दाखवतोय! मला शहाणपण शिकवणारा तू कोण? तू कसला गुरू? गुरू के नाम पे तू धब्बा है।" काजी अद्वातद्वा बोलत होते. कबीरदासांवर अक्षरशः तोंडसुख घेत होते. आग पाखडत होते. त्यांचं सगळं ऐकत कबीरदास शांत बसले होते. शेवटी

बोलून बोलून काजींना धाप लागली. मोठमोठ्याने श्वास टाकत ते उभे राहिले. लोक कबीरदासांकडे अपेक्षेनं बघत होते. कबीरदास काय उत्तर देतात याची सगळ्यांना उत्सुकता लागून राहिली. काजीच्या आरडाओरडा करण्यानं आणि शिवीगाळ करण्यानं तिथे आणखी पाच-पंचवीस लोक जमले. मात्र आता कबीरदास काय बोलतात याची सगळ्यांना उत्सुकता लागून राहिली होती. ती सगळ्यांच्या चेहऱ्यावरून दिसत होती. काजी पुन्हा किंचाळून काही बोलणार तोच कबीरदास ताडकन म्हणाले, ''निष्पाप जीवोंकी हत्या अपने स्वाद के लिए करनेवाले गुरू की, बंदगी की बात कर रहे है! मुके प्राणी मारून कोणता सन्मार्ग दाखवता येतो, काजीसाहेब? गुरू काय असतो मला माहीत आहे. गुरू ज्ञान देतो आणि विज्ञान शिकवतो, अंधश्रद्धा नाही. गुरू अर्थ सांगतो आणि परमार्थही सांगतो, स्वार्थ नाही. गुरू सन्मार्ग दाखवतो आणि सन्मार्गाकडे जाण्याचा मार्गही सांगतो. चुकीचा मार्ग सांगत नाही. गुरू अध्यात्म आणि व्यवहार यांची सांगड घालतो. भोंदूपणा शिकवत नाही. गुरू देव म्हणजे काय ते सांगतो आणि देवाला प्रसन्न करण्याचा रस्ताही दाखवतो. काजीसाहेब, देव तर श्रेष्ठ आहेच आहे, पण देवाचं दर्शन घडवणारा गुरूसुद्धा देवाइतकाच श्रेष्ठ आहे. कारण, मला विचाराल तर...

गुरु गोबिंद दोऊ खडै, काके लागू पाय।
बलिहारी गुरु अपणि, गोबिंद दिये बलाय॥

''गुरु आणि ईश्वर, दोघे समोर उभे आहेत, तर कोणाचे पाय धरावे? गुरूचे पाय धरावे. कारण गुरूच आपल्याला ईश्वरापर्यंत घेऊन जातो. काजीसाहेब, गुरू असा असतो. मशिदीवर चढून बांग दिली किंवा पाच वेळा नमाज वाचली, म्हणून कोणी गुरू होत नाही. ज्याला उठायला येत नाही, अशा आजारी माणसाला उठून पाच वेळा नमाज वाचण्याचा उपदेश करणारा गुरू नसतो. ज्या तोंडानं देवाचं नाव घ्यायचं, त्याच तोंडानं चौकात येऊन शिवीगाळीची भाषा बोलणारा लोकांना कोणता सन्मार्ग दाखवणार? असा गुरू नसतोच नसतो. गुरूची योग्यता फार मोठी असते, काजीसाहेब. फार मोठी. साक्षात ईश्वराएवढी.

गुरू गोबिंद तो एक है, दूजा यहू आकार।
आपा मेट जीवत् मरै, तो पावै करतार॥

''असा असतो गुरू! काजीसाहेब, गुरू आणि ईश्वर दोन्ही एकच आहेत. फक्त रूप, आकार भिन्न आहेत. जो शिष्य स्वतःचं वेगळं अस्तित्व विसरून गुरुचरणी

लीन होतो, त्याला ईश्वर भेटतो. असा आहे गुरूचा महिमा! ओरडून बांग दिल्यानेच ती ईश्वराला ऐकायला जाते, असं नाही. ईश्वर काही बहिरा नाही. अल्लाही बहिरा नाही. आणि ओरडून, अद्वातद्वा बोलण्यानं आपलं बोलणं सत्य ठरतं असंही नाही.''

स्पष्ट बोलून कबीरदासांनी काजींच्या जणू वर्मावर बोट ठेवलं. लोकांचाही कल कबीरदासांकडे आहे हे बघून काजींनी तिथून काढता पाय घेतला. लोकांनी कबीरदासांचा जयजयकार केला. काजींसोबत झालेल्या या सवालजबाबाची चर्चा नंतर सगळीकडे पसरली. मात्र याचा जसा मुस्लीम धर्मगुरूंना संताप आला, तसाच हिंदू पंडितानाही आला. कारण कबीरदास आता कुणाचीच भीड बाळगत नव्हते, हे सिद्ध झालं. त्यातच गावातल्या धर्मपंडितांना भोजनाला न बोलवता कबीरदासांनी दूरदूरच्या शूद्र-अतिशूद्रांना भोजनाला बोलावलं या गोष्टीचा पंडितांना राग होताच. त्यातच आता काजींनाही त्यांनी नामोहरम केलंय म्हटल्यावर ते आपली पत्रास ठेवणार नाहीत हेही दिसतच होतं. त्यामुळे या कबीरदासांचं काय करायचं याबद्दल त्या शास्त्री-पंडितांच्यात खल चालला होता. सर्वानुमते असं ठरलं, की आधी पुन्हा एकदा कबीरदासांशी चर्चा करून त्यांना समज द्यायची आणि तरीही त्यांनी ऐकलं नाही, तर त्यांना शिक्षा करायची. असं सर्वानुमते ठरल्यावर सोमेश्वर पंडित आणि नागेश्वर पंडित हे दोघे कबीरदासांची भेट घ्यायला, त्यांच्याशी चर्चा करायला आणि त्यांना समज द्यायला जाणार असं ठरलं. त्याप्रमाणे एके दिवशी ते दोघे कबीरदासांना भेटायला गेले.

ते भेटायला आले, तेव्हा कबीरदास मागावर कापड विणत होते. हातानं माग चालवत होते, तर तोंडानं रामनामाचा जप चालला होता. जप करता करता मध्येच ते रामाशी बोलतही होते. त्याला विचारत होते -

राँम मोहि तारि कहाँ ले जहूहौ।
सो बैकुंठ कहौ धौं कैसा करि पसाऊ मोहिं दहूं हौ॥
जऊ तुम मोकौं दूरि करत हौ तौ मोहिं मुकति बतावहु।
एकमेक रमि रह्यौ सभनि मै तो काहे भरमावहु॥
तारन तरनु तबै लगि कहिए जब लगि तत्त न जाँना।
एक राम देखा सबहिन मै कहै कबीर मन माँना॥

''हे रामा! माझा उद्धार करून तू मला कुठे घेऊन जाणार आहेस? तू कृपेचा वर्षाव करून मला जो वैकुंठ लोक देणार आहेस, तो सांग तरी कसा आहे. किंवा जर तू

मला दूर लोटू इच्छितोस, तर मग मला मुक्ती तरी दाखव. जर तू सर्व वस्तूंशी एकरूप होऊन रममाण झाला आहेस, तर मग मला का बरे भ्रमात पाडतोयस? जोवर ज्ञान होत नाही, तोवर तरण्या-तारण्याच्या गोष्टी आपण लोकांना सांगत असतो. कबीर म्हणतो, मी तर एका रामालाच सर्वत्र पाहिलंय आणि मनामध्ये त्याची खूणही पटलीय.''

ते दोघे पंडित जेव्हा तिथे पोहोचले, तेव्हा कबीरदासांचा रामाशी असा संवाद चालला होता. एकीकडे हात कापड विणण्याचं काम करत होते, तर दुसरीकडे तोंडाने मधूनच रामाचा जप, मधूनच एखादं पद, एखादी साखी रचून ते म्हणत होते. त्या पदातून रामासोबत संवाद असे. तर साखींमधून जीवनाचं तत्त्वज्ञान. या सगळ्यात कबीरदास अगदी शांत रंगून गेले होते. इतके की, हे दोघे पंडित दारात येऊन उभे राहिले तरी त्यांना समजले नाही.

''आम्ही आत येऊ का?'' रामेश्वर शास्त्रींनी विचारलं. त्यांनी आवाज दिल्यावर कबीरदासांचं त्यांच्याकडे लक्ष गेलं. दाराशी दोन पंडित उभे आहेत, हे बघून कबीरदासांनी काम थांबवलं. बसायला घेतलेल्या चौपाईवरून ते उठले आणि पुढं येऊन त्यांनी दोघांचं स्वागत केलं. दोघे आत आले. कबीरदासांचं घर साधं कौलारू होतं. लोकांच्या कल्याणाच्या गोष्टी करणारा आणि स्वतःला रामभक्त म्हणवणारा हा अवलिया झोपडीवजा घरात राहत होता. देवकृपेनं आपल्याला मिळालेलं धन-धान्य-शिधा गरीबांना, अस्पृश्यांना वाटून टाकत होता. याला मूर्ख म्हणायचा की दानशूर, असा प्रश्न त्या दोघांना पडला होता. ते काही बोलणार तोच कबीरदास म्हणाले, ''पंडितजी, आपण दोघांनी या अज्ञानी गरीबाकडे कसं येणं केलंत?''

त्यांचा प्रश्न ऐकून सोमेश्वर पंडित म्हणाले, ''कबीरदास, आम्ही तुला तुझ्या एका कृत्याचा जाब विचारायला आलोय. तू आम्हा गावातल्या विद्वान पंडितांना डावलून परवा जे काही अन्नदान केलंस, त्याचा जाब तुला विचारायचाय. तुला हे अन्नदान, धान्यदान करताना गावातले कुणी संत-साधू-याचक, गरीब-विद्वान दिसले नाहीत, जे तू पंचक्रोशीतल्या अस्पृश्यांना आणि साधू-बैराग्यांना बोलावून ते अन्नदान केलंस? हा गावातल्या लोकांचा तू केलेला विश्वासघात आहे. ज्या गावात तू लहानाचा मोठा झालास, त्या गावासाठी काही करावं असं तुला वाटलं नाही? तुझं हे वर्तन चुकीचं आहे. त्यासाठी तू शिक्षेला पात्र आहेस. अशा पद्धतीनं गावाचा आणि गावकऱ्यांचा विश्वासघात करून तू इथे मागावर कापड विणत बसलायस. तुला धर्मशास्त्राची भीती नाही. तुला समाजाची भीती नाही. तू लोकांना शहाणपण

शिकवत हिंडत असतोस. जीवन म्हणजे काय तुला माहीत आहे काय? आणि मृत्यू म्हणजे मरण तरी काय आहे, हे तू जाणतोस तरी काय? त्यासाठी धर्मशास्त्राचं ज्ञान असावं लागतं. तरच या सगळ्यांचा अर्थ समजतो.'' सोमेश्वर पंडित मोठ्या आढ्यतेनं म्हणाले. रामेश्वर पंडितांनी त्यांच्या बोलण्याला दुजोरा दिला. आपण धर्मशास्त्राच्या गोष्टी सांगून कबीराला निरुत्तर केलं, असं वाटून ते दोघे पंडित मोठ्या गर्वाने भोवती जमलेल्या लोकांकडे बघू लागले. कबीरदासांच्या घरी दोन पंडित आले आहेत, असं बघितल्यावर आता इथे काहीतरी होणार असा तर्क करून लोक जमलेच होती. त्यामुळे आपसूकच त्या दोन पंडितांना आपल्या ज्ञानाचं प्रदर्शन करता आलं आणि कबीरदासांच्या चुका गर्वाने मांडता आल्या.

पंडितांचं हे बोलणं ऐकून कबीरदास काही क्षण गप्प बसले. मग म्हणाले, ''पंडितजी, मी तुमच्याएवढा ज्ञानी नाही; पण मरणाबद्दल म्हणाल, तर मी इतकंच जाणतो की,

ज्यौ कोरी रेजा बुनैं, नेरा आवै छोरि।
ऐसा लेखा मीच का, दौरि सके तो दौरि॥

''ज्याप्रमाणे विणकर विणत असताना कपड्याचं दुसरं टोक जवळ येत जातं, त्याप्रमाणे मरणाचा हिशोब असतो. यापासून बचाव करण्यासाठी धावू शकत असशील तर धाव.

जीवन तैं मरिबौ भलौ, जौ मरि जानैं कोई।
मरनै पहिले जो मरैं तौ कलि अजरावर होई॥

''जगण्यापेक्षा मरणं चांगलं, पण मरणं काय ते कोणी जाणत असेल तरच! मृत्यूपूर्वी जो आपलं मन निर्विकार करतो, जीवन्मुख होतो, तोच या कलियुगात अजरामर ठरतो.

''तेव्हा, पंडितजी, जीवन आणि मरण या दोन्हींविषयी मी जाणतोच, पण परमार्थही मी थोडा जाणतो. परमात्म्याविषयी माझी जी मतं आहेत, ती ठाम आहेत.

नाँ सो आवै नाँ सो जाई, ताके बंधू, पिता नहीं माई॥
चार बिचार कछु नहीं वाके, उनमनि लागि रहौ जाजें ताकै॥
को है आदि कवन का कहिए, कवन रहनि वाका है रहिए॥
कहै कबीर बिचारि करि, जिनि को खोजै दूरी।
ध्यान धरौ मन सुधि करि, राम रहया भरपूरी॥

''परमात्मा ना येतो, ना जातो. ना त्याचा कोणी बंधू आहे, ना पिता, ना माता. त्यांच्याजवळ कोणताही आचार-विचार नाही. तो उन्मनी अवस्थेत राहूनच विश्वाकडे पाहतो. कोण आदि आहे, त्याच्याविषयी कोण काय बोलू शकतो? यम-नियमांनी आणि आचरणांनी त्याचाच जीव जाऊ शकतो. या सर्व गोष्टींचा विचार करून कबीर म्हणतो, की त्याला तुम्ही दुसरीकडे शोधू नका. मनातच ध्यान धरून त्याचं नामस्मरण करा. राम हा सगळ्या विश्वात व्यापक रूपात आहे.

''तेव्हा माझं ज्ञान तुमच्याएवढं अगाध नसलं, तरी मी अज्ञानी किंवा अडाणी नाही. धर्मशास्त्राचा थोडाबहुत अभ्यास मीही केलाय. वेद-पुराणं मलाही माहीत आहेत. कुराण मी वाचलंय. गीतेचंही अध्ययन मी केलंय. मात्र माझं ज्ञान, माझी बुद्धी, माझे विचार, माझी शक्ती हे सगळं मी त्या ईश्वराच्या, म्हणजे रामाच्या चरणी अर्पण केलंय. माझं असं सांगणं आहे, की पंडितजी, तुम्हीसुद्धा तसंच करा. तुम्ही प्रपंचात गुंतलेले आहात. तुमच्या ज्ञानाचा उपयोग तुम्ही प्रापंचिक गोष्टींसाठी करताहात.

पंडिता मन रंजिता, भगति हेत ल्यौ लादू रे।
प्रेम प्रीति गोपाल भजि नर और कारण जादू रे॥
दाम छै पणि काँम नाँहि, ग्यान छै पणि धंध रे।
श्रवण छै पणि सुरति नाँही, नैन छै पणि अंधरे॥
जाकें नाभि पदम सूँ उदित ब्रह्मा, चरन गंग तरंग रे।
कहै कबीर हरि भगति बाँछू, जगत गुर गोब्यंद रे॥

''हे प्रपंचात गुंतलेल्या पंडितांनो, ईश्वराच्या भक्तीत लीन व्हा. प्रेमानं आणि भक्तीनं गोपालाचं भजन करा. इतर साधनं व्यर्थ समजा. तुमच्याकडे धन आहे, पण तुम्ही त्याचा योग्य उपयोग करत नाही. तुमच्याजवळ ज्ञान आहे, पण तुम्ही प्रपंचात अडकलेले आहात. तुमच्याकडे कान आहेत, पण ईश्वराचं गुणवर्णन ऐकण्याची वृत्ती नाही. डोळे आहेत, पण त्यात ईश्वराच्या दर्शनाची आस नाही. म्हणून तुम्ही आंधळे आहात. ज्याच्या नाभिकमलातून ब्रह्माची उत्पत्ती होते आणि ज्याच्या पावलाजवळून गंगा वाहते, त्या हरीची भक्ती करण्याची मी इच्छा करतो. कारण गोविंद हाच सर्व जगताचा स्वामी आहे. तेव्हा, पंडितांनो, हा वाद, हे मिथ्या भांडण सोडा आणि तुम्ही ईश्वरभक्तीत मग्न व्हा. म्हणजे हे मानापमानाचे क्लेश तुम्हाला होणार नाहीत.''

कबीरदासांचं हे बोलणं, त्यांचं पारमार्थिक ज्ञान, त्यांनी पदं रचून त्यांचं केलेलं समर्थन, त्या पदांची उत्कृष्ट रचना हे सगळं पंडितांचं ज्ञान दिपवणारं होतं खरं; पण अहंकारात बुडलेल्या पंडितांनी ते मान्य केलं नाही आणि कबीरदासांनी गावातील धर्ममार्तंडांना, साधुसंतांना डावललं हीच आपली भूमिका त्यांनी कायम ठेवली. एवढंच नव्हे, तर कबीरदासांना काही तरी शिक्षा व्हायला हवी, या मतावर ते ठाम राहिले. धर्ममार्तंडांकडे जाऊन त्यांनी हेच मत नोंदवलं. जाताजाताही त्यांनी कबीरदासांना धमकी तर दिलीच, पण सज्जड दमही भरला. त्यांच्या या कृत्याबद्दल त्यांना काहीतरी जबर शिक्षा केली जाईल, असंही ते जाताजाता बोलले. एवढंच नव्हे, तर कदाचित धर्ममार्तंड या कृत्याबद्दल त्यांचं नाक-कान कापण्याची किंवा हातपाय तोडण्याचीही शिक्षा सुनावतील किंवा गाव सोडायला लागेल, असंही त्यांनी कबीरदासांना सांगितलं. कबीरदास चिंतेत पडले. गावातल्या या धर्ममार्तंडांचा इतका क्षोभ त्यांना परवडणारा नव्हता. याच गावात त्यांना राहायचं होतं, दिवस काढायचे होते. धर्मभेद, जातिभेद, वर्णभेद यांच्या ते कितीही विरोधात असले, तरी त्या विचारापायी हातपाय तोडून घेण्याची त्यांची तयारी नव्हती. ते जसजसा या गोष्टीचा विचार करत गेले, तसतसे त्यांना चिंतेसोबत किंचित भयही वाटू लागलं. आणि त्यांनी रामाचा धावा करायला सुरुवात केली.

राखि लेहु हम तैं बिगरी।
सील धरम जप भगति न कीन्हीं हौ अभिमान टेढ़ पगरी॥
अमर जाँनि संची यह काया सो मिथ्या काँची गगरी।
जिहिं निवाज साज सब कीन्हें तिनहिं बिसारी और लगरी॥
संधिक साध कबहूँ नहिं भेट्यौ सरनि परै जिनकी पगरी।
कहै कबीर इक बिनती सुनिए मत घालौ जम की खबरी॥

''हे ईश्वरा, माझं रक्षण कर. माझ्याकडून काहीतरी चुकीचं घडलंय. शील, धर्म, जप, भक्ती इत्यादींकडे मी पाहिलं नाही. अहंकारानं वाकड्या वाटेनं जात राहिलो. या देहाला अमर मानून याचीच सेवा करत राहिलो. पण तो तर कच्च्या मडक्याप्रमाणे आहे. ज्यांनी माझ्यावर कृपा करून सर्व नीटनेटकं केलं, त्यांनाच विसरून परक्यांसोबत मैत्री केली. त्यांना कधी मिठी मारून भेटलो नाही, त्यांना शरणही गेलो नाही किंवा काही कामकाजही केलं नाही. हे भगवान, मी विनंती करतो की, मला यमराजाकडे सोपवू नको.'' देवाची अशी विनवणी केल्यावर कबीरदासांना जरासा धीर आला.

इकडे ते दोघे पंडित धर्मसभेत परतले आणि त्यांनी घडलेला सगळा वृत्तान्त तिखटमीठ लावून कथन केला. आपण कबीरदासांना संभाव्य शिक्षेबाबतही कल्पना दिली आहे असंही त्यांनी सांगितलं. ती हकिकत ऐकून सगळे धर्मपंडित कबीरदासांच्या घरी आले. कबीरदासांनी त्यांचं स्वागत केलं आणि नम्रपणे येण्याचं प्रयोजन विचारलं. त्यावर धर्मपीठाचे अधिकारी संतापून म्हणाले, ''कबीरदास, तुम्ही केलेल्या प्रमादाबद्दल आम्ही तुम्हाला शिक्षा करायला आलो आहोत. एक तर आम्ही तुमचं नाक-कान कापू किंवा तुमचे हात तोडू. म्हणजे पुन्हा कोणी आम्हाला डावलणार नाही!''

कबीरदास हात जोडून म्हणाले, ''भूदेव! हिंसा हे कोणत्याही समस्येचं उत्तर नव्हे! माझ्या हातून घडलेल्या प्रमादाबद्दल मी दिलगिरी व्यक्त करतो! आपण माझा हा अपराध पोटात घालावा!'' कबीरदास असं म्हणाल्यावर ते अधिकारी म्हणाले, ''ठीक आहे, कबीरदास, पण मग तुम्हाला काही सौम्य शिक्षा द्यावीच लागेल. एक तर तुम्ही हे गाव सोडून जा किंवा या गावातल्या सर्व ब्रह्मवृंदांना शिधा द्या. तरच अस्पृश्यांना जेवणावळ घालून तुम्ही केलेल्या प्रमादाचं प्रायश्चित्त होणार आहे!'' कबीरदासांनी मान डोलावली. म्हणाले, ''भूदेव, हे गाव ही माझी कर्मभूमी आहे. हे गाव सोडून मी कुठं जाऊ? मी आपल्या सर्वांना शिधा देण्याची व्यवस्था करतो. त्यासाठी मला आपण थोडी मुदत द्यावी अशी विनंती आहे!''

कबीरदासांचं बोलणं ऐकून ते म्हणाले, ''ठीक आहे! तुम्हाला दोन दिवसांची मुदत देतो. तेवढ्या वेळात तुम्ही शिध्याची व्यवस्था करावी!'' असं सांगून ते सगळे निघून गेले.

कबीरदास धर्मसंकटात सापडले. इतक्या लोकांच्या शिध्याची व्यवस्था कशी करायची? या संकटाला घाबरून ते तिथून बाहेर पडले. काही वेळातच एक माणूस अनेक मजुरांच्या पाठीवर धान्याची पोती घेऊन विद्वान मंडळी जिथे जमली होती, तिथे पोहोचला आणि सगळी पोती उघडून त्याने डाळ, तांदूळ, पीठ, गूळ असा शिधा प्रत्येकाला द्यायला सुरुवात केली. तो माणूस आपलं नाव केशव बंजारी असं सांगत होता. प्रत्येक पंडिताला तो अडीच-अडीच शेर शिधा देऊन, वर पानाचा विडा देत होता. अशा प्रकारे मिळलेला शिधा घेऊन पंडित प्रसन्न होऊन निघून गेले. तोच एक पंडित कबीरदास जिथे चिंताग्रस्त होऊन बसले होते तिथे आला आणि म्हणाला, ''तुम्ही तुमच्या घरी जा! तिथे सर्व पंडितांना व साधुसंतांना शिधा वाटायचं काम

सुरू आहे. मीसुद्धा तिथूनच शिधा घेऊन आलोय.'' हे ऐकून कबीरदास धावतच घरी आले. पाहतात तो काय? दारासमोर धान्याची रास लागली होती आणि पंडित आणि साधुसंतांना शिधा देण्याचं काम सुरू होतं. सर्व पंडित आणि साधुसंत शिधा घेऊन कबीरदासांना आशीर्वाद देत होते. कबीरदास समजले. 'ही भगवंताचीच कृपा आहे!' त्यांना अत्यंत आनंद झाला. 'आपण उगीचच घाबरलो होतो. आपला राम जर आपला पाठीराखा आहे, तर आपल्याला घाबरायचं कारणच काय?' असा विचार मनात येऊन ते निश्चिंत झाले.

कबीर तू काहै डरै, सिर परि हरि का हाथ।
हस्ती चढ़ी नहीं डोलिए, कूकर भुकै जु लाय॥

कबीर, तू कशासाठी घाबरतोयस, जर तुझ्या मस्तकावर ईश्वराचा हात आहे. हत्तीवर स्वार होऊनही तू कशासाठी विचलित होतोस? लाखो कुत्री भुंकताहेत, तर भुंकू देत. ते तुझं काय बिघडवतील? कबीरदासांचं मन शांत झालं. निश्चिंत झालं. धर्मसभेनं कबीरदासांची फजिती करण्याच्या उद्देशानं हा सगळा घाट घातला होता. पण परिणाम उलटाच झाला. कबीरदासांची कीर्ती आणि लोकप्रियता आणखी दूरवर पसरली. संत कबीरदास म्हणून ते ओळखले जाऊ लागले. विरोधात होते फक्त दोन्ही धर्मांचे धर्मगुरू.

कबीरवाणी...

मेरा मुझमैं किछु नहीं, जो किछु है सो तेरा ।
तेरा तुझकों सौंपतां, क्या लागै मेरा॥

माझ्यामध्ये माझे असे काहीच नाही. जे काही आहे ते सर्व तुझेच आहे. तुझेच तुला देऊन टाकण्यात माझे पदरचे काय जाते आहे?

१५.

साधुसंतांना जेवणावळ आणि पंडितांना शिधा देण्याच्या दोन्ही प्रसंगांतून आपल्या रामानेच आपल्याला तारलंय या भावनेतून कबीरदास रामाची भक्ती अधिकच उत्कटतेनं करू लागले. आपली आणि आपल्या प्रपंचाची काळजी आपला राम घेतोय हे समजल्यावर ते निश्चिंतपणे श्रीरामाची भक्ती करू लागले. त्यातच बहुजनांत कबीरदास तसे लोकप्रिय होते. त्यामुळे जे लोक त्यांना भेटायला येत, ते कधी रिकाम्या हातानं येत नसत. येताना फळं, धान्य असं काहीतरी घेऊन येत. त्यावर रडत-कुढत का होईना, कबीरदासांची उपजीविका चालत असे. मात्र पंडितांना शिधा देण्याच्या प्रसंगावरून कबीरदासांची कीर्ती खूपच वाढली आणि त्यांना भेटायला, त्यांच्या दर्शनाला, त्यांचा सल्ला घ्यायला येणाऱ्या लोकांची गर्दी व्हायला लागली. इतकी की कबीरदासांना स्नानाला, जेवायलाही वेळ मिळेना. मग रामाची भक्ती तरी कशी आणि कधी करणार? लोकांची गर्दी कशी कमी करावी हेही कबीरदासांना कळेना. 'येऊ नका!' असं सांगूनही लोक ऐकत नव्हते. काय करावं म्हणजे लोक येण्याचं बंद करतील किंवा कमी करतील आणि आपल्याला रामाची भक्ती करायला वेळ मिळेल या विवंचनेत कबीरदास होते. विचार करता

करता त्यांना एक युक्ती सुचली. त्यांच्या कलंदर स्वभावाला साजेशीच ती युक्ती होती. ती सफल झाली, तर लोकांचं कबीरदासांबद्दलचं मत बदलणार होतं आणि कबीरदासांकडे होणारी गर्दी कमी होणार होती. हे मनात आलं आणि कबीरदासांनी ती युक्ती लगेचच अमलात आणली.

दुसऱ्या दिवशी सकाळी लवकर ते वाराणसीला गेले. गेले ते थेट वेश्यावस्तीत गेले. तिथे जाऊन एका वेश्येला थोडे पैसे देऊन तिला आपल्यासोबत यायला सांगितलं आणि तिच्या खांद्यावर हात टाकून ते वाराणसीच्या बाजारपेठेत हिंडू लागले. वाराणसीचे बहुतेक लोक कबीरदासांना ओळखत होते. कबीरदासांना समोर बघून त्यांना भेटायला, नमस्कार करायला पुढं आलेले लोक त्यांच्यासोबत वेश्या असलेली बघून मागे फिरले आणि विचित्र नजरेनं कबीरदासांकडे बघू लागले. वेश्येच्या खांद्यावर हात टाकून चाललेल्या कबीरदासांना बघून लोक आश्चर्य करू लागले. बघता बघता कबीरदासांच्या मागे लोकांची गर्दी जमली. लोक आपसांत कुजबुजत, आश्चर्य करत, कबीरदासांना नावं ठेवत घोळक्याघोळक्याने त्यांच्या पाठोपाठ चालू लागले. काही तर म्हणू लागले, "देवाची निस्सीम भक्ती करणं ही काही खायची चीज नाही, की कुणीही ऐऱ्यागैऱ्यानं उठावं आणि देवाची भक्ती करून स्वत:ला श्रेष्ठ भक्त समजावं! या कबीरदासांनी रामाची भक्ती करतो, रामाचा भक्त आहे म्हणून डांगोरा पिटला आणि स्वत:ला श्रेष्ठ भक्त म्हणवून घेणारा हा शेवटी आपल्या जातीवरच गेला. आता रामाची भक्ती सोडून वेश्येची भक्ती करायला लागला. आणि याला आपण श्रेष्ठ भक्त म्हणत होतो. संत समजत होतो." असं अनेक पद्धतींनी वाईटसाईट बोलून कबीरदासांनी निंदा करत लोक त्यांच्या मागून चालत होते.

लोकांचं हे सगळं बोलणं कबीरदासांच्या कानांवर येत होतं. ते मनातल्या मनात हसत होते. आपल्या या युक्तीमुळे आपल्याला हवा असलेला परिणाम होणार आहे, होतो आहे याची त्यांना खात्री पटली.

ही सगळी हकिकत वाराणसीचा राजा विष्णुवर्धन यांच्या कानावर गेली. त्यांना कबीरदासांबद्दल फार आदर होता. दोन-चार वेळा त्यांनी कबीरदासांना दरबारात बोलावून त्यांचा सल्लाही घेतला होता आणि त्यांचा आदरसत्कारही केला होता. पण आत्ता त्यांच्या कानांवर आलेली ही खबर फारच विपरीत होती. 'संत कबीरदास आणि वेश्या?' राजे विष्णुवर्धन आश्चर्यात पडले. काहीतरी गडबड आहे, काहीतरी

चुकत आहे असं महाराजांना वाटलं. त्यांनी सैनिकांना पाठवून कबीरदासांना बोलावून घेतलं. विशेष म्हणजे तशाच अवतारात, त्या वेश्येला सोबत घेऊनच ते दरबारात हजर झाले. कबीरदासांना वेश्येसोबत दरबारात आलेलं बघून सगळा दरबार थक्क झाला. दरबारी लोकांचे डोळे आश्चर्याने विस्फारले. राजा विष्णुवर्धनही संतापला. आत्तापर्यंत ज्या कबीरदासांचा आपण आदरसत्कार केला, त्यांना दरबारात आल्यावर आपल्या सिंहासनाशेजारच्या आसनावर बसण्याचा मान दिला, त्या कबीरदासांचं हे वागणं बघून राजा संतापला. ''कबीरदास,'' राजा संतापानं गरजला, ''कबीरदास, आम्ही हे काय पाहतो आहोत? आपल्या चारित्र्यावर हा डाग आपण कशासाठी लावून घेताय? दरबारात एका वारांगनेला घेऊन येऊन आपण दरबाराचा आणि आमचा अपमान केलाय. आम्ही आपल्याला श्रेष्ठ भक्त समजत होतो, थोर संत समजत होतो. आपल्या या वागण्यानं त्या कीर्तीला तडा गेलाय. आपल्याबद्दल आमच्या मनात असलेला सन्मान आणि आदर पार पुसला गेलाय. आपण या दरबारातच काय, पण सभ्य माणसांतही वावरण्याच्या योग्यतेचे नाही आहात. आपल्याविषयी आत्तापर्यंत असलेला आदर लक्षात ठेवून आम्ही आपल्याला शिक्षा फर्मावणार नाही, पण आता आपली जागा आमच्या सिंहासनाजवळ नसून ती दाराजवळ आहे. तिथे असणाऱ्या त्या लाकडी आसनावर तुम्ही बसू शकता.'' राजा विष्णुवर्धनने असं सांगितल्यावर कबीरदासांच्या चेहऱ्यावर एक गूढ स्मित उमटलं. त्या वेश्येला घेऊनच ते त्या दाराजवळच्या आसनावर जाऊन बसले. ती वेश्याही त्यांच्या त्या आसनाच्या शेजारी उभी राहिली. सगळ्या दरबारी लोकांचं लक्ष कबीरदासांकडे लागलं होतं.

कबीरदास त्या आसनावर बसले. त्यांनी क्षणभर डोळे मिटले. नंतर डोळे उघडून त्यांनी सगळ्या दरबारावरून एक नजर फिरवली. हातातला कमंडलू मांडीवर घेतला. त्यातलं पाणी हातावर घेऊन त्यांनी ते पूर्व दिशेला शिंपडलं. एकदा नव्हे, दोनदा नव्हे, तीनदा. राजाने विचारलं, ''हे तुम्ही आत्ता काय केलंत? पाणी का शिंपडलंत?'' त्यावर कबीरदास म्हणाले, ''जगन्नाथपुरीच्या मंदिरातल्या पुजारीबाबांचा हात भाजला आहे. त्यांच्या हाताची आग होतेय. ती थांबावी म्हणून मी पाणी शिंपडलं!'' कबीरदासांचं हे उत्तर ऐकून राजाच काय, पण सगळा दरबार बुचकळ्यात पडला. इथून शेकडो कोस दूर असलेल्या जगन्नाथपुरीच्या मंदिराच्या पुजारीबाबांचा हात भाजला, हे कबीरदासांना कसं समजलं आणि त्यांनी त्यांच्या

कमंडलूतलं इथून शिंपडलेलं पाणी पुजारीबाबांच्या हाताची आग कशी कमी करणार? हे प्रश्न अवघ्या दरबाराला पडले. काही म्हणाले, 'हे थोतांड आहे!' काही म्हणाले, 'हे ढोंग आहे!' काही म्हणाले, 'ही फसवेगिरी आहे!' काही म्हणाले, 'हे राजाला फसवण्याचं कारस्थान आहे!' काहींचं म्हणणं पडलं, 'हे शक्य आहे! कबीरदास काहीही करू शकतात!' असे उलटसुलट मतप्रवाह थांबवण्यासाठी आणि आपल्याही मनात उमटलेली शंका दूर करण्यासाठी राजाने ताबडतोब एक घोडेस्वार जगन्नाथपुरीला पाठवला. तो या प्रकरणाची शहानिशा करून येणार होता. राजाने दरबार बरखास्त केला. लोक आपापल्या घरी गेले. कबीरदासांनीही दरबारातून बाहेर येऊन त्या वेश्येला निरोप दिला. तिला तिची बिदागी दिली. 'माते' म्हणत तिच्या पाया पडले आणि ते आपल्या गावी परतले. वाराणसीतल्या लोकांना आणि विष्णुवर्धनलासुद्धा तो जगन्नाथपुरीला गेलेला स्वार काय सांगत येतो याची प्रतीक्षा होती. मात्र या सगळ्यापासून तटस्थ असलेले कबीरदास मात्र आता गर्दी कमी झाल्यामुळे निवांतपणे आणि निश्चिंतपणे रामाच्या भजनात दंग झाले होते. त्यांच्या काव्यप्रतिभेला बहर आला होता.

राम रसु पीआ रे ।
तातैं बिसरी गए रस और॥
रे मन तेरौ कोइ नहीं खैंचि लेइ जिनि भारु ।
बिरखि बसेरौ पंखि को तैसी महु संसारु॥
और मुएँ क्या रोइऐ जउ आपा थिरु न रहाइ ।
जो उपजा सो बिनसिहै दुख करि रोवै बलाइ॥
जहँ की उपजी तहँ रची पीवत मरदन लाग ।
कहै कबीर चित चेतिआ राम सुमिरी बैराग॥

'मी रामरस प्यालो आणि इतर रस विसरलो. हे मना, या विश्वात तुझं कोणी नाही. तू उगीचच मायेचं ओझं वाहतोयस. वृक्ष जसं पक्ष्यांसाठी राहण्याचं ठिकाण आहे, तसं हे जग प्राणिमात्रांचं राहण्याचं ठिकाण आहे. दुसऱ्याच्या मृत्यूवर काय रडायचं, जिथे आपण स्वतःच स्थिर नाही. जो निर्माण होतो, तो नष्ट होतो. दुःखी होऊन रडणं व्यर्थ आहे. जो जीव इथे जन्मतो, तो त्याच्या स्वतःच्या मोहात पडतो आणि विषयाच्या आधीन होतो. कबीर म्हणतो की जीवात चैतन्य आलंय, तर विरक्त होऊन रामाचं नामस्मरण करावं.'

मनुष्यजन्माबद्दल आणि रामाच्या नामस्मरणाबद्दल असं सांगितल्यानंतर पुढे कबीरदासांनी लिहिलं -

बिनति एक राम सुनो थोरी ।
अब न बचाइ राखि पति मोरी॥
जैसे मंदला तुमहि बजावा । तैसें नाचत मैं दुख पावा॥
जे मसि लागी सबै छुड़ावौ । अब मोहि जिनि बहु रूप कछावौ॥
कहै कबीर मेरी नाच उठावौ । तुम्हारे चरन कवैल दिख लावौ॥

'हे राम, थोडा वेळ माझी प्रार्थना ऐक. आता मला प्रपंचातून सोडवून माझ्या इच्छेचं रक्षण का करत नाहीस? ज्याप्रमाणे तू मृदुंग वाजवलास, त्यावर नाचून मी फार दुःखी झालो. संसाराच्या जबाबदाऱ्या पार पाडायच्या या हेतूनं मी माझ्यावर अनेक दोष घेऊन बहुरूप्यासारखं नाचत राहिलो. आता माझ्या तोंडाला लागलेल्या कलंकापासून मला सोडव आणि विहित रूप घेण्याचे आदेशही मला देऊ नकोस. कबीर म्हणतो, की माझं हे नाचणं बंद कर आणि तुझ्या चरणकमलांचं दर्शन मला घडव.'

एकापाठोपाठ एक अशी उत्कट आणि उत्तम पदं रचून कबीरदासांनी आपल्या प्रतिभेचा जणू साक्षात्कार घडवला. आठ दिवस असेच गेले आणि राजा विष्णुवर्धनने पाठवलेला तो स्वार परत वाराणसीत आला. आल्या आल्या त्यानं महाराजांची भेट घेतली आणि जगन्नाथपुरीला जे घडलं, तो वृत्तान्त त्यानं राजाला सविस्तर कथन केला, तो असा. तो स्वार जगन्नाथपुरीला जाऊन मंदिरांचे पुजारी रघुवीरबाबांना भेटला. त्यानं त्यांना वाराणसीच्या दरबारात घडलेली हकिकत सांगितली. त्या वेळी दरबारात कबीरदासांनी कमंडलूतलं पाणी पुरीच्या दिशेनं शिंपडलं आणि तुमच्या हाताला भाजलं होतं त्याचा दाह कमी केला असं सांगितलं, ही हकिकत त्या स्वारानं रघुवीर पुजारीबाबांना सांगितली. त्यावर रघुवीरबाबा म्हणाले, ''ही गोष्ट खरी आहे. मागच्या आठवड्यात मंदिरातली शमादान लावताना माझा हात भाजला होता. खूपच दाह होत होता. तेव्हा कबीरदासांनी कमंडलूतलं तीर्थ शिंपडून माझा दाह कमी केला.'' रघुवीरबाबांनी असं सांगितल्यावर त्या स्वाराला नवल वाटलं. त्यानं पुन्हा रघुवीरबाबांना विचारलं, ''तुम्ही कोणत्या कबीरदासांबद्दल बोलत आहात?''

तेव्हा रघुवीरबाबा म्हणाले, ''ते कबीरदास जे संत आहेत आणि गंगेच्या काठी काशी-वाराणसीत राहतात. ते कबीरदास रोज पहाटे जगन्नाथाच्या दर्शनासाठी इथे

येतात. मी त्याच कबीरदासांबद्दल बोलतोय!''

रघुवीरबाबांनी त्या स्वाराला असं सगळं सांगितल्यावरही त्या स्वारानं विचारलं, ''बाबा, तुम्ही सांगताय हे खरं कशावरून?''

त्यावर रघुवीरबाबा म्हणाले, ''एक तर मी या जगन्नाथ मंदिराचा पुजारी आहे. देवासमोर, मंदिरात उभं राहून मी खोटं बोलणार नाही. आणि कालच कबीरदास इथे आले होते, तेव्हा जाताना गडबडीत ते त्यांची टापशी (एक प्रकारची टोपी) इथं विसरून गेलेत. ही पाहा त्यांची टापशी! ते उद्या आले म्हणजे मी ती त्यांना परत देईन!'' रघुवीरबाबांनी असं सांगितलं आणि कबीरदासांची विसरलेली टापशीही दाखवली. ती टापशी बघितल्यावर त्या स्वाराची खात्री पटली. ती टापशी त्यानं ओळखली. ती कबीरदासांचीच होती. तसल्या प्रकारची टापशी अख्ख्या वाराणसीत एकटे कबीरदासच घालत होते. कितीदा तरी ती टापशी घालून ते दरबारात आले होते. हे सगळं ऐकल्यावर आणि बघितल्यावर तो स्वार तसाच उलटपावली वाराणसीला परतला आणि त्यानं राजा विष्णुवर्धनला ही सगळी हकिकत सांगितली. ती ऐकून राजाला पश्चात्ताप झाला. सगळं माहीत असून आपण कबीरदासांना ओळखू शकलो नाही, याचं त्याला वाईट वाटलं. कबीरदासासारख्या महान संतावर आपण शंका घेतली, त्याच्यावर नको नको ते आरोप केले, त्यांच्या चारित्र्यावर चिखलफेक केली. दरबारात त्यांचा अपमान केला, त्यांना दाराजवळच्या आसनावर बसवलं. या सगळ्या गोष्टींचा राजाला फार फार पश्चात्ताप होऊ लागला. आपण आपले दरबारी आणि परिवार यांच्यासह जाऊन कबीरदासांची क्षमा मागितली पाहिजे असं त्यानं ठरवलं आणि आपला परिवार आणि दरबारी लोकांना त्याने तसा आदेश दिला.

एके दिवशी विष्णुवर्धन राजाचा परिवार आणि दरबारी लोक डोक्यावर लाकडाच्या मोळ्या घेऊन गळ्यात कुऱ्हाड अडकवून कबीरदासांना भेटायला आले. आपल्या हातून घडलेल्या मोठ्या चुकीची माफी मागण्याची हीच पद्धत त्या काळात रूढ होती. कबीरदास आपल्या घराच्या अंगणात नामस्मरण करत बसले होते. या सगळ्या लोकांना येताना त्यांनी पाहिलं. त्या सगळ्या लोकांच्यात राजा विष्णुवर्धनसुद्धा होता. तोही डोक्यावर लाकडाची मोळी घेऊन, गळ्यात कुऱ्हाड अडकवून अनवाणी पायांनी चालत येत होता. त्याला बघून कबीरदास उठून त्याला सामोरे गेले. राजाच्या डोक्यावरची मोळी त्यांनी खाली उतरवली. गळ्यात अडकवलेली कुऱ्हाड काढली. राजाला हाताला धरून ते त्याला घरात घेऊन आले.

घरात असलेल्या मोडक्या आसनावर त्याला बसवलं आणि म्हणाले, ''राजन्, हे काय? तुम्ही आणि हे असे?'' त्यावर राजा म्हणाला, ''कबीरदास! आम्ही तुमची क्षमा मागायला आलो आहोत. तुम्ही कोणतीही भेट स्वीकारणार नाही हे आम्हाला माहीत होतं. त्यामुळे तुमची क्षमा मागण्याचा दुसरा मार्ग आमच्यासमोर नव्हता. कबीरदास, आम्हाला तुम्ही क्षमा करा. तुमची योग्यता माहीत असूनही आम्ही तुमच्यावर दोषारोप ठेवला. पण आता आम्हाला तुमची खरी योग्यता समजली आहे. कबीरदास तुम्ही महान आहात. श्रेष्ठ रामभक्त आहात.'' राजाचं बोलणं ऐकून कबीरदास प्रसन्नपणे हसले. राजाला म्हणाले, ''राजन्, तुम्ही सुज्ञ आहात. बुद्धिमान आहात. मनानं आणि दर्जानं मोठे आहात, म्हणून मला मोठेपणा देत आहात. तुम्ही सुज्ञ आहात, म्हणून तुम्हाला हे समजलं. तुम्हीसुद्धा रामाचे भक्त आहात आणि म्हणून मला प्रिय आहात.

निरमल निरमल राम गुँण गावै
सो भगता मेरे मनि भावै॥
जे जन लेहिं राँम को नाँऊँ,
ताकी मैं बलिहारी जाँऊँ॥
जिहिं घटि राँम रहे भरपूरि
ताकी मैं चरनन की धूरि॥
जाति जुलाहा मति कौ धीर
हरषि हरषि गुँण रमैं कबीर॥

''हे राजन्, जो निर्मल मनानं रामाचं गुणगान करतो, तो मला आवडतो. जे भक्त रामाचं नाव घेतात, त्यांच्या पावलांची मी धूळ आहे. त्यांच्याप्रति माझ्या मनात अत्यंत विनम्रपणाची भावना आहे. कोष्टी जातीचा हा कबीर स्थिर बुद्धी राखून अत्यंत आनंदाने ईश्वराच्या नामस्मरणात आणि गुणवर्णनात रंग राहतो.''

कबीरदासांची अशी समजूत काढून राजा महाली परतला. पण झालं असं, की कबीरदास आपली अपकीर्ती व्हावी म्हणून जे काही करत, त्याचा परिणाम उलटाच होत असे. त्यामुळे उलट त्यांच्या कीर्तीत भर पडत असे आणि त्यांचं नाव सर्वतोमुखी पोहोचत असे. एवढंच नव्हे, तर हिंदू पंडित आणि मुस्लीम धर्मगुरू कबीरदासांची फजिती व्हावी या हेतूनं जे जे काही करत असत, त्याचाही परिणाम कबीरदासांची कीर्ती सर्वदूर पसरण्यातच होत असे. अशीच एक घटना घडली.

कबीरदास आपल्या दैनंदिन कामकाजात नेहमीच व्यग्र असत. कबीरदासांच्या काळात सुलतान सिकंदरशाह लोदी दिल्लीच्या तख्तावर आरूढ झाला होता. तो एकदा वारणसीला आला. त्या दरम्यान सिकंदर लोदीला एका त्वचारोगानं ग्रासलं होतं. त्याच्या शरीराचा सतत दाह होत असे. त्याच्या अंगाची सतत आग होत असे. त्यामुळे तो त्रासला होता. त्याच्या या त्रासाचा फायदा कबीरदासांना त्रास देण्यात करून घेता येईल अशा विचारानं मुस्लीम मौलवींनी बादशाहला सांगितलं, की 'तुम्ही वाराणसीला जा! तिथं कबीरदास म्हणून एक महात्मा आहे. तो तुमचा हा आजार बरा करेल! आणि नाही केला तर तुम्ही खुशाल त्याला फासावर चढवा.' त्या बादशाहला ते पटलं आणि तो कबीराची भेट घ्यायला वाराणसीला आला. वाराणसीला कबीरदास एका धर्मशाळेत बसले होते. बादशाह तिथे त्यांना भेटायला आला. तो तिथे आला, तेव्हा त्याच्या मनात कबीरदासांबद्दल शंका होती. कारण कबीरदासांचे ते वेश्येचे प्रकरण त्याच्या कानावर आले होते. त्यामुळे साशंक मनानेच तो कबीरदासांना भेटायला आला. कबीरदासांनी उठून त्याला प्रणाम केला. बादशाह म्हणाला, ''मला तुमचं नाव कुणीतरी सांगितलं, म्हणून मी इथं आलोय. माझ्या शरीराची आग होतेय; सतत आग होतेय. आपण त्यावर उपचार करावा. आपल्या उपचारानं मला आराम पडला, तर मी तुम्हाला एक सहस्र सुवर्णमुद्रा देईन. पण मला आराम पडला नाही, तर तुम्हाला सुळावर चढवीन.'' बादशाहचं ते बोलणं ऐकून कबीरदास घाबरले. आता दोन्हीकडून मरण होतं. आपल्याला उपचार माहीत नाहीत म्हणून खरं सांगावं, तरी मरण होतं आणि काहीतरी उपचार केल्यावर त्या बादशाहला बरं वाटलं नाही, तरी मरण होतं. काय करावं ते कबीरदासांना सुचेना. मृत्यू तर येणारच होता. पण आपल्या रामावर विश्वास ठेवून काही उपचार करून पाहावा. उपयोग झाला आणि श्रीरामाची कृपा झाली, तर बादशाहाला बरं वाटून मरण टळणार होतं. कबीरदासांचा आपल्या रामावर विश्वास होता.

आसा एक जु राम की, दूजी आस निरास ।
पाँणी माँहै घर करैं, ते भी मरे पियास॥

मला एकमात्र रामाची आशा आहे. इतर कोणाची आशा ही तर निराशेसमान आहे. पाण्यात घर बांधूनही जर कोणी तहानेने मरेल, तर ही विडंबना मानली जाईल.

दो जग तौ हम अंगिया, यहु डर नाहीं मुझ ।
भिस्त न मेरे चाहिये, बाझ पियारे तुझ॥

हे रामा, तू असशील तर मला नरकसुद्धा चालेल. मला त्याची भीती वाटत नाही; पण तुझ्याशिवाय मला स्वर्ग जरी मिळाला, तरी तो मला नकोय. मी तो स्वीकारणार नाही.

अशा पद्धतीनं श्रीरामाला आवाहन करत कबीरदास म्हणाले, ''हुजूर, आप अगर मेरे साथ आयेंगे, तो मैं आपको दवाई लगा सकता हूँ। पर आपको मेरे साथ आना होगा और जो मैं कहूँ वो करना होगा।'' कबीरदासांचं हे बोलणं ऐकून बादशाह त्यांच्यासोबत जायला तयार झाला. तिथं कबीरदासांना भेटायला दस्तूरखुद्द बादशाह आले आहेत हे बघून तिथं हीऽऽ गर्दी जमली. त्यातच 'आराम पडला तर सहस्र सुवर्णमुद्रा देईन आणि नाही पडला तर सुळावर चढवीन' असं बादशाहनं कबीरदासांना सांगितलेलं काही लोकांनी ऐकलं होतं. त्यातच कबीरदासांना औषधोपचार करायला येत नाहीत हेही बऱ्याच जणांना माहीत होतं. त्यामुळे आता इथं मजा बघायला मिळणार या उद्देशानंही बरेच लोक जमले होते.

कबीरदास पुढे चालू लागले. बादशाह त्यांच्या पाठोपाठ जाऊ लागला. बघे लोक मोठी गर्दी करून बादशाहच्या पाठीमागून थोडं अंतर ठेवून निघाले. जणू एक प्रकारची ती मिरवणूकच चालली होती. बघता बघता ती मिरवणूक थेट गंगेच्या घाटावर आली. गंगेचा घाटही गर्दीनं फुलून गेला होता. भाविकांची पापं, प्रेम, श्रद्धा, विश्वास, भावना हे सगळं पोटात घेऊन गंगा वाहत होती. कबीरदास पुढे झाले. त्यांच्या पाठोपाठ बादशाहही आला. घाटाच्या पायऱ्या उतरून कबीरदास खाली गेले. शेवटच्या पायरीवर जाऊन उभे राहिले. त्या पायरीखालीही आणखी एक पायरी होती. त्या पायरीवरून गंगेचं नितळ, निर्मळ पाणी वाहत होतं आणि त्याच पायरीवर गंगेतली मातीही जमली होती. कबीरदास शेवटच्या पायरीवर उभे राहिले आणि बादशाहलाही त्यांनी तिथे येऊन उभं राहायला सांगितलं. कबीरदासांच्या सूचनेप्रमाणे बादशाह अंगावरचे बाकी सगळे कपडे उतरवून, केवळ एक कपडा कमरेभोवती गुंडाळून कबीरदासांच्या शेजारी त्या पायरीवर येऊन उभा राहिला. कबीरदास खाली वाकले. खालच्या पायरीवर साठलेली गंगेच्या प्रवाहातली माती त्यांनी हातात घेतली आणि ती माती ते बादशाहच्या अंगाला लावू लागले. एक तर गंगा हिमालयातून येत असल्यानं तिचं पाणी आधी थंडगार आणि त्या थंडगार पाण्यात सतत राहिलेली ती माती तर त्या पाण्यापेक्षाही अधिक थंडगार, अधिक शीतल. त्या थंड, शीतल मातीचा बादशाहच्या सर्वांगावर लेप चढताच त्याच्या

शरीराचा होणारा दाह त्या शीतल स्पर्शानं कमी झाला. त्या शीतल स्पर्शानं, त्या गार मातीच्या लेपामुळे त्याच्या अंगाची होणारी आग थांबली. बादशाहला इतकं बरं वाटलं, की त्याच्या डोळ्यांतून अश्रू वाहू लागले. कबीरदास त्या गंगेतल्या मातीचा लेप जसजसा बादशाहच्या अंगावर लिंपत गेले, तसतसं बादशाहला खूपच बरं वाटू लागलं. मात्र त्या मातीनं आता बादशाह नखशिखांत माखला होता. त्याला तशा स्थितीत कबीरदासांनी काही काळ तिथं तसंच उभं राहायला सांगितलं. सूर्याची किरणं पडून बादशाहच्या शरीरावरची माती वाळली. ते बघून कबीरदासांनी त्याला गंगेत स्नान करायला सांगितलं. बादशाहनं गंगेत उडी मारली. गंगेच्या पाण्याचा तो शीतल स्पर्श बादशाहला सुखावून गेला. त्याच्या पाठोपाठ पाण्यात उतरून कबीरदासांनी बादशाहच्या शरीरावर लिंपलेली माती धुऊन काढली. स्वच्छ होऊन बादशाह पाण्याबाहेर आला. त्याच्या शरीराची आग पूर्णपणे थांबली होती. हा रामाचा चमत्कार होता, की गंगेच्या पाण्यातील थंड मातीचा! पण बादशाहाला पूर्णपणे बरं वाटलं. घाटावर चढून आल्यावर त्यानं कबीरदासांचे पाय धरले. म्हणाला, ''आप महान हो!'' जमलेल्या लोकांनीही टाळ्या वाजवून कबीरदासांचं कौतुक केलं. मजा बघायला आलेल्या लोकांची मात्र निराशा झाली. कबीरदासांना हजार सुवर्णमुद्रा देऊन त्यांचा सन्मान करून बादशाह निघून गेला. कबीरदासांनी त्यातल्या बऱ्याचशा मोहरा तिथेच वाटून टाकल्या. पण या घडलेल्या प्रसंगानं मात्र कबीरदासांच्या कीर्तीला आणखी चार चाँद लावले, हे मात्र खरं!

कबीरवाणी...

कस्तूरी कुंडलि बसै, म्रिग ढूंढे बन मांहिं ।
ऐसे घटि घटि राम है, दुनिया देखे नाहिं ।।

कस्तुरीमृगाच्या नाभीतच कस्तुरी असते. पण तो मृग संपूर्ण वनात तिचा शोध करीत फिरतो. असाच प्रत्येक माणसामध्ये तो राम सामावलेला आहे, पण जग कस्तुरीमृगाप्रमाणे अज्ञानवश असून त्यास पाहू शकत नाही.

१६.

कबीरदासांच्या उपचाराने सिकंदर लोदी बादशाह बरा झाला आणि तो कबीरदासांचा शिष्य बनला. त्याच्या दरबारात कबीरदासांसाठी एक मानाचं आसन ठेवलं गेलं. वेळोवेळी तो कबीरदासांचा सल्ला घेऊ लागला आणि हीच गोष्ट एका व्यक्तीला फार फार लागली. ती व्यक्ती म्हणजे, बादशाह ज्याला गुरुस्थानी मानत असे तो शेख तकी. बादशाहाने कबीरदासांचं शिष्यत्व पत्करलेलं बघून शेख तकी फारच जळू लागला. त्यातच ज्या रामानंद स्वामींना बादशाह भेटायला गेला असताना, 'मी म्लेंच्छाचं तोंड बघत नाही' असं सांगून बादशाहाला भेटायला नकार दिला होता, त्याच रामानंद स्वामींनी कबीरदासांच्या विनंतीवरून बादशाहाची भेट घेतली आणि बादशाहाला आशीर्वाद दिला. हे बघून तर शेख तकीच्या पोटात जास्तच दुखू लागलं. 'बादशाह आपल्याला गुरू मानतो. त्यामुळे आपल्याला समाजात मान-सन्मान मिळतो. बादशाहकडून महिन्याच्या महिन्याला तनखा तर मिळतोच, पण सणासुदीला खूप मौल्यवान अशा भेटवस्तूही मिळतात. त्यात सोनं-चांदी, रत्नं, रेशमी वस्त्रं, शिवाय सुवर्ण अशर्फ्याही असतात. शिवाय बादशाहाचा गुरू म्हणून आपल्याला भेटायला येणारे लोकसुद्धा अनेक किंमती भेटवस्तू घेऊन येतात. बादशाहाच्या गुरुपदामुळे

आपलाही शिष्यपरिवार मोठा झालाय. त्यांच्याकडूनही आपल्याला मान-सन्मान, भेटवस्तू मिळतात. शिवाय बादशाहाचे गुरू म्हणून आपल्याला पालखीचा मान आहे. आपल्या समाजात रुतबा आहे, रुबाब आहे. पत आहे, प्रतिष्ठा आहे. बादशाह वेळोवेळी आपल्याला राजवाड्यात बोलावून आपली बडदास्त ठेवतात, ते वेगळंच. पण आता जर बादशाहांनी त्या कबीरला, त्या हिंदू साधूला आपला गुरू मानलं, तर आपल्या हातून हे सगळं जाणार आणि आपण सामान्य होणार. आपल्याला बादशाहाच काय, पण सामान्य माणूसही विचारणार नाही. आपला मानमरातब जाणार, कमाई जाणार, पालखीचा मान जाणार, सोनं-चांदी-रत्नं जाणार, मौल्यवान भेटवस्तू जाणार, आपला शिष्य परिवार जाणार आणि हे सगळं गेल्यावर आपण कफल्लक होणार.' शेख तकी जसजसा विचार करत होता, तसतशी त्यातली भयानकता त्याच्या लक्षात येऊ लागली आणि कबीरदासांचं बादशाहाचं गुरू होणं हे आपल्याला किती नुकसान करणारं आहे, हे शेख तकीच्या लक्षात येऊ लागलं. कबीरदासांबद्दल त्याच्या मनात संताप खदखदू लागला. त्याच वेळी कबीरदासांचं श्रेष्ठत्व सहन न झालेले मुल्ला, मौलवी, काजी हे सगळे शेख तकीकडे आले आणि त्यांनी कबीरदासांच्या अनेक खोट्यानाट्या कागाळ्या शेख तकीला सांगितल्या. शेख तकीच्या हातात आयतं कोलीतच मिळालं. दरम्यान एक घटना अशी घडली, की कबीरदास मुस्लीम धर्माला नावं ठेवतो, हे बादशाहाला सिद्ध करून दाखवण्यात शेख तकी यशस्वी झाला.

झालं होतं असं, की काही मुस्लीम कसाई चारपाच गाईंना बांधून घेऊन कापण्यासाठी घेऊन निघाले होते. कबीरदासांनी ते पाहिलं आणि त्यांनी त्यांना अडवलं. ''इन गायोंको आप कहाँ ले जा रहे हो?'' कबीरदासांनी विचारल्यावर ते कसाई म्हणाले, ''या गायी आम्ही कापण्यासाठी घेऊन जातो आहोत. त्यांना कापून आम्ही त्यांचं मांस विकणार. त्यातून आम्हाला चार पैसे मिळतील. त्यावर आमची रोजीरोटी चालेल.''

कबीरदास म्हणाले, ''गाईला न मारूनसुद्धा तुमची रोजीरोटी चालेल. कारण गायच तुम्हाला तुमची रोटी देईल.

दूध दही घृत अमृत देती। निरमल जा की काइ आ।
गोबरि जा के धरती सूची। सातै आण्णी गाइआ॥
रोमि रोमि उआ के देवता बसत है। बह्म बसै रगमाही।
बैतरनी मिरतक मुकति करत है। सा तुम छेदहु नाही॥

''ही गाय दूध, दही, तूप असे अमृतासारखे पदार्थ देते. त्यामुळे सगळं भोजन स्वादिष्ट आणि पवित्र बनतं. या गाईची त्वचा निर्मळ आहे. हिच्या गोमयामुळे धरती पवित्र बनते. हिला मारण्यानं तुमचं भलं होणार नाही. हिच्या रोमरोमांत देवतांचा वास आहे. स्वतः ब्रह्मदेव हिच्यात वसतात. हिचं दान दिल्यानं मुक्ती मिळते. हिचा वध करणं योग्य नाही.''

कबीरदासांनी असं समजावून सांगितल्यावर त्या लोकांनी गाईंना सोडून दिलं. पण हा प्रसंग मुल्ला-काजींनी मीठमसाला लावून शेख तकीला सांगितला. कबीरदासांच्या विरोधात बादशाहाचे कान फुंकायची ही नामी संधी आहे असा विचार करून शेख तकीने कबीरदासांच्या खऱ्या-खोट्या चहाड्या बादशाहाला सांगितल्या. त्याचबरोबर मुस्लीम परंपरा, नमाज, मशिदीवरची बांग यांबद्दल त्यांची मतं काय आहेत हे त्यांचे दोहे, पदं, साखी यांतून त्यांनी कसं मांडलंय हेही सांगितलं. हे सगळं ऐकून बादशाहालासुद्धा राग येऊ लागला. 'आपण त्याला मानसन्मान दिला, म्हणून तो जास्तच डोक्यावर चढला. म्हणूनच तो असं वागतोय आणि बरळतोय अशी बादशाहाची खात्री झाली. आपणच त्याला डोक्यावर चढवलंय, तर आता आपणच त्याला शिक्षा करायला हवी. तीसुद्धा अत्यंत कडक, वेळ पडली तर सजा-ए-मौतसुद्धा. कारण इस्लामचा अपमान करणाऱ्याला जगण्याचा अधिकार नाही! असं बादशाहाचं मत पडलं आणि पडलं म्हणण्यापेक्षा शेख तकी आणि त्याच्या शिष्यांनी, त्याला मानणाऱ्या मुल्ला, काजींनी ते मत बनवलं. काहीही करून कबीरदासांचा बंदोबस्त करायचा असा त्या लोकांनी चंग बांधला आणि सतत बादशाहाचे कान भरायला सुरुवात केली. कबीरदास काय म्हणतात हेही सांगितलं.

तन खोजौ नर करौ बडाई,
जुगति बिना भगति किनि पाई॥
एक कहावत मुल्लाँ काजी, राम बिना सब फोकट बाजी॥
नव ग्रिह बामण भणता रासी, तिनहूँ न काटी जम कौ पासी॥
कहै कबीर यहु तन काचा, सबद निरंजन राम नाम साचा॥

शरीराच्या तत्त्वांचा (पंचमहाभूतांचा) शोध घ्या. नुसत्या बढाया मारू नका. युक्तीविना (धारणेविना) भक्ती कोणाला लाभली आहे? स्वतःला मुल्ला आणि काजी म्हणवता, पण रामाविना सर्व व्यर्थ आहे. ब्राह्मण नऊ ग्रहांच्या आणि बारा राशींच्या गोष्टी करतात, पण यमाचा पाश त्यांनाही चुकवता आला नाही. कबीर

म्हणतो, की हा देह कच्चा आहे, खोटा आहे. केवळ निरंजन आणि रामनाम खरं आहे. बादशाहाला अशा सगळ्या कबीरदासांच्या रचना ऐकवून शेख तकी आणि त्याच्या शिष्यगणांनी भडकवलं. या कबीरदासांना मान-सन्मान देऊन आपण फार मोठी चूक केली, असं बादशाहाला वाटू लागलं. या प्रकरणाचा कायमचा बंदोबस्त करायचा असा त्यानं निश्चय केला आणि एके दिवशी त्यानं कबीरदासांना दरबारात येण्यासाठी निरोप पाठवला. त्या वेळी कबीरदास आपल्या घरी मागावर कापड विणत बसले होते. बादशाह आपल्यावर खफा आहे याची कुणकुण कबीरदासांना लागली होतीच. पण त्यांच्या कलंदर स्वभावानुसार त्यांनी त्याची पर्वाच केली नाही. त्यांना पर्वा करायचं कारण नव्हतं, कारण आपला राम आपल्या सोबत आहे, हा त्यांचा अटल विश्वास होता. त्यामुळे बादशाहाचं बोलावणं आल्यावर ते शांतपणे त्याला भेटायला गेले. बादशाहानं वरवर त्यांचं स्वागत केलं आणि विचारलं, ''कबीरदास, शेख तकीला तुम्ही गुरू मानता का? माझ्या असं कानावर आलंय, की शेख तकी तुमचे गुरू आहेत.'' बादशाहाचं हे बोलणं ऐकून कबीरदासांनी नकारार्थी मान हलवली. म्हणाले, ''हुजूर, मी रामाशिवाय कुणालाच मानत नाही. शेख तकी? मी हे नाव ऐकलंय.

मानिक पुरहि कबीर बसेरी। मद्दति सुनी शेख तकी केरी॥
ऊ जे सुनी जौनपुर धामा। झूँसी सुनी पीरन को नामा॥
इकइस पीर लिखे तेहि ठामा। खतमा पढै पैगम्बर नामा॥
सुजत बोल मोहि रहा न जाई। देखि मुखरबा रहा भुलाई॥
नबी हबीबी के जो कामा। जहँ लै अमल सो सबै हरामा॥
सेख अकरदी, सेख सकरदी, मानहु वचन हमार।
आदि अंत उत्पती प्रलय, देखहु दिष्टि पसार॥

''माणिकपूरमध्ये राहत असताना मी शेख तकीची खूप प्रशंसा ऐकली होती. मी तिथे जौनपूर नावाच्या स्थानाबद्दलही ऐकलं होतं. हेही ऐकलं होतं, की झूसी हे पीरांचं स्थान आहे. तिथे एकवीस पीरांची नावं लिहिलेली आहेत. त्यांच्यासमोर पैगंबरांच्या नावे स्तुतीपर वचनं वाचली जातात. हे ऐकून मला राहवलं नाही. मी त्यांना म्हटलं, की पैगंबरांच्या नावाला लोकगीतात किंवा लोकव्यवहारात बदलणं चुकीचं आहे. तेव्हा हे शेख अकदरी की शेख तकरदी, माझे बोलणे ऐका सृष्टीचा आदि-अंत, उत्पत्ती-प्रलय यांचा अभ्यास करून पृथ्वीचं रहस्य जाणून घेण्याचा प्रयत्न करा.''

कबीरदासांनी असं सांगितल्यावर आतल्या दालनात बसलेला शेख तकी आपल्या अनुयायांसह बाहेर आला आणि म्हणाला, ''हे ढोंगी कबीर, मीच तो शेख तकी ज्यांच्याबद्दल तू बोलत होतास. चार अक्षरं तू शिकला नाहीस, आपण हिंदू आहोत की मुसलमान हे तुला माहीत नाही, आणि तू काय धर्माच्या गोष्टी करतोस? मुस्लीम समाजात काजी, मुल्ला यांचं स्थान किती मोठं आहे हे तुला माहीत नाही. तू त्यांची लायकी काढतोस? आपल्या पदावलींतून तू त्यांची चेष्टा करतोस? तुझी लायकी काय आहे?'' शेख तकीचा आत्तापर्यंतचा साठवलेला सगळा संताप उफाळून वर आला होता.

कबीरदासांच्या कपाळावर बारीकशी आठी उमटली. डोळ्यात किंचित राग उमटला.

दर की बात कहौ दरबेसा। पातसाह है कौने भेसा॥
कहाँ कूच कहै करै मुकामा। कवन सुरति के करहु सलामा॥
मैं तोहिं पूछौं मुसलमाना। लाल जरद की नाना बाना॥
काजी काज करहु तुम कैसा। घर घर जबह करावहु भैंसा॥
बकरी मुरगा किन फरमाया। किसके हुकूम तू छुरी चलाया॥
दरद न जान हु पीर कहावहु। बैता पढ़ि पढ़ि जग भरमावहु॥
कहहिं कबीर एक सैयद कहावै। आपु सरिखै जग कबुलावै॥
दिन को रोजा रहतु हौ। राति हनत हो गाय॥
यह तो खून वह बंदगी। क्यों कर खुसी खोवाय॥

''हे फकीरा, तू काहीतरी उपयोगाची गोष्ट सांग किंवा परमेश्वराच्या अस्तित्वाबद्दल सांग. तुझा हा बादशाह कोणत्या वेषात राहतो? कोणती यात्रा करतो? कुठे तो मुक्काम करतो? तुम्ही त्याच्या कोणत्या रूपाला नमस्कार करता? हे मुसलमान लोकहो, मी तुम्हाला विचारतो, की तुमचा खुदा रंगानं लाल आहे, पिवळा आहे की अनेक रंगांचा आहे? हे काजी, तुम्ही हे कसलं काम करताय? घराघरांत गाई-म्हशींची हत्या करायला लावता? बकरी, कोंबड्या कापण्याचा आदेश कोणी दिला? कोणाच्या आदेशावरून तुम्ही ही सुरी चालवता आहात? जीवजंतू, प्राणिमात्रांचं दुःख तुम्हाला समजत नाही आणि कशासाठी व्यर्थ स्वतःला धर्मगुरू म्हणवून घेता? वचनं आणि कलमा वाचून जगाला फसवता आहात! जे स्वतःला प्रतिष्ठित समजतात ते इतरांनाही आपल्याप्रमाणे चांगलं-वाईट बनवण्याचा

प्रयत्न करतात. दिवसभर रोजा (उपवास) करता आणि रात्री गाईची हत्या करता. एका बाजूला प्रार्थना आणि दुसऱ्या बाजूला खून असं करता. यामुळे खुदा कसा प्रसन्न होईल?''

शेख तकीच्या उफाळलेल्या संतापाला असा बिनतोड युक्तिवाद करून कबीरदासांनी उत्तर दिलं. हे ऐकून अर्थात शेख तकी निरुत्तर झाला, तरी बादशाहाला मात्र शेख तकी आणि त्याचे अनुयायी जे काही सांगत होते त्याचा डोळ्यांदेखत पुरावा मिळाला. अर्थात ही सगळी शेख तकीचीच चाल होती. कबीरदासांचा मुस्लीम परंपरांना असलेला विरोध त्यांच्याच तोंडून बादशाहासमोर उघडा व्हावा अशीच त्याची इच्छा होती आणि ती यशस्वी झाली. कबीरदासांनी तर या पदात बादशाहाचाही उल्लेख केला, तोही थोड्याशा उपहासानं. यामुळे तर बादशाह फारच चिडला आणि त्याने तत्काळ कबीरदासांना सजा फर्मावली. ''या धर्मबुडव्या माणसाचे हातपाय साखळदंडाने बांधून याला गंगेत टाकून द्या! हा मुस्लीम धर्माचा अपमान करतो. हा बादशाहाचा अपमान करतो, हा बादशाहाच्या तख्ताचा अपमान करतो. याला जगण्याचा हक्क नाही. याला हातपाय बांधून गंगा नदीत टाकून द्या. या हुकमाची ताबडतोब अंमलबजावणी करा!'' बादशाह सिकंदर लोदीने कडक शब्दांत हुकूम फर्मावला. तो ऐकल्यावर शेख तकी आणि त्याच्या अनुयायांना आनंदाच्या उकळ्या फुटू लागल्या. आता आपण निर्वेधपणे पूर्वीसारखा मान-मरातब घेऊन आरामात जगू शकतो, याची शेख तकीला खात्री पटली. कबीरदास मात्र शांतपणे उभे होते.

बादशाहाच्या हुकमाची लगेचच अंमलबजावणी केली गेली. साखळदंड आणून कबीरदासांचे हातपाय बांधले गेले. हा सगळा तमाशा गंगेच्या घाटावरच चालला होता. तो बघायला लोकांनी ही गर्दी केली. त्यांतले बरेचसे हळहळत होते, तर काहींना आनंद होत होता. शेख तकी आणि त्यांचे अनुयायी तर आनंदाने नाचायचे तेवढे बाकी राहिले होते. शेख तकी तर कबीरदासांचे हातपाय नीट बांधले जात आहेत की नाहीत हे बघायला जातीने त्यांच्याजवळ उभा होता आणि कुत्सितपणे हसत होता. 'समझ गया शेख तकी की ताकद को? आ गयी ना जान पें कयामत? आता बोलाव तुझ्या त्या रामाला! बघू या येतोय का तुझ्या मदतीला?' असं उपहासाने बोलत होता. ''नीट, घट्ट, करकचून बांधा रे! सुटता कामा नये! साखळदंड सुटला तर बादशाह सलामत तुम्हाला ठार करतील!'' असं त्या गारद्यांना सांगत होता. हे सगळं ऐकत, बघत, सोसत कबीरदास मात्र शांतपणे, तटस्थपणे उभे होते. ना त्यांच्या चेहऱ्यावर भीती उमटली

होती, ना डोळ्यांत भय! ना त्यांनी बादशाहाची विनवणी केली, ना दयेची याचना! धीरगंभीरपणे ते चाललेला हा सगळा तमाशा शांतपणे बघत उभे होते. मात्र मनातल्या मनात त्या सर्वसाक्षी रामाच्या नावाचा जप चालला होता.

गारद्यांचं काम झालं. कबीरदासांचे हातपाय साखळदंडाने बांधले गेले. ते बघून तिथेच थांबलेल्या बादशाहाने हुकूम दिला, ''फेक दो अब इसे गंगा नदी में!'' बादशाहाच्या हुकमाची ताबडतोब अंमलबजावणी केली गेली. कबीरदासांना दोघा गारद्यांनी उचललं आणि गंगेच्या वेगानं वाहणाऱ्या प्रवाहात फेकून दिलं. शेख तकीला झालेला आसुरी आनंद त्यानं टाळ्या वाजवून व्यक्त केला. ''संपला. कबीर नावाचा, स्वत:ला संत म्हणवणारा, लोकांनी डोक्यावर घेतलेला एक ढोंगी साधू संपला. आता वाराणसीच्या मुस्लीमधर्मीयांवर मीच राज्य करणार'' शेख तकीच्या आनंदाला मर्यादा नव्हती.

गंगा नदीत फेकले गेलेले कबीरदास हातपाय बांधल्यामुळे थेट तळाला गेले आणि पुन्हा वर आले. कबीरदासांसारख्या संत महात्म्याचं समाजोद्धाराचं काम बाकी असताना त्याला आपल्या कुशीत अशी जलसमाधी मिळावी, हे जणू गंगा नदीला मान्य नव्हतं. ज्या श्रीरामांनी वनवासात जाताना गंगा नदी पार करण्यापूर्वी गंगेची पूजा केली होती, सीतामाईनं आपली एक केसाची बट तिला दान केली होती, त्या श्रीरामाची भक्ती करणाऱ्या या कबीरदासांना असं जलसमाधीमुळे मरण यावं, त्यांचं भरपूर आयुष्य आणि लोकोत्तर कार्य अजून बाकी असताना त्यांना असं अन्यायकारक मरण यावं हेच मुळी गंगेला मान्य नसावं. पाण्यात टाकल्यानंतरही कबीरदासांच्या सगळ्या जाणिवा सचेत होत्या. मनात चाललेला रामनामाचा जप आता उच्चारात आला होता. हातपाय साखळदंडानं करकचून बांधलेले होते. ते सुटण्याची यत्किंचितही शक्यता नव्हती. 'आपल्याला रामनाम घेत असा गंगेत मृत्यू येणार असेल, तर आपल्यासारखे पुण्यवान आपणच!' सचेत असलेल्या कबीरदासांच्या मनात आलं. अचानक गंगेच्या प्रवाहाची गती वाढली. इतकी वाढली, की त्या गतीमुळं कबीरदासांच्या हाताला बांधलेले साखळदंड तुटले. त्याच प्रवाहाच्या गतीने कबीरदास जोरात ढकलले गेले आणि त्यांचे पाय पात्रातल्या एका दगडावर आपटले. त्या दगडावर आपटल्याने त्यांच्या पायातले साखळदंडही तुटले आणि कबीरदास हाती-पायी मोकळे झाले. मोकळे झाल्याक्षणी त्यांनी हातपाय मारायला सुरुवात केली. हातपाय मारत ते मनसोक्त पोहले. किती दिवसांत ते असं मनसोक्त पोहले नव्हते गंगेत. असं मन:पूत

पोहून अंग हलकं झाल्यावर ते गंगेतून बाहेर आले. घाटाच्या तळाच्या पायरीवर उभं राहून त्यांनी गंगेला नमस्कार केला. ते घाट चढून वर आले.

झाल्या प्रकाराची चर्चा करत काही लोक तिथेच घाटावर थांबले होते. त्यांनी कबीरदासांना घाट चढून आलेलं पाहिलं आणि त्यांनी आश्चर्यानं तोंडात बोटं घातली. हातपाय साखळदंडांनी बांधलेल्या स्थितीत कबीरदासांना गंगेत टाकल्यावर दोन दिवसांनी त्यांचं पार्थिव फुगून वर येईल अशी चर्चा करणाऱ्या लोकांनी कबीरदासांना जिवंत अवस्थेत घाट चढून वर आल्याचं पाहिलं आणि त्यांना आश्चर्याचा धक्का बसला. ''अरे, ते पाहा कबीरदास! अरे, कबीरदास आले! कबीरदास जिवंत आहेत! कबीरदास गंगेत बुडाले नाहीत! अरे, कबीरदास जिवंत बाहेर आले! हा तर चमत्कार आहे! हा तर फार मोठा चमत्कार आहे! कबीरदास नदीत बुडूनसुद्धा जिवंत आहेत, हा केवढा चमत्कार आहे! कबीरदास महान आहेत! त्यांची भक्ती खरी आहे! कबीरदास महान संत आहेत!'' लोकांच्या आश्चर्याला पारावार राहिला नव्हता. कबीरदासांना बघून लोकांनी एकच दंगा केला. इतका केला, की नुकत्याच तिथून आपल्या अनुयायांसोबत गेलेल्या शेख तकीच्या कानावर तो दंगा गेला. त्यातच आता लोक कबीरदासांच्या जयजयकाराच्या घोषणा देऊ लागले. 'कबीरदास महान है!' असे नारे देऊ लागले. शेख तकीला ते ऐकू आले आणि तो गडबडीने मागे फिरला. परत गंगेच्या घाटावर आला आणि पाहतो तर काय? पाण्यात बुडवलेले कबीरदास अतिशय सुखरूप, सुव्यवस्थित, हातीपायी धड असे गंगेच्या काठावर उभे होते. लोक त्यांच्याभोवती जमले होते. त्यांच्या पाया पडत होते. त्यांच्या नावाच्या घोषणा देत होते. हे बघितलं आणि शेख तकी बेशुद्ध पडायचा तेवढा बाकी राहिला. भानावर आल्यावर आपल्या डोळ्यांवर विश्वास न बसून तो लगबगीनं त्या लोकांच्या घोळक्यात गेला. तो आलेला बघून लोक जरा बाजूला सरकले. शेख तकी कबीरदासांसमोर जाऊन उभा राहिला. ''अरे नाटक्या, तू जिवंत कसा परत आलास? तुझे हातपाय बांधून तुला पाण्यात टाकला होता, तर तू पाण्याच्या बाहेर कसा आलास? आणि जिवंत कसा राहिलास?'' कराकरा दात खात शेख तकीनं विचारलं.

''माझ्या रामानं मला वाचवलं! माझा राम संकटात सापडलेल्या भक्तांच्या मदतीला कायमच धावून जातो. त्यांना मदत करतो आणि संकटातून सोडवतो. त्यानंच माझे साखळदंड तोडले आणि मला वाचवलं.'' कबीरदासांनी शांतपणे उत्तर दिलं.

मन न डिगै ताथै तन न डराई।
केवल राँम रहे ल्यौ लाई॥
अति अथाह जल गहर गंभीर। बाँधि जंजीर जलि बोहे हैं कबीर।
जल की तरंग उठी कटि है जंजीर। हरि सुमिरन तट बैठे हैं कबीर॥
कहै कबीर मेरे संग न साथ। जल थल मैं राखै जगन्नाथ॥

माझं मन स्थिर आहे, विचलित होत नाही; म्हणून माझं शरीरही घाबरत नाही. कारण माझ्या मनात राम पूर्णपणे बसला आहे. पाणी खूपच खोल आणि अथांग आहे. शृंखला बांधून कबीराला त्यात बुडण्यासाठी टाकलंय, पण ईश्वराच्या कृपेनं पाण्यात इतके शक्तिशाली तरंग उठले, की माझे साखळदंड तोडले गेले. देवाच्या नामस्मरणात तल्लीन असलेल्या कबीराला किनारा मिळाला. माझे दुसरे कोणी साथी-सोबती नाहीत. केवळ रामच माझा सोबती आहे आणि तो जमिनीवर, पाण्यात, सगळीकडे माझी रक्षा करतो.

शेख तकी, मला माझ्या रामानं वाचवलंय. कबीर आणि त्याचे विचार नष्ट करण्याचा तुम्ही कितीही प्रयत्न करा जोवर राम माझ्यासोबत आहे तोवर कबीरच्या केसालाही धक्का लागणार नाही. आणि जोवर या पृथ्वीवर राम नाम आहे तोवर कबीराचंही नाव असणार आहे!'' कबीरदासांनी हे इतक्या ठामपणे सांगितलं, की शेख तकी 'आ' वासून बघतच राहिला. लोकांनी जोरात टाळ्या वाजवल्या. मात्र शेख तकी बिथरला. ओरडून म्हणाला, ''कबीर, मला माहीत आहे तू काळी जादू करतोस. जादूटोणा करून तू स्वत:ला वाचवलंस. मला हे बादशाहांच्या कानावर घालायला हवं. तू काळी जादू करतोस. जादू करून, मंत्रतंत्र मारून लोकांना वश करून घेतोस. हे बादशाहांना सांगितलं पाहिजे. मी हे आता जाऊन बादशाहांना सांगून येतो!'' कराकरा दात खात शेख तकी ओरडून म्हणाला आणि तातडीनं हे बादशाहाला सांगण्यासाठी तिथून निघून गेला.

कबीरवाणी...

हेरत हेरत हे सखी, रहा कबीर हिराइ ।
बूंद समानी समुंद में, सो कत हेरी जाइ॥

हे सखी, शोधता शोधता कबीर स्वतःस हरवून बसला.
थेंब (जीवात्मा) सागरामध्ये (परमात्म्यामध्ये) सामावून गेला आहे.
त्याला शोधून काढणे कसे शक्य आहे?

१७.

बिथरलेल्या शेख तकीला आणि गंगेच्या घाटावर जमलेल्या त्या लोकांना तसंच आश्चर्यात ठेवून कबीरदास घरी पोहोचले, तर घरी एक मोठं काम त्यांची वाट बघत होतं. ते काम करण्यासाठी निमा त्यांची वाट बघत होती. घरात पोहोचेपर्यंत कबीरदास चिंतेत होते. आपल्याला साखळदंडाने बांधून गंगेत टाकलं होतं, बादशाह आपल्यावर खफा झाले होते, ही गोष्ट अम्मीला समजली; तर ती आपल्याला घरातच कोंडून ठेवेल, बाहेर जाऊच देणार नाही अशी भीती त्यांना वाटत होती. त्यांनी आपले कपडे बघितले. ते अंगावरच वाळले होते हे बघून ते निश्चिंत झाले आणि घरात आले. अम्मी त्यांची वाटच बघत होती. कबीरदास आत आल्याआल्या ती म्हणाली, ''आ गया तू? बरं झालं लवकर आलास! आता हे काम कर. हा फणस काप आणि त्याचे गरे काढून ठेव. आज तुझ्या बहिणी आणि जावई येणार आहेत. तुझ्या बहिणींना गरे फार आवडतात. फणस कापून तेवढे काढून ठेव!' भला मोठा फणस दाखवून अम्मी म्हणाली. ''मी? मी कापायचाय हा फणस?'' कबीरदासांनी आश्चर्यानं विचारलं. ''मग कोण कापणार? तुझ्याच एका भक्तानं आणून दिलाय. मोसमातला पहिला फणस आहे, म्हणून तुला दिलाय

असं सांगून गेला तो. तूच कापायला हवा!'' असं म्हणून अम्मीनं मोठी सुरी आणि कापड कबीरदासांकडे दिलं आणि ती स्वयंपाकाला निघून गेली. आता नाईलाज होता. कबीरदासांनी रामाचं नाव घेतलं आणि फणस कापायला सुरुवात केली. पण कापायला येत कुठं होता? त्या फणसाच्या चिकानं आणि गऱ्यांच्या चिकटपणानं त्यांचं अख्खं अंग माखलं, पण हे काम काही झालं तरी पूर्ण करायला लागणार होतं. आज बहिणी आणि त्यांचे पती यायचे होते. कबीरदास त्या फणसाशी अगदी मन लावून झटापट करत होते. मुखी रामनाम होतंच, पण हा फणस त्यांचा जीव वाचवणार आहे याची त्यांना कल्पना ही नव्हती.

बिथरलेला शेख तकी घाटावरून थेट निघाला, तो सरळ बादशाहाकडे आला. गंगेच्या घाटावरून येऊन बादशाह नुकताच दरबारात बसला होता. शेख तकी आला तो ओरडतच! 'गजब हो गया! गजब हो गया! शैतान बच गया। शैतान बच गया।' असं ओरडत शेख तकी दरबारात आला. त्याचा आरडाओरडा ऐकून सगळे दरबारी उठून उभे राहिले. बादशाहही चमकला. शेख तकी धावत बादशाहासमोर आला. गडबडीनं मुजरा करून बादशाहाला म्हणाला, ''हुजूर, गजब हो गया। काली जादू करके शैतान बच गया। हुजूर, मी - मी या डोळ्यांनी पाहिलं. तो कबीर पाण्यावर तरंगत तरंगत काठावर आला. काळी जादू करून त्यानं स्वतःचे प्राण वाचवले, हुजूर! त्याला जादूटोणा येतो. तो जिवंत आहे. आता तर त्याला मारायलाच हवं!'' शेख तकीनं कांगावा करून बादशाहाला सांगितलं. त्यालाही नवल वाटलं. 'हातपाय साखळदंडानं बांधून नदीच्या खोल पाण्यात टाकलेला कबीर जिवंत कसा राहिला? खरंच ही त्याच्या रामाची कृपा म्हणायची, की शेख तकी म्हणतो त्याप्रमाणं तो काळी जादू जाणतो. काहीही असलं, तरी बादशाहानं दिलेल्या हुकमाच्या विरोधात हे झालंय. त्या कबीरदासाला सजा-ए-मौत दिली होती, पण तो जिवंत राहिला. म्हणजे हुकूम पूर्ण झाला नाही. हुकूम मोडला गेला. कसाही का असेना, पण हुकूम मोडला गेला होता. याचा बादशाहाला राग आला. 'ते काही नाही. आता आपल्या डोळ्यांसमोर हुकूम पाळला गेला पाहिजे. तो नक्की मरणार असं समजून त्याला पाण्यात टाकल्यावर आपण दरबारात आलो हेच चुकलं. पण आता नाही. आता त्याला आपल्यासमोर मारायचं. नव्हे तो आपल्यासमोर मेला पाहिजे.' बादशाहानं संतापाच्या भरात हे नक्की केलं आणि आपल्या शिपायाना सांगितलं, ''त्या कबीरदासाला जेरबंद करून पकडून दरबारात आणा! त्याचा फैसला आता इथं होईल!'' बादशाहाच्या हुकमाप्रमाणं शिपाई

कबीरदासांना पकडण्यासाठी गेले. आता शेख तकी निवांत झाला. 'आता बादशाहांनी कबीरदासांना पकडून आणायला सैनिक पाठवले आहेत. आता नक्की त्याला मौतची सजा दिली जाणार.' मनात अत्यंत खूश होऊन शेख तकी तिथंच थांबला.

लोकांचे जयजयकार ऐकून त्या सगळ्यांना वंदन करून कबीरदास घरी परतले, ते घरात जाऊन फणस कापत बसले होते. तेवढ्यात एक जण धावत सांगत आला, ''कबीरदाऽस, कबीरदाऽस, बादशाहाचे शिपाई तुम्हाला पकडायला आले आहेत.'' हे ऐकल्यावर सगळे लोक जमले आणि गलका करू लागले. कबीरदास त्यांना शांत करू पाहत होते, तोच बादशाहाचे शिपाई तिथे येऊन पोहोचले. त्यांनी कबीरदासांना पकडलं, दोरीनं बांधलं आणि ते त्यांना घेऊन निघाले. बादशाहाचं हे कृत्य बऱ्याच जणांना आवडलं नाही. ते सगळे लोक कबीरदासाच्या पाठोपाठ निघाले आणि ही सगळी मिरवणूक वाराणसीत येऊन दरबाराजवळ येऊन पोहोचली. सैनिकांनी लोकांना बाहेरच थांबवलं. ते शिपाई कबीरदासांना घेऊन आत आले. या वेळी बादशाहानं एक शक्कल लढवली होती. त्यानं तीन मशिदींचे काजी दरबारात न्याय देण्यासाठी आणून बसवले होते. त्याला माहीत होतं, की एखाद्याला सजा-ए-मौत एकदा सुनावल्यावर त्यातून तो वाचला, तर त्याला परत मृत्यूदंड देता येत नाही. पण हा नियम दरबारी कानूनसाठी होता. पण शरियतचा कानून वेगळा होता आणि तो काजी सांगू शकत होते. मुळातच मुस्लीम परंपरेविरुद्ध बोलल्यानं आणि काजी, मुल्ला यांना नावं ठेवल्यानं तसे ते सगळे कबीरदासांवर चिडून होते. म्हणून तर त्यांनी शेख तकीला साथ दिली होती. आता तर काय? कबीरदासांचा या दरबारात शरियतच्या कायद्याप्रमाणे न्याय-निवाडा करून त्यांना सजा फर्मावायला बादशाहानेच काजींना पाचारण केलं होतं. त्यामुळे काजीसुद्धा मनात मांडे खात होते. कारण कबीरदासांना काय शिक्षा सांगायची ते बादशाहानं त्यांना आधीच पढवून ठेवलं होतं. म्हणूनच न्यायासनावर बसून काजी कबीरदासांची वाट बघत होते. अगदी उत्सुकतेनं.

शिपाई कबीरदासांना जेरबंद करून घेऊन आले आणि त्यांना बादशाहासमोर आणून उभं केलं. मगाशी त्या शेख तकीनं ओरडत येऊन सांगितलं, तेव्हा बादशाहांचा क्षणभर विश्वास बसला नव्हता. पण आता कबीरदासांना समोर सुस्थितीत उभं पाहून आताही त्याचा स्वत:च्या डोळ्यांवर विश्वास बसेना. स्वत:ला सावरून त्यानं कडक आवाजात विचारलं, ''कबीरदास, तू जिवंत कसा राहिलास? तुला साखळदंडांतून सोडवण्याचं हे धाडस कुणी केलं? कुणी केली बादशाहाची अवज्ञा? त्याचा शोध

घेऊन त्याला आमच्यासमोर घेऊन या. त्यालाही आम्ही सजा-ए-मौत देऊ! कोण आहे तो?'' बादशाहाने उसळून विचारलं.

''तो माझा राम आहे! तुम्ही ना त्याला पकडू शकाल, ना शिक्षा करू शकाल! मात्र त्यानं तुम्हाला पकडून शिक्षा करायची असं ठरवलं, तर तुम्हाला सुटतासुद्धा येणार नाही.

राम नाम जाण्यां नहीं, बात बिनंठी मूलि।
हारत इहां ही हरिया, परत पड़ी मुखी धूलि॥
राम नाम जाण्यौं नहिं, लागि मोटी षोडि।
काया हाँडि काठ की, ना ऊँ चढ़े बहोड़ि॥

''हे प्राणी, तू रामनामाची महानता जाणत नाहीस. तू आपली मूळ वस्तू (मनुष्यजन्म) बिघडवलीस. दुसऱ्याला परास्त करण्याच्या नादात तू स्वतःच हरलास. तुझ्या मुखावर अज्ञानाच्या अंधकाराची धूळ पडली आहे. तू रामनाम जाणलं नाहीस, त्याचं नामस्मरण केलं नाहीस. हा देह लाकडाच्या हंडीप्रमाणे (पातेल्याप्रमाणे) आहे, जो दुसऱ्यांदा चुलीवर ठेवता येत नाही. (देह एकदा जळून नष्ट झाला की, पुन्हा प्राप्त होत नाही.) तेव्हा, हुजूर, रामाला पकडून आणून शिक्षा करू शकणार नाही.''

कबीरदासांचं हे बोलणं बादशाहाला उद्दामपणाचं वाटलं आणि त्यांनं काजीला ओरडून आज्ञा केली. ''काजी, शरियतच्या कायद्यानुसार धर्म बुडवणाऱ्याला आणि देशद्रोह करणाऱ्याला काय शिक्षा आहे? ताबडतोब सांगा!'' काजी या क्षणाचीच वाट बघत होते. त्या तिघांनीही एकमुखानं सांगितलं, ''बादशाह सलामत, या पापी माणसाला सरेआम, लोकांसमोर सजा-ए-मौतची शिक्षा शरियतच्या कानूनप्रमाणे आम्ही सुनावत आहोत. या पाप्याला आजच्या आज खुलेआम हत्तीच्या पायाखाली दिलं जावं!'' काजींनी न्यायनिवाडा केला आणि तिथं असलेल्या सर्वांच्या चेहऱ्यावर आसुरी आनंद उमटला. बादशाह, तिन्ही काजी, शेख तकी आणि त्यांचे अनुयायी हे सगळे जण खूश झाले. त्यांची इच्छा पूर्ण झाली होती. लोकांसमोर टेंभा मिरवणारा, संत म्हणून नावाजला गेलेला हा कबीरदास आता संपणार होता. हत्तीच्या पायाखाली तुडवला जाणार होता. त्याच्या मेंदूचा, मस्तकाचा चेंदामेंदा होणार होता. त्यातच काजींनी दिलेल्या त्या हुकमात आणखी एक मेख होती. कबीरदासांना खुलेआम, सर्वांसमोर हत्तीच्या पायाखाली तुडवलं जाणार होतं.

बादशाह स्वत: या शिक्षेची अंमलबजावणी होत असताना तिथे हजर राहणार होता. म्हणजे कबीरदासांच्या मृत्यूबद्दल कोणतीही शंका उरणार नव्हती आणि विशेष म्हणजे शिक्षेची अंमलबजावणी तातडीनं करायची होती.

त्याबद्दलची तयारी लगेचच सुरू झाली. माहुताला निरोप पाठवला गेला. त्याला हत्तीला घेऊन राजवाड्याच्या समोरच्या पटांगणात बोलावलं. माहूतही लगेचच आला. त्याने सोबत 'रणजित' नावाच्या हत्तीला आणलं होतं. हा हत्ती अतिशय संतापी म्हणून प्रसिद्ध होता. अतिशय मस्तवाल आणि अवाढव्य हत्ती होता तो. त्याला नुसतं बघूनच लोकांचा थरकाप उडत असे. हा 'रणजित' माहुतावरही हल्ला करायला मागेपुढे पाहत नसे. आत्तापर्यंत त्यानं तीनचार माहुतांना आपल्या सोंडेत पकडून भिरकावून दिलं होतं. एक माहूत मरण पावला होता. दोघे कायमचे जायबंदी झाले होते. 'तो आपल्या सावलीलाही रागारागानं तुडवतो' असं त्याच्या बाबतीत बोललं जायचं. असा तो पिसाळलेला रणजित नावाचा हत्ती राजमहालासमोरच्या त्या पटांगणात आणला गेला. लोकांची हीऽ गर्दी जमली. काजींनी सुनावलेली शिक्षा शेख तकीच्या अनुयायांनी बाहेर सगळीकडे जाऊन दवंडी पिटवल्याप्रमाणे ओरडून सांगितली होती आणि हा भयानक नजारा बघण्यासाठी हजारोंच्या संख्येनं लोक त्या पटांगणात जमा झाले. काही हळहळत होते. काही चुकचुकत होते. काही मजा बघायला आले होते, काहींना आनंद झाला होता. बघता बघता ते पटांगण माणसांनी भरून गेलं होतं.

पटांगणाच्या एका बाजूला माहूत त्या 'रणजित'ला घेऊन उभा होता. तो रणजित सारखे धुत्कार टाकत होता. अस्वस्थपणे सोंड हलवत होता. मध्येच पुढचा एक पाय उचलून जमीन उकरत होता. एकसारखी मान हलवत होता. मध्येच जोरजोरात कान फडकवत होता. सोंडेत माती उचलून फुत्कार टाकत ती उधळत होता. त्याच्या डोळ्यांत राग मावत नव्हता. त्याच्यावर बसलेला माहूत त्याला सतत अंकुश टोचत आवरतही होता आणि त्याचबरोबर त्याचा संतापही वाढवत होता. लोकांच्या नजरा त्या भीतिदायक दिसणाऱ्या हत्तीवर खिळल्या होत्या. लोक आपसांत कुजबुजत होते. शिपायानं एकदम ललकारी दिली. ''सावधान, बादशाह येत आहेत!'' आणि लोक शांत झाले. बादशाह सिकंदर लोदी महालाबाहेर येऊन उभा राहिला. त्याच्या दोन्ही बाजूंना अंगरक्षकांच्या सोबतच शेख तकी आणि ते तीन काजी होते. ''गुन्हेगाराला घेऊन या आणि हत्तीच्या वाटेत टाका!'' बादशाहानं आज्ञा दिली. त्याबरोबर

लोकांनी पाहिलं, की जेरबंद केलेल्या अवस्थेत कबीरदासांना दोन्ही बाजूंनी पकडून शिपाई घेऊन आले. कबीरदासांना चालायला त्रास होत होता. पण ते शिपाई त्यांना कधी ढकलत, तर कधी फरफटत घेऊन येत होते. पुढे येताना पायऱ्या लागल्या, तर त्या शिपायांनी कबीरदासांना एखाद्या गाठोड्याप्रमाणे उचललं आणि त्या मैदानाच्या मध्यभागी आणून उभं केलं. कबीरदासांचे हातपाय दोरीनं आवळून बांधलेले होते. ते तिथं तोल सावरत कसेतरी उभे राहिले. मात्र चेहरा शांत होता. चेहऱ्यावर किंचितही भीती नव्हती. बांधलेल्या पायानं का होईना पण ते ठामपणे उभे होते. देहबोलीत भीतीचा लवलेशही नव्हता. मात्र रामनामाचा जप अव्याहत सुरू होता.

कबीरदासांना तिथं आणून उभं केल्यावर बादशाहानं माहुताला हातानं इशारा केला आणि म्हणाला, ''हुक्म की तामील हो!'' त्याबरोबर माहुतानं मान झुकवून बादशाहाला सलाम केला आणि हातातला अंकुश त्या हत्तीच्या - रणजितच्या गंडस्थळावर जोरात टोचून त्याला इशारा केला. त्या माहुतानं तो अंकुश त्या हत्तीच्या गंडस्थळावर इतक्या जोरात टोचला, की आधीच संतापलेला तो हत्ती आणखीनच संतापला आणि 'चीं चीं' असं चीत्कारत त्यानं एकदा हिसक्यानं सोंड वर उचलली. पाठीवर बसलेल्या माहुताला त्यानं सोंडेत पकडलं, उचललं आणि झटक्यात खाली टाकलं. तो माहूत मातीत पडला. जखमी झाला. हत्ती त्याच्या अंगावर चाल करून गेला. हत्ती आपल्याकडे येताना पाहून तो भयभीत झालेला, जखमी झालेला माहूत धडपडत कसाबसा उठला आणि पाठीमागे पळाला. मात्र हत्ती मागे वळला नाही. तो 'चीं चीं' असा चित्कार करत पुढंच धावत सुटला. तो माहूत वाचला, पण हत्ती तिकडेच धावत सुटला, जिथं कबीरदासांना आणून टाकलं होतं. हत्ती आपल्याकडे येताना पाहून त्यांनी दोन पावलं मागे सरकायचा प्रयत्न केला, पण पाय बांधलेले होते. त्यांना सरकता तर आलं नाहीच, पण ते धपकन खाली जमिनीवर पडले. आणि आता त्यांना उभंही राहता येईना. मात्र ते तसेच जमिनीवर पडून राहिले. तो हत्ती मात्र संतापानं सोंड उचलून 'चीं चीं' करत धावत येत होता. कबीरदास शांतपणे पडून जवळ येणारा तो मृत्यू पाहत होते. आता काही क्षण, हत्तीची काही पावलं आणि मग सगळं संपणार होतं. संपणार होती माणुसकी, संपणार होती सहानुभूती. संपणार होता विद्वत्तेचा सन्मान, संपणार होतं संतपणाचं अस्तित्व. संपणार होता समाजाच्या उद्धाराची आशा बाळगणारा एक समाजसुधारक, संपणार होता धर्माचं अवडंबर पुसू पाहणारा एक महात्मा. हत्ती जवळ जवळ येत होता.

बादशाहा, शेख तकी आणि कबीरदासांचा दुस्वास करणारे सगळे श्वास रोखून थांबले होते. आता कुठल्याही क्षणी तो हत्ती कबीरदासांपर्यंत पोहोचणार होता. संतापानं फुत्कारत असलेला तो हत्ती वाटेत पडलेल्या कबीरदासांना आपल्या भक्कम पायाखाली तुडवणार होता आणि कबीरदासांच्या देहाचे तुकडे तुकडे होणार होते. त्यांचा चेंदामेंदा होणार होता. कबीरदास नावाची ही ब्याद कायमची संपणार होती. आपल्या विचारांनी सर्व धर्मांच्या लोकांच्या मनावर राज्य करणाऱ्या कबीरदासांचं अस्तित्वच संपणार होतं. बादशाहा आणि शेख तकीच नव्हे, तर तिथे जमलेला प्रत्येक माणूस डोळे विस्फारून, हृदयाचे ठोके वाढवून समोर जे दिसणार आहे ते बघत होता. कबीरदास रस्त्याच्या मधोमध पडले होते. उठून बाजूला व्हावं म्हटलं, तरी ते त्यांना शक्य नव्हतं. ते तसेच पडून राहिले. मुखातून रामनामाचा जप चालला होता. डोळ्यांसमोरून हत्तीच्या रूपात तो काळ जवळ जवळ येत होता. कबीरदासांचं डोकं जमिनीवर होतं. त्यांचे कान जमिनीला टेकले होते. त्या हत्तीच्या चालण्याचा धपधप आवाज त्यांच्या कानाच्या पडद्यावर जणू आदळत होता. संतापलेला तो हत्ती जवळ येत होता. आता काही क्षण उरले होते. काही श्वास शिल्लक राहिले होते, मग सारं संपणार होतं. कबीरदास कसेतरी धडपडत उठून बसले. फणसाच्या चिकानं चिकट झालेल्या सगळ्या अंगाला माती चिकटली होती. हात बांधल्यामुळे ती झटकताही येत नव्हती. आणि आता झटकून करायचं तरी काय? काही क्षणांत हा सगळा देहच मातीत मिसळणार होता. हत्तीच्या पायांखाली चिरडला जाणार होता. मातीत घुसळला जाणार होता. मग माती कशाला झटकायची? या विचारानं तशाही परिस्थितीत कबीरदासांच्या चेहऱ्यावर हसू उमटलं. हत्ती अगदी जवळ आला. त्यानं कान ताठ केले होते. डोळे लाल झाले होते. समोर, आपल्या वाटेत बसलेला कोणीतरी त्याला दिसला होता. 'हा मला अडवायला आलाय का? हा काय मला अडवणार? एक तर त्याला सोंडेत धरून उचलून भिरकावून देईन, नाहीतर माझ्या पायांखाली चिरडून टाकीन.' अशा आविर्भावात हत्ती पुढे आला. कबीरदासांच्या जवळ, अगदी जवळ येऊन उभा राहिला. अगदी जवळ...!

बघणाऱ्या सगळ्या लोकांचे श्वास रोखले गेले. त्यांच्या हृदयाची धडधड त्यांनाच ऐकू येऊ लागली. आता या कबीरदासांचा चेंदामेंदा होणार होता. हत्तीनं त्यांना सोंडेत धरून उचलण्यासाठी सोंड कबीरदासांच्या जवळ नेली. कबीरदासांनी डोळे घट्ट मिटून घेतले. 'रामा, आहेस ना तू सोबत?' असं एकदा विचारलं.

कबीरदासांनी मनाची तयारी केली. आता तो हत्ती त्यांना सोंडेत धरून उचलणार. तोच... तोच त्याला तो वास आला. होय! तोच वास! त्याच्या आवडीचा वास! ज्या वासानं त्याचं मन शांत होत होतं, प्रसन्न होत होतं. तो त्याला आवडणारा वास, त्याच्या आवडत्या फळाचा, फणसाचा वास. होय! फणसाचाच वास! कबीरदासांच्या सगळ्या अंगाला फणसाचा वास येत होता. हत्तीनं आपली सोंड कबीरदासांच्या शरीरावर इकडून तिकडून फिरवली. सगळीकडं त्यांच्या शरीराला फणसाचा वास येत होता. फणस हत्तीचं अत्यंत आवडतं फळ. गेल्या कित्येक दिवसांत ते फळच काय, पण तो वासही घ्यायला हत्तीला मिळाला नव्हता. आणि आता हा इथं बसलेला माणूस, त्याच्या सर्वांगाला फणसाचा वास येत होता. हत्तीचा राग त्या वासानं जणू निवळला. उचललेली सोंड खाली घेऊन तो तिथल्या तिथं थांबला. त्या वासाच्या दरवळाच्या रोखानं तो कबीरदासांना ओलांडून त्यांच्या बाजूनं पुढं गेला. कबीरदासांना ज्या वाटेनं आणलं होतं, त्या वाटेनं तो हत्ती त्या वासाचा माग काढत, 'चीं चीं' करत पुढे गेला. कबीरदास अजूनही डोळे घट्ट मिटून बसले होते. 'हा हत्ती अजून आपल्याला उचलत कसा नाही?' असा विचार करत होते. तोच त्यांना 'कबीरदास की जय'चा नारा ऐकू आला. त्यांनी डोळे उघडले. ते हातीपायी सुखरूप होते आणि मुख्य म्हणजे जिवंत होते. त्यांनी डोळे उघडून आसपास बघितलं. तो हत्ती, तो काळ कुठंच दिसत नव्हता. लोक त्यांच्याकडे धावत आले. त्यांनी कबीरदासांना उचलून घेतलं. त्यांचे बांधलेले हातपाय सोडवले. लोक त्यांच्या पाया पडण्यासाठी धडपडू लागले. एकच गोंधळ करू लागले. कबीरदासांच्या डोळ्यांतून मात्र अश्रूंच्या धारा लागल्या होत्या. पुन्हा एकदा त्यांच्या रामानं त्यांना वाचवलं होतं. त्यांनी डोळे मिटले. हात जोडले आणि म्हणाले...

''तू सकल गहगरा सफ सफा दिलदार दीदार।
तेरी कुदरती किनहूँ न जानी, पीर मुरीद काजी, मुसलमानी॥
देवी, देव, सुर, नर, गण, गंध्रप, ब्रह्मा देव महेसुर।
तेरी कुदरती तिनहूँ न जाँनी॥

हे ईश्वरा, तू सर्वव्यापक आहेस. तुझं रूप निर्मळ, प्रेममय आणि दर्शन करण्यासारखं आहे. तुझं सामर्थ्य कोणीच जाणू शकले नाहीत. अगदी स्वतःला ज्ञानी समजणारे पीर, मुरीद, काजी, मुसलमान, देवी, देव, सुर, नर, गण, गंधर्व, ब्रह्मदेव, महेश्वर हेसुद्धा तुझं अपरंपार सामर्थ्य जाणू शकले नाहीत.''

आपल्या प्रियतम रामाची अशी स्तुती केल्यावर कबीरदासांना बरं वाटलं. खांद्यावर उचलून घेऊन त्यांच्या नावाचा जयजयकार करत लोक त्यांना घरी घेऊन गेले. ज्यांना ही घटना माहीत नव्हती, त्यांनी कबीरदासांना विचारलं, ''काय झालं? काय प्रसंग घडला?''

कबीरदासांनी त्यांना उत्तर दिलं,

अहो मेरे गोब्यंद तुम्हारा जोर,
काजी वकिबो हस्ती तोर॥
बाँधि भुजा भलै करि डार्यौ। हस्ती कोपि मूंड मैं मारियौ॥
भागै हस्ती ची साँ मारी। वा मूरति की मैं बलिहारी॥
महावत तोकूँ मारूँ सांटी। इसहि मराँऊँ घालौं काटी॥
हस्ती न तोरै धरै धियान। वाकै हिरदै बसे भगवान॥
कहा अपराध संत हौ कीन्हाँ। बाँधि पोट कुंजर को दीन्हा॥
कुंजर पोट बहु वंदन करै। अजहूँ न सूझै काजी अंधरै॥
तिनी बेर पतियारा लीन्हा। मन कठोर अजहूँ न पतीनाँ॥
कहै कबीर हमारै गोब्यंद। चौथे पद ले जन का ज्यंद॥

''हे गोविंद, तू सर्वांत सामर्थ्यशाली आहेस. काजीने सांगितलेल्या कबीराला हत्तीसमोर टाका, म्हणजे तो मरेल. माझे हातपाय बांधून माझं गाठोडं करून हत्तीसमोर टाकलं. हत्तीने संतापून माझ्या डोक्यावर मारलं, पण मला लागलं नाही. उलट तो हत्ती स्वतःच चीत्कार करत पळून गेला. हे ईश्वरा, तुझ्या मूर्तीला मी वंदन करतो. काजीनं त्या वेळी माहुताला सांगितलं, की मी तुला काठीने मारीन आणि या हत्तीलाही मारून कापून टाकीन. तरीही हत्ती मला ठार करत नव्हता. एकतर तो तुला पाहत असेल आणि त्या समाधीतून बाहेर येत नसेल. त्याच्या हृदयात भगवान प्रगटले होते. या संताने काय अपराध केला होता, की त्याचं मुटकुळं करून त्याला हत्तीच्या पायाखाली टाकलं? हत्ती त्या मुटकुळ्याला प्रणाम करत होता, तरी आंधळ्या काजीला सत्य काय ते दिसलं नाही. तीन वेळा त्यानं परीक्षा घेतली. तरीही त्याचं मन कठोर असल्यामुळे त्याला विश्वास वाटत नाही. हे ईश्वरा, या सामान्य भक्ताला तू चौथ्या म्हणजे सायुज्य पदापर्यंत घेऊन जा.'' आपल्याला दिलेल्या शिक्षेविषयी कबीरदासांनी असं तपशीलवार सांगितलं. लोकांनी पुन्हा एकदा त्यांचा जयकार केला.

आपण आपल्या डोळ्यांनी बघतोय ते सत्य आहे की आभास, असा प्रश्न पडून बादशाह आणि शेख तकी डोळे विस्फारून बघत होते. हत्ती कबीरदासांजवळ येतो काय, त्यांना सोंड लावतो काय, उचलण्याऐवजी त्यांना कुरवाळतो काय आणि नंतर त्यांना ओलांडून निघून जातो काय! सगळं अक्रीत होतं. अघटित होतं. अशक्य होतं. आश्चर्यजनक होतं. एक क्षण परिस्थिती अशी होती की, कुठल्याही क्षणी कबीरदासांचे प्राण गेले असते. दुसऱ्या क्षणाला मात्र त्या जिवंत राहिलेल्या कबीरदासांना लोक खांद्यावर उचलून त्यांचा जयजयकार करत होते. बादशाह गोंधळून उभा होता, तर शेख तकीचं तोंड काळंठिक्कर पडलं होतं. मात्र ज्या अर्थी हा पिसाळलेला हत्ती कबीरदासांच्या जवळ येऊन शांत झाला, त्यांना काहींच इजा न करता तो निमूटपणे निघून गेला; त्या अर्थी कबीरदासांना नक्कीच काळी जादू येत असणार याबद्दल बादशाह आणि शेख तकी दोघांचीही खात्री पटली. नुसती येत नसणार, तर ते काळी जादू करण्यात वाकबगार आहेत हेही या प्रसंगानं सिद्ध झालं होतं. नाही तर माहुतालाही न आवरणारा हत्ती कबीरदासांच्या जवळ येऊन शांतपणे निघून कसा गेला? तेव्हा अशी काळी जादू करणाऱ्या माणसापासून सर्वांना धोका होऊ शकतो. म्हणून या पापी, दुराचारी माणसाला येनकेन प्रकारे संपवलंच पाहिजे, याबाबत बादशाह आणि शेख तकी या दोघांचं एकमत झालं. मात्र या वेळी त्याच्या नकळत त्याला संपवलं पाहिजे असं काहीतरी करावं लागेल, असा विचार दोघांनी केला आणि त्यानुसार त्यांनी योजना बनवायला सुरुवात केली. या वेळी कबीरदासांच्या नकळत त्यांना मारायचं होतं. अर्थात, ते बघायला राम होताच.

✻

कबीरवाणी...

तन भीतर मन मानिया, बाहरि कतहुं न जाइ ।
ज्याला तें फिरि जल भया, बुझर बलंती लाइ॥

शरीरातच मन रमून गेले. आता ते बाहेर कोठे जात नाही.
जळणारी आग विझून गेली आणि ज्वाला
शीतल जलामध्ये परिवर्तित झाली.

१८.

'कबीरदासांना मारून टाकायचं म्हणजे असं काहीतरी करायला हवं, जे त्यांना आधी कळणार नाही. आधी न समजल्यामुळे त्यांना काळी जादू करायला वेळच मिळणार नाही आणि ते स्वत:ला वाचवू शकणार नाहीत.' असा विचार बादशाह आणि शेख तकी करत होते. चार दिवस त्यांनी विचार केला आणि ते या निष्कर्षाला आले की, रात्री सगळी निजलेली असताना कबीरदासांच्या घराला आग लावून घर पेटवून द्यावं. कबीरदास तर जळून मरेलच, पण त्याचे आईवडीलसुद्धा जळून मरतील. 'न रहेगा बांस, न बजेगी बांसुरी।' सगळीच जळून मेली, तर तक्रार करायला मागे कोणीच राहणार नाही. हा विचार नक्की झाला आणि ही योजना दोघांनाही एकदम पसंत पडली. शिवाय घराला आग दुसऱ्या कशामुळं लागली असंही सांगता येईल. म्हणजे आपल्यावर काहीच येणार नाही आणि आलंच तर बादशाहकडे बोट दाखवता येईल, असा विचार शेख तकीनं केला. कबीरदासांना त्यांच्या परिवारासह घरातच जाळून मारायचं या योजनेसाठी त्यानं बादशाहला भरीला घातलं. बादशाहसुद्धा आत्तापर्यंत दोन वेळा झालेल्या हुकमाच्या बेअदबीमुळे कबीरदासांवर संतापलेला होता. आता घरालाच आग लावली म्हणजे त्यातून सुटण्याची किंवा वाचण्याची सुतराम शक्यता

नव्हती. अगदी त्या कबीरदासाला कितीही काळी जादू येत असली, तरी. शिवाय आणखी एक गोष्ट फायद्याची होती, ती म्हणजे कबीरदासांचं घर पक्क्या विटांचं नव्हतंच. लाकडी फळ्यांचं, कुडाचं होतं ते घर. ते जळायला फार वेळ लागलाच नसता. आतल्या माणसांसकट ते घर क्षणार्धात जळून गेलं असतं. कबीरदास तर जळून मेलाच असता, पण त्याचे आईवडीलही जळाले असते. तसे ते म्हातारेच होते. नाहीतरी त्यांचा तसा काही उपयोगही नव्हता. त्यामुळं ते मेले असते, तरी काही वेगळं घडलं नसतं. एकंदरीत कबीरदासांना घरात जाळून मारण्याची ही योजना अगदी बेमालूमपणे साधता येणार होती. बादशाहाने आणि शेख तकी यांनी हा बेत प्रत्यक्षात आणण्याच्या दिशेनं पावलं टाकायला सुरुवात केली.

चैत्र-वैशाखाचे दिवस होते. कबीरदास दिवसभर मागावर बसून कापड विणत होते. आज तर त्यांनी एक असा शेला विणला होता, ज्यावर प्रत्येक धाग्यावर रामनाम विणले होते. हाताने रामनाम धाग्यात गुंफले जात होते, तर मुखाने रामाचे भजन गायले जात होते.

सो धन मेरे हरि का नाँऊ।
गाँठिज बाँधौ, बेचि न खाँऊँ॥
नाँऊ मेरे खेती, नाँऊ मेरे बारी, भगति करौ मैं सरनि तुम्हारी॥
नाँऊ मेरे सेवा, नाँऊ मेरे पूजा, तुम्ह बिन न जाँनौ दूजा॥
नाँऊ मेरे बंधव, नाँऊ मेरे भाई, अंत की बिरीयाँ नाँव सहाई॥
नाँऊ मेरे निर्धन, ज्यूँ निधी पाई, कहै कबीर जैसी रंक मिठाई॥

हरीचे स्मरण हेच माझे धन आहे; जे ना मी साठवून ठेवतो, ना मी विकून खातो. ते स्वतःच साधन आणि साध्य, दोन्ही आहे. नामसाधना हीच माझी शेती आहे, बाग आहे. तुला शरण येऊन मी भक्ती करतो. नाम हीच माझी पूजा आहे. माझ्यासाठी तीच सेवा आहे. तुझ्याशिवाय मी दुसऱ्या कोणाला ओळखत नाही. नाम हेच माझे बंधू-बांधव आहेत. मी जाणतो, की नाम हेच माझ्या अंतकाळी मदतीला येईल. नाम हे मला तसेच मौल्यवान आहे, जसे कोणा गरिबाला धनसंपत्ती किंवा भुकेल्याला मिठाई, असं कबीर सांगतो.

अत्यंत तन्मयतेनं कबीरदास तो शेलाही विणत होते आणि रामनामाचं भजनही गात होते. त्यांचा सगळा दिवस यातच गेला. तो शेला त्यांनी विणून पूर्ण केला आणि ते मागावरून उठले. तो शेला त्यांना राममंदिरात द्यायचा होता. दोन दिवसांवर

रामनवमी आली होती. केशवप्रभूंना त्यांनी शब्द दिला होता. रात्र झाली. तो शेला पूर्ण झाला. आता उद्या त्याच्या सुरकुत्या घालवून तो नीट घडी करून केशवप्रभूंना देऊन यायचं, असं ठरवून कबीरदासांनी तो शेला नीट ठेवला. जेवणं झाली. निमा-निरू निजले. कबीरदासांनी थोडा वेळ रामाचं भजन केलं.

अब हरि हूँ अपनौ करि लीनौं
प्रेम भगति मेरौं मन भीनौं॥
जरै सरीर अंग नहीं मोरौं। प्रान जाइ तौ नेह न तोरौं॥
च्यंतामणि क्यूं पाइए ठोली। मन दे राँम लियौ निरमोली॥
ब्रह्मा खोजत जनम गवायौ। सोई राँम घट भीतरी पायौ॥
कहै कबीर छूटी सब आसा। मिल्यौ राँम उपज्यौ बिसवासा॥

कबीर म्हणतो, आता देवानं मला आपलंसं केलंय. माझं मन त्याच्या प्रेमात, भक्तीत तल्लीन राहतंय. जरी माझं शरीर जळून गेलं, तरी मी भक्ती अंग मोडणार नाही. प्राण गेले, तरी रामाविषयीचा स्नेह सोडणार नाही. मनातली इच्छा पूर्ण करणारा चिंतामणी काय चेष्टेचेष्टेत मिळतो काय? अमूल्य तत्त्व असलेल्या रामाला मी माझं मन देऊनच खरेदी केलंय. ज्याला बाहेर शोधण्यात मी आयुष्य खर्ची घातलं, तो मला माझ्या शरीराच्या आतच सापडला. कबीर म्हणतो, मी माझ्या प्रापंचिक आशा सोडल्या आणि मला मनात विश्वास निर्माण झाला, की मला मुक्ती मिळेल.

रामाचं असं सुंदर भजन गाऊन कबीरदास निजायला गेले. तो रामनाम विणलेला शेला त्यांनी आपल्या उशागती ठेवला आणि मनात रामाचं नामस्मरण करतच ते निजले. मध्यरात्र उलटून गेली. निमा-निरू आणि कबीरदास शांतपणे निजले होते. गाढ झोप लागली होती त्यांना. घराच्या बाहेर अंधारात काय चाललं होतं हे त्यांच्या खिजगणतीतही नव्हतं. पण कबीरदासांच्या घराबाहेर एक वेगळंच कारस्थान शिजत होतं. शेख तकी बादशाहाचे चार शिपाई घेऊन कबीरदासांच्या घराजवळ आला होता. त्या सगळ्यांनी सोबत मशाली आणि कडबा आणला होता. तो कडबा ते कबीरदासांच्या घराभोवती पसरत होते. शेख तकी त्यांना बाजूला उभा राहून सूचना देत होता. तो कडबा सगळ्या घराभोवती पसरून झाला. त्यानंतर त्या लोकांनी आणलेल्या मशाली पेटवल्या आणि ते तिथून लांब जाऊन उभे राहिले. शेख तकी तर आधीच आपल्या घोड्यावर स्वार होऊन लांब जाऊन उभा राहिला होता. तिथून त्याने इशारा करताच त्या शिपायांनी त्या पेटलेल्या मशाली तिथून लांबूनच

कबीरदासांच्या घराच्या चारही बाजूंना फेकल्या. त्या पेटत्या मशाली घराच्या चारही बाजूंना पडलेल्या कडब्यावर पडल्या आणि तो कडबा चांगला वाळलेला असल्यामुळे क्षणार्धात धडधडून पेटला. तो कडबा घराच्या चारही बाजूंनी पेटलेला बघितल्यावर ते चौघे शिपाईसुद्धा आपापल्या घोड्यांवर स्वार झाले आणि त्यांनी त्वरेनं तिथून पळ काढला. शेख तकी तर कधीच पुढे गेला होता. कबीरदासांच्या घराच्या भोवती पसरलेला तो कडबा आता धडाडून पेटला. घरात शांत आणि गाढ निजलेल्या त्या तिघांना याची यत्किंचितही वार्ता नव्हती. तो कडबा चांगलाच पेटला. त्याच्या ज्वाळा वर उफाळून येऊ लागल्या. कबीरदासांचं ते घर चारही बाजूंनी धडाडून पेटलेल्या आगीच्या ज्वाळांचं भक्ष्य होऊ लागलं. आग पसरतच चालली होती. कुठल्याही क्षणी... अगदी कुठल्याही क्षणी तिनं त्या घराचा आणि आत झोपलेल्या माणसांचा घास घेतला असता. अगदी कोणत्याही क्षणी! आणि मग क्षणार्धात ते सगळं घर पेटलं असतं. आतल्या माणसांसकट त्या घराची राखरांगोळी झाली असती. अगदी दाखवायलासुद्धा अवशेष उरले नसते. ना घराचे, ना आतल्या माणसांचे. आगीच्या त्या भयानक ज्वाळा कबीरदासांच्या घराला बाहेरून लपेटत चालल्या होत्या. आता काही क्षण... काही क्षणांचाच अवधी उरला होता. अगदी काही क्षणांचाच...!

आणि अचानक... अचानक पाऊस पडू लागला. टपोऱ्या गारा पडू लागल्या. सोसाट्याचा वारा सुटला. तो वर त्या ज्वाळा पसरवणार, तोच धोधो पडणाऱ्या पावसानं ती आग विझवली. आज दिवसभर प्रचंड उष्मा होता. लोकांच्या अंगांतून घामाच्या धारा लागल्या होत्या. त्याचाच परिपाक म्हणजे टपोऱ्या गारा, सोसाट्याचा वारा आणि पावसाच्या मोठ्या धारा. निसर्ग जणू तांडव करत होता. तांडवनृत्य! शंकरानं संतापल्यावर दुष्टांचं निर्दालन करताना केलेलं नृत्य! बाहेर असं हे निसर्गाचं तांडवं चाललं होतं. ती आग पूर्ण विझली होती. कबीरदासांच्या घराच्या लाकडी भिंतींपर्यंत तिची झळसुद्धा पोहोचली नव्हती आणि दुष्टांच्या दुष्ट कर्मापासून आणि निसर्गाच्या तांडवापासून अनभिज्ञ असलेले ते तीन निष्पाप जीव दिवसभराच्या श्रमांमुळे श्रांत, क्लांत निजले होते. त्यांना यत्किंचितही कल्पना नव्हती, की क्षणापूर्वी आपल्या जीवावर बेतलं होतं. त्यांना यत्किंचितही कल्पना नव्हती, की काही क्षणांत आपल्या घराची आणि त्याचबरोबर आपल्या देहाचीही राखरांगोळी झाली असती. खरं तर त्या घटनेचा कोणी साक्षीदार असण्याचं कारण नव्हतं. पण

त्या सगळ्या घटनेचा एक साक्षीदार होता आणि त्यानं अगदी सुरुवातीपासून ही घटना प्रत्यक्ष डोळ्यांनी पाहिली होती. तो साक्षीदार म्हणजे शरीफचाचा. आता ते वृद्ध झाले होते. त्यांना रात्री फार वेळ झोप यायची नाही. कबीरदासांच्या घरासमोरच ते राहायचे. त्यांच्या डोळ्यांसमोरच कबीरदास लहानाचे मोठे झाले होते. त्यांची पहिली झोप झाली, की मग त्यांना झोप यायची नाही. मग तसबीह घेऊन ते जप करत बसायचे. विशेष म्हणजे त्यात कधीकधी रामाचं नांवही ते घ्यायचे. कारण कबीरदासांवर त्यांचा विश्वास होता. लाडके होते ते त्यांचे. ही घटना घडली त्या दिवशीही त्यांना अशीच मध्यरात्री जाग आली. आपल्या पलंगावर ते उठून बसले. उशागत ठेवलेली तसबीह घेऊन त्यांनी जप करायला सुरुवात केली. किती वेळ गेला कुणास ठाऊक! बराच वेळ गेला असावा. त्यांना अचानक घोड्यांच्या टापांचा आवाज ऐकू आला. आता मध्यरात्र उलटून गेल्यावर कोण घोडेस्वार इथून चाललेत? असं वाटून ते खिडकीजवळ जाऊन उभे राहिले. अंधारात त्यांना पाच माणसं असावीत असं वाटलं. ते कबीरदासांच्या घराजवळ काहीतरी टाकत होते. काही वेळानं त्यांनी मशाली पेटवल्या आणि त्या मशालींच्या उजेडात शरीफचाचांना त्यांचे चेहरे दिसले. ते पाच जण होते. त्यातला एक शेख तकी होता. शरीफचाचांनी त्याला लगेच ओळखलं. तेसुद्धा कधी काळी शेख तकीकडे जात होते. त्यामुळे शरीफचाचांनी त्याला ओळखलं. बाकीचे चौघे बादशाहाचे शिपाई असावेत. त्यांच्या पोशाखावरून तरी ते शिपाईच वाटत होते. त्यांनी हातातल्या मशाली पेटवल्या. त्या पेटत्या मशाली घेऊन ते घोड्यांवर बसून कबीरदासांच्या घरापासून थोडे दूर जाऊन उभे राहिले. नंतर तिथून त्यांनी त्यांच्या हातातल्या पेटलेल्या मशाली कबीरदासांच्या घराजवळ टाकल्या. शरीफचाचांनी बघितलं. त्या मशाली जिथं पडल्या होत्या, तिथं कडबा पसरलेला होता आणि पेटत्या मशाली पडताक्षणीच त्या कडब्यानं पेट घेतला. एवढंच नव्हे, तर शरीफचाचांच्या असंही लक्षात आलं, की कबीरदासांच्या घराच्या चारही बाजूंनी तो कडबा पेटलेला आहे. 'या अल्ला! म्हणजे कबीरदासांना त्यांच्या घरातच जाळून मारण्यासाठी हे सगळं कारस्थान चाललंय. या खुदा! रहम कर! रहम कर! बच्चे की जान बचा!'

शरीफचाचांच्या हे लक्षात आलं. तोच घोड्यांच्या टापा वेगानं गेल्याचा आवाज आला. 'म्हणजे कबीरदासांच्या घराला आग लावून हे लोक निघून गेले होते!' शरीफचाचा धडपडत पलंगावरून उतरले. कसातरी तोल सांभाळत ते

आपल्या घराच्या दारापर्यंत गेले. 'काहीही करून कबीराला उठवलं पाहिजे! नाहीतर कयामत होईल! घरातील सगळी जळून मरतील!' शरीफचाचा दाराजवळ आले. आता ते बाहेर पडणार तोच कडाऽडकरून वीज चमकली आणि मोठाल्या गारांसोबत धोऽ धोऽ पाऊस पडायला लागला. शरीफचाचा दारातच थबकले. पाऊस इतका मोठा होता, की बाहेर पडणं शक्यच नव्हतं. त्यांनी पाहिलं की त्या धोऽ धोऽ पडणाऱ्या पावसानं ती पसरणारी आग आणि उफाळणाऱ्या ज्वाळा क्षणार्धात विझवल्या. अगदी क्षणार्धात! अजून बहुतेक तो कडबाही पूर्ण जळायचा होता. मग कबीरदासांच्या घराच्या भिंतींना आगीची साधी झळही लागली नव्हती. ''जिसकी हिफाजत खुद अल्ला करता है, उसे कौन मार सकेगा?'' शरीफचाचांनी अल्लाला हात जोडले.

उजाडलं. निमा उठली. घराभोवतालची जागा रोजच्याप्रमाणं लोटून पाणी मारावं म्हणून ती बाहेर आली. बघते तो काय? बाहेर घराभोवती कडबा पसरलेला होता. त्यातला अर्धा जळालेला होता, तर सगळ्या घराभोवती चिखल झालेला होता. रात्री पाऊस पडून गेला असावा. पण हा कडबा घराभोवती कुणी आणि का पसरवला होता? आणि त्यातला थोडा कडबा जळाल्यासारखा का दिसत होता? निमाच्या मनात प्रश्न उभे राहिले. तिनं निरूला हाक मारली. तिच्या आवाजातली भीती ऐकून निरू बाहेर आला. त्याच्या पाठोपाठ कबीरदासही बाहेर आले व ते बाहेर आल्यावर निरूनं बाहेरचा सगळा प्रकार दोघांना दाखवला. पण त्यांनाही त्या प्रकाराचा उलगडा होईना. हे कोणी आणि का केलंय याचाही काही तर्क चालेना. तिघंही तिथेच चर्चा करत उभी राहिली. कबीरदास घराच्या सभोवती हिंडून आले. कडबा सगळ्या घराभोवती पडला होता आणि सगळीकडे थोडाथोडा जळला होता आणि ओलाही होता.

''अम्मी! कळत नाही, की हा कडबा असा सगळ्या घराभोवती कसा आला ते!'' कबीरदास पुढच्या अंगणात येऊन म्हणाले. ''मी सांगतो, कबीर बेटा. मला माहीत आहे!'' काठी टेकत तिथपर्यंत आलेले शरीफचाचा कबीरदासांना म्हणाले. ''शरीफचाचा, आप? आप यहाँ क्यों आये? मला हाक मारायची ना! मी आलो असतो. पण तुम्ही काय म्हणालात? हा कडबा इथे कुणी पसरला हे तुम्हाला माहीत आहे? कुणी पसरला?'' कबीरदासांनी असं विचारल्यावर शरीफचाचांनी रात्री बघितलेली सगळी हकिकत सविस्तर सांगितली. वृद्ध शरीफचाचा सकाळी सकाळी

कबीरदासांच्या घरासमोर उभे राहून काहीतरी गंभीरपणे सांगताहेत हे बघून तिथं मोहल्ल्यातली सगळी माणसं गोळा झाली. त्या सगळ्यांनी शरीफचाचांचं बोलणं ऐकलं आणि शेख तकीला दूषणं लावू लागले. कबीरदासांनी त्यांना थांबवलं आणि म्हणाले, ''चिंता करू नका! मला काहीही झालेलं नाही. आणि मला काही होणारही नाही. माझा राम माझ्यासोबत आहे.

राँम जपतु तनु जरि किन जादू।
राँम नाँम चितु रह्यौ समाइ॥
आपहिं पावक आपहिं पवनाँ। जारै खसम त राखै कवनाँ॥
काकौ जरै काहि होइ हाँनि। नटबिधी खेलै सारंगपाँनि॥
कहै कबीर अक्खर दुइ भाखि। होइगा राँग तलेदूगा राखि॥

''रामाचं नामस्मरण करत असताना देह जरी जळून गेला, तरी काय नुकसान आहे? रामाचं नाव माझ्या हृदयात कोरलं गेलंय. भगवान स्वत:च अग्नी आहेत, स्वत:च वारा आहेत. जर ईश्वरच जाळणारा असेल, तर कोण रक्षण करू शकेल? तो कोणाला जाळतो आणि कोणाचं नुकसान होतं हे तोच जाणे. शारंगपाणी शंकर नटराजाप्रमाणे लीला करतो. कबीर म्हणतो, की 'राम' ही दोन अक्षरं उच्चारा. त्याची कृपा असेल, तर तो निश्चित रक्षण करेल.

''आणि आज त्यानं माझं रक्षण केलंय. तुम्ही लोक चिंता करू नका. तुम्ही सगळे माझ्यावर प्रेम करता, म्हणून माझी चिंता करता. पण राम माझा रक्षणकर्ता आहे. तो प्रत्येक वेळी मला वाचवेल. कारण माझा राम माझ्यासोबत आहे!''

कबीरदासांनी असं सांगून लोकांची समजूत काढली. कबीरदास सुखरूप आहेत हे बघून लोक आपापल्या घरी गेले. निरू, निमा आणि कबीरदास आत आले. तो दिवस तसाच गेला. निमा मात्र दिवसभर बडबडत होती. शेख तकी आणि बादशाह यांच्या नावानं बोटं मोडत होती. मध्येच म्हणत होती, ''माझ्या लेकाचं अजून काहीच झालं नाही. ना लग्न, ना लेकरं! आणि हे बेरहम त्याचा जीव घ्यायला चाललेत. अल्ला त्यांच्याकडे बघेलच. पण माझ्या कबीरचा रामही त्यांना बघून घेईल!'' दिवसभर तिची अशा पद्धतीनं बडबड चालली होती. शेवटी रात्री जेवायला बसल्यावर कबीरदास म्हणाले, ''अम्मी, जाऊ दे ना! किती त्रास करून घेशील? अगं, माझा राम आहे माझ्याबरोबर! तो घेईल माझी काळजी! तू शांत हो!'' कबीरदासांचं हे शांतपणे बोलणं ऐकून निमा उसळलीच. ''कबीर, तो तुझी काळजी घेईलच. पण आता मी बूढी

झालेय. तुझी काळजी करण्यासाठी, तुझी सेवा करण्यासाठी बहू आणावी असं मला वाटतंय. ते काही नाही! कबीर मी तुझं लग्नच करून टाकते. म्हणजे तुझी बायको तुझी काळजी घेईल!'' निमानं जणू निश्चयच केला.

''नाही, अम्मी! अगं मी असा कलंदर फकीर! मी नाही लग्न करणार! मी लग्न करून कुणाचं तरी आयुष्य बरबाद का करू? नाही, अम्मी. मला लग्न करायचं नाही. तू जबरदस्ती केलीस, तर मी घरातून निघून जंगलात जाऊन राहीन.'' कबीरदास हट्टानं म्हणाले.

पण निमासुद्धा आता हट्टाला पेटली होती. ती म्हणाली, ''ठीक आहे! तू जंगलात जाणार आहेस ना? जा! पण जंगलातून येताना माझ्यासाठी बहू आण! तू खुशाल जंगलात जा!'' निमानंही आपला हट्ट सोडला नाही. आपला लेक कबीर संसाराला लागला, की त्याचा हा कलंदरपणा, छक्कडपणा कमी होईल. अशी तिची पूर्ण खात्री होती. निरूनंही तिच्या या विचाराला पाठिंबाच दिला. आपण जंगलात जाण्याची धमकी देऊनही अम्मी आपला हट्ट सोडत नाही आणि अब्बूही तिच्या 'हो'ला 'हो' करतायत हे बघितल्यावर कबीरदास चक्रावले. या संकटातून आपला रामही आपल्याला वाचवणार नाही, कारण ते स्वत: विवाहित होते, हे कबीरदासांच्या लक्षात आलं. या संकटातून वाचायचं असेल, तर आपल्यालाच काहीतरी केलं पाहिजे. अम्मीच्या डोक्यातून हा विचार जाईपर्यंत आपण खरंच थोडे दिवस कुठंतरी निघून गेलं पाहिजे.' असं त्यांच्या मनानं घेतलं आणि त्यांनी तोच विचार आपल्या मनाशी नक्की केला. हा विचार करत असतानाच आणखी एक भयशंका त्यांच्या मनात आली. आपल्यावर तीन वेळा जीवघेणे हल्ले झाले. तीन वेळा तरी आपल्याला जीवे मारण्याचे मोठे प्रयत्न झाले. पण तिसरा, घरात जाळून मारण्याचा प्रकार आपल्याच नव्हे, तर आपल्या अम्मी-अब्बूंच्या जीवावर बेतणारा होता. आपल्याला मारण्याचे यापुढेही प्रयत्न होतील. आपल्याबरोबर त्या दोघांच्या जिवालाही धोका आहे. आपण काहीतरी करू शकू, पण आपले वृद्ध अम्मी-अब्बू पुन्हा असा प्रसंग आला तर काय करतील? ते आपल्याबरोबर राहिले किंवा आपण त्यांच्यासोबत राहिलो, तर त्यांच्यावर जिवाच्या भीतीची सतत टांगती तलवार राहील. त्यातच बादशाह आपल्यावर खफा आहेत. चिडून आहेत. ते कोणत्याही क्षणी काहीही करतील, करू शकतील, आपल्याला जिवे मारू शकतील, तुरूंगात टाकू शकतील. अम्मी-अब्बूंनाही पकडून नेऊ शकतील.

त्या दोघांचा बिचाऱ्यांचा काय दोष? त्यांचा काय गुन्हा? पण आपल्यासोबत त्यांनाही बादशाहच्या खफामर्जीला सामोरं जावं लागेल. हे राम! मी हा विचारच केला नव्हता.' कबीरदासांच्या मनात हा विचार आला आणि एका वेगळ्याच धोक्याची त्यांना जाणीव झाली. आपण हा विचार करायलाच हवा आणि त्यासाठी आपल्याला थोड्या काळासाठी तरी घर सोडायला हवं! हे त्याक्षणी त्यांच्या लक्षात आलं. आपल्या श्रीरामानं आपल्याला वाचवलं. पण हे प्रत्येक वेळा घडेल का?

हरि जननी मैं बालक तेरा।
काहे न अवगुन बकसकु मेरा॥
सुत अपराध करत है केते। जननी कै चित रहैं न तेते॥
कर गहि केस करै जौ घाता। तऊ न हेत उतारै माता॥
कहै कबीर इक बुद्धि बिचारी। बालक दुखी दुखी महतारी॥

हे राम, तू आई आणि मी तुझा बालक आहे. माझ्याकडून घडलेले अपराध तू का माफ करत नाहीस? आपल्या बाळाकडून कितीही अपराध घडले, तरी मातेच्या मनात त्याची मोजदाद असत नाही. म्हणजे ती त्या अपराधांकडे लक्ष देत नाही. बाळाने जरी आईचे केस पकडून तिच्या मस्तकावर आघात केला, तरी माता आपली माया, प्रेम सोडून देत नाही. मूल जर दुःखी झालं, तर मातासुद्धा दुःखी होते. (हे राम, तूसुद्धा माझ्या दुःखाने दुःखी होशील ना?) कबीरदास जसजसा विचार करत होते, तसतसे आपल्या अम्मी-अब्बूंबद्दल त्यांची चिंता वाढत होती. या विचारांत मध्यरात्र कधी उलटून गेली, ते कबीरदासांच्या लक्षातसुद्धा आलं नाही. अचानक त्यांचं लक्ष आपल्या अंथरुणाच्या उशाशी ठेवलेल्या त्या विणलेल्या शेल्याकडे गेलं.

त्यांनी तो शेला उचलला, मस्तकाला लावला. उद्याच हा शेला मंदिरात जाऊन केशवप्रभूंना दिला पाहिजे. रामनवमी तोंडावर आली आहे. कालच्या रात्रीच्या त्या गोंधळामुळे आज दिवसभरात आपल्याला हा शेला द्यायला मंदिरात जाताच आलं नाही. उद्या सकाळी लवकर जाऊ. शेला देऊ, केशवप्रभूंना भेटू. त्यांचा विचार घेऊ आणि त्यांच्याशी बोलून नक्की ठरवू, की आपण काय करायचं आहे! ते आपल्याला योग्य सल्ला देतील.' कबीरदास मनात विचार करत होते आणि ते या निष्कर्षाप्रत पोहोचल्यावर त्यांना बरं वाटलं. त्यांचं मन शांत झालं. उद्या मंदिरात गेल्यानंतर रामाशीही बोलता येईल. या विचारानं कबीरदासांना तर आणखीच बरं

वाटलं. त्यांच्या मनाला शांतता लाभली. त्यांच्या लक्षात आलं अजून अर्धी रात्र बाकी आहे. हे सगळं आपल्याला उद्या करायचं आहे. मग मात्र त्यांना हसू आलं. त्यांनी अंथरुणावर अंग टाकलं. मनात रामनामाचा जप करायला सुरुवात केली. जप करता करता त्यांना झोप कधी लागली, ते त्यांनाही कळलं नाही. मंदिरात शेजारती करायला आलेल्या केशवप्रभूंना मात्र आज रामरायाच्या मूर्तीच्या चेहऱ्यावर हलकंसं स्मित हास्य उमटल्यासारखं वाटलं. ते खरंच उमटलं होतं, की आपल्याला भास झालाय हे त्यांना उलगडेना. ते खरंच असेल तर त्याचं कारण काय हेही त्यांना उमगेना. तशा गोंधळलेल्या मन:स्थितीतच त्यांनी शेजारती पूर्ण केली. मात्र उद्या सकाळी कबीरदासांना बोलावून घ्यावं. बरेच दिवस त्यांची भेट नाही. उद्या भेट घेऊ, असं त्यांनी मनाशी नक्की केलं. त्या विचारानं त्यांना बरं वाटलं. इकडे कबीरदास आणि मंदिरात केशवप्रभू दोघेही उद्याची सकाळ होण्याची प्रतिक्षा करत होते. आणि रामरायासुद्धा!

✻

कबीरवाणी...

कबीर सबद सरीर में, बिन गुल बाजै तांति ।
बाहरि भीतरि रमि रहा, तातें, छूटि भरांति॥

कबीर म्हणतो, शरीरामध्ये दोराशिवाय आवाज (अनाहत नाद) होत राहिला आहे. आत आणि बाहेरही सर्वत्र तोच 'शब्द' पसरला आहे. यामुळे सर्व 'दुविधा' (भ्रम) नष्ट झाली आहे.

१९.

हम न मरै मरिहै संसारा।
हमको मिला जिआवन हारा॥
साकत मरहिं संत जन जीवहिं। भरि भरि राम रसाइन पीवाहिं॥
हरि मरिहै तौ हमहूँ मरिहै। हरि न मरै हम काहे कौ मरि है॥
कहै कबीर मन मनहि मिलावा। अमर भए सुख सागर पावा॥

''मी नाही मरणार! सगळं जग मरेल. मला वाचवणारा मला मिळालाय. शक्तीची उपासना करणारे मरतील, पण संत जिवंत राहतील. आणि रामनामाचं भरपूर सेवन करतील. जर परमेश्वर मेला, तर मीसुद्धा मरेन. परमेश्वर मरतच नाही, तर मी कसा मरेन? मी मनाला ब्रह्मभावामध्ये विलीन केलंय. त्यामुळे अमरत्व मिळवून मी सुखाचा सागर मिळवलाय.'' कबीरदास केशवप्रभूंना सांगत होते.

सकाळ उजाडण्याआधी कबीरदास तो शेला घेऊन घरातून बाहेर पडले. अजून पहाट होती, तोवर कबीरदास रामाच्या मंदिरात पोहोचले. केशवप्रभू काकड आरतीची तयारी करत होते. कबीरदास आलेले बघून त्यांना आनंद झाला. ''या, कबीरदास, या! अगदी वेळेवर आलात! मी आत्ता काकड आरती करणारच होतो.''

केशवप्रभूंनी आनंदानं त्यांचं स्वागत केलं. ''पुजारीबाबा, मला तुम्ही कबीरदास म्हणू नका. अहो, मी तुमचा तोच कबीर आहे, जो पाच वर्षांचा असताना मंदिरात येऊन लपून बसला होता आणि तिथंच निजला होता. पुजारीबाबा, या कबीराला कबीरदास बनवला रामानं आणि तुम्ही! तेव्हा मी तुमच्यासाठी कबीरच आहे! मला तुम्ही कबीरच म्हणा!'' वृद्ध झालेले केशवप्रभू प्रसन्नपणे हसले. त्यांच्या लक्षात आलं, की वाराणसीच्या आसपासच्या पंचक्रोशीत ज्याचं नाव आदरानं 'कबीरदास' म्हणून घेतलं जातं, तो आपला कबीरच आहे. आणि त्याचे पाय अजून जमिनीवर आहेत. त्यांनी पुढं होऊन कबीरदासांचा हात धरला. त्यांना रामाच्या मूर्तीसमोर घेऊन आले. पंचारतीचं तबक त्यांच्या हातात दिलं. कबीरदासांनी तो शेला रामाच्या चरणांजवळ ठेवला. तबक देऊन केशवप्रभू म्हणाले, ''कबीर, आज खूप दिवसांनी तू मंदिरात आलायस. आज आरती तू कर!'' कबीरदासांनी आनंदानं आणि आदरानं मान झुकवली. दोघांनी मिळून आरती केली. आरती झाल्यावर कबीरदासांनी तेवत असलेल्या निरांजनांचं ते तबक रामाच्या मूर्तीच्या पायाजवळ ठेवलं. त्या तेवत्या वातींचा मंद असा सोनेरी प्रकाश मूर्तीच्या चेहऱ्यावर पडला होता. त्या सुवर्णप्रकाशानं मूर्ती उजळली होती. मंद वाऱ्याच्या झुळकीनं निरांजनाच्या वाती हलत होत्या. वाती हलल्या, की ते सुवर्णतेजही हलत होतं आणि त्यामुळे मूर्तीच्या चेहऱ्यावरचे भाव जणू बदलत होते. कधी तो चेहरा प्रसन्न दिसत होता, तर कधी मंद स्मित त्या चेहऱ्यावर विलसत होतं. कबीरदास ते बघत राहिले.

''कबीर, आम्ही ऐकलं की तुला जिवे मारण्याचे प्रयत्न झाले? आणि दोन दिवसांपूर्वी तर घरही पेटवण्याचे प्रयत्न झाले. हे खरं आहे का?'' केशवप्रभूंनी विचारलं.

''होय, पुजारीबाबा. हे सगळं खरं आहे. मला जिवे मारण्याचे अनेक वेळा अनेक प्रकारे प्रयत्न केले गेले. पण मी मेलो नाही. मी का मरू? मी नाहीच मरणार!'' असं म्हणत कबीरदासांनी केशवप्रभूंना हे पद ऐकवलं. केशवप्रभू प्रसन्नपणे हसले आणि म्हणाले, ''कबीर, तुझ्या रामानं तुझ्या हृदयात ठाण मांडलंय आणि सरस्वतीनं तुझ्या जिभेवर! किती सुंदर पदरचना करतोस तू! पण मला सांग, पुढे तू काय करायचं ठरवलंयस? तुझ्यावर असे सतत जीवघेणे हल्ले होत राहिले, तर तुझा तर जीव जाईलच, पण तुझ्या आईवडिलांनाही जीव गमवावा लागेल. ''याचा काही विचार केलायस?'' केशवप्रभूंनी कबीरदासांच्या मनातल्या प्रश्नालाच हात घातला. ''होय,

पुजारीबाबा! मला पण हाच विचार सतावतोय! आता परवा घर पेटलं नाही म्हणून बरं! पण पेटलं असतं, तर अम्मी-अब्बूंचं काय झालं असतं हा विचारही मला करवत नाही. शिवाय अम्मीनं एक नवीनच वेड घेतलंय डोक्यात! मला म्हणते, तू लग्न कर! लग्न केलंस की हे नाही ते उद्योग तुला सुचणार नाहीत आणि मग तुझ्या जीवावरही बेतणार नाही! पुजारीबाबा, मला काय वाटतं सांगू? लग्नाबिग्नाचं नंतर बघू. पण मला वाटतं, की मी आता कुठंतरी निघून जावं. मीच इथं नसलो, तर मला इथं येऊन मारायचा विचार त्यांच्या मनात येणार नाही आणि अम्मी-अब्बूला काही धोका होणार नाही. मी थोडे दिवस घरापासून लांब जातो. तिथं माझ्यावर हल्ला झाला, तरी मी मरणार नाही. कारण माझा राम मला मरू देणार नाही. आणि त्यातून जरी मी मेलोच, तरी माझ्यासाठी तो आनंदाचा क्षण असेल कारण...

जे को मरै मरन है मीठा।
गुरु प्रसादि जिनहीं मरि दीठा॥
मूवा करता मुई ज करनी। मुई नारि सुरति बहु धरनी॥
मुवा आपा मूवा मांन। परपंच खेड़ मूवाँ अभिमाँन॥
राँम रमें रमि जे जन मूये। कहै कबीर अविनासी हुये॥

''जर कोणी मृत्यूला समजून घेतलं, तर मृत्यूसुद्धा एक सुखद आणि गोड अनुभव आहे. गुरुप्रसाद मिळाल्यावर जो जीव मृत झाला, त्याला आत्म्याचं दर्शन झालं. कर्तृत्व संपलं, की कर्मही संपून जातं. अनेक प्रकारचं ज्ञान मिळवणारी देहरूपी स्त्रीसुद्धा मृत्यू पावते. अहंकार, मानसन्मान, जाणीव हे सारंच मरून जातं. प्रपंचात बुडालेला अभिमानही मरून जातो. रामात विलीन झालेले जे लोक मृत्यू पावतात, कबीर म्हणतो, की ते अविनाशी होतात. शरीर धारण केल्यावर इंद्रियं विषयांपासून पूर्ण विरक्त होतात, तेव्हा जीवन अमृतासारखं बनतं. मन आत्म्यात विलीन होतं. तेव्हा पुजारीबाबा माझं काय होईल याचा विचार न करता अम्मी-अब्बूंसाठी तरी मला काही काळ घरापासून दूर राहावं लागेल. माझा विचार योग्य आहे ना, पुजारीबाबा?'' कबीरदास विचारत होते. त्यांच्या स्वरात प्रांजळपणा होता. केशवप्रभूंनी मान हलवली. म्हणाले, ''योग्य विचार आहे, कबीर! फक्त जाण्यापूर्वी मातेशी नीट बोलून तिला समजावून जा! म्हणजे ती चिंता करणार नाही!'' केशवप्रभूंनी दिलेलं उत्तर ऐकून कबीरदासांना बरं वाटलं. त्यांनी त्यांचा निरोप घेतला आणि ते घरी आले.

घरी निमा त्यांची वाटच बघत होती. ती म्हणाली, ''कबीर, असं कुठंतरी जाऊ नकोस. आता आम्हाला तुझी चिंता वाटते आणि तू घरी नसलास, की आम्हाला भीती वाटते. बादशाहाचे शिपाई तुला मारून टाकतील आणि आम्हालाही मारून टाकतील.'' निमाच्या स्वरात कबीरदासांची काळजी आणि थोडीशी भीती होती. कबीरदासांच्या ती लक्षात आली. निमाचा हात धरून तिला दिलासा देत ते म्हणाले, ''अम्मी, म्हणूनच मी यावर एक उपाय काढलाय. बादशाहाचे सिपाही मला मारू इच्छितात. त्यांची तुमच्याशी काही दुष्मनी नाही. म्हणून मी ठरवलंय, की मी या गावातून, घरातून लांब कुठंतरी निघून जातो! थोड्या दिवसांसाठी! एकदा शेख तकी आणि बादशाह थोडंफार हे प्रकरण विसरले, की - म्हणजे साधारण सहाएक महिन्यांनी मी परत येईन. मीच इथं नाहीये म्हटल्यावर तुम्ही सुरक्षित राहाल आणि मी कुठं आहे हे कोणालाच माहीत नसल्यामुळे मीसुद्धा सुरक्षित राहीन. तेव्हा अम्मी मी आजच बाहेर पडतो. तुम्ही माझी चिंता करू नका. तुम्ही दोघं नीट राहा. माझा राम माझ्यासोबत आहे. तोच माझा राखणदार आहे. त्याच्या राखणीखाली मी सुरक्षितच राहीन.'' कबीरदास कळकळीने सांगत होते. ''अरे बेटा, पण तुझं लग्न? तू आता तिशी पार केलीस! तुझं लग्न आता व्हायला हवं!'' निमानं पुन्हा एकदा आपला हट्ट बोलून दाखवला.

''अम्मी, जीव राहिला, तर लग्नही करेन. पण मी आत्ताच बाहेर पडतो.''

''आत्ताच, बेटा?'' अम्मीनं व्याकूळ स्वरात विचारलं.

''हाँ अम्मी.

कल करै सो आज कर, आज करै सो अब।
पलमें प्रलय आवेगा, बहुरी करोगे कब॥

तेव्हा अम्मी जेवण झालं की, मी बाहेर पडतो.'' अशी अम्मीची समजूत काढून कबीरदास जेवण करून खरंच बाहेर पडले. बाहेर पडताक्षणी त्यांनी जंगलाचा रस्ता धरला. दुपारची वेळ होती. उन्हाचा तडाखा जबरदस्त होता. गावाच्या रस्त्यावर शुकशुकाट होता. कबीरदास गावातून बाहेर पडलेले कोणालाच समजले नाहीत. झपझप पावलं टाकत कबीरादासांनी जंगलचा रस्ता धरला. पावलं झपझप पडत होती. मुखानं रामनामाचा जप चालला होता. डोक्याला घातलेली टापशी उन्हापासून संरक्षण करत होती, तर रामनामाचा जप मनाला शीतलता देत होता. बघता बघता गाव मागं पडलं आणि कबीरदास जंगलात शिरले. आता तर उन्हाचाही त्रास होत

नव्हता. उंच झाडांतून पाऊलवाट जंगलात शिरली होती. ऊन तर कमी झालंच होतं, पण झाडीमुळं त्याचा होणारा त्रासही कमी झाला होता. कबीरदास प्रसन्न होते. आता रामजपाची जागा रामभजनानं घेतली होती.

प्यारे राँम मन ही मनाँ।
कासूँ कहूँ कहन कौं नाहीं। दूसर और जनाँ॥
ज्यूं दरपन प्रतिब्यंब देखिए। आप दवासूँ सोई॥
संसौ मिट्याँ एक कौ एकै। महा परलै जब होई॥
जौ रिझऊँ तौ महा कठिन है। बिन रिझयैं थै सब खोटी॥
कहै कबीर तरक दोइ साधै। ताकी मति है मोटी॥

मी माझ्या प्रिय रामाचं मनातल्या मनात गुणगान करतो. दुसऱ्या कोणाला याविषयी काय सांगू? एक तर सांगणंच अवघड आहे आणि त्यातून ती दुसरी व्यक्ती योग्य असली पाहिजे, जिला सांगता येईल. जसं आरशात चेहरा बघितला, तर दुसरी व्यक्ती दिसते; पण दोन्ही एकच असतात. जेव्हा महाप्रलय होतो आणि सृष्टीचा विनाश होतो, तेव्हा मनातल्या सगळ्या शंका फिटतात आणि एकच तत्त्व दिसू लागतं. त्याच्याबद्दल बोलावं तर ते कठीण आहे आणि नाही बोलावं तर निंदा केल्याप्रमाणं होईल. कबीर सांगतो, की जो कर्म आणि बोलणं एक ठेवून दुहेरी हेतू साध्य करतो, त्याची बुद्धिमत्ता विशाल आहे. म्हणजे तो बुद्धिमान आहे आणि असतो.

कबीरदास तल्लीन होऊन रामाचं गुणगाण करत होते. शब्दांची नेटकी बांधणी करून भजन गात होते. सृष्टीत एकच तत्त्व कसं भरलंय हे तन्मयतेनं सांगत होते. सायंकाळ होत आली होती. जंगलात नीरव शांतता होती. मधूनच पक्षांचा स्वर कानी पडत होता. कबीरदासांच्या भजनाला त्यामुळे जणू मधुर सुरांची संगत लाभत होती. रामाचं गुणगान, कबीरदासांची उत्कट शब्दरचना आणि प्रसन्नचित्तानं लावलेला स्वर! हे ऐकून ती झाडंसुद्धा रोमांचित होत होती. वारा आला, तरी एकाही पानानं आवाज केला नाही. आवाज झाला, तर कबीरदासांची गानसमाधी जणू भंग पावेल. एकीकडे रामाचं भजन गातागाता कबीरदास झपझप चालतही होते. सूर्य मावळला. आधीच प्रकाश कमी येत असलेल्या त्या जंगलात चांगलाच अंधार दाटून आला. 'आता कुठंतरी थांबावं, की रामावर भरवसा ठेवून तसंच पुढं जावं?' कबीरदास चालताचालता विचार करत होते; तोच 'आपण वाटसरू दिसता. वाट चुकलात की काय?' अशी प्रेमानं विचारपूस करत, हातातल्या पणतीचा उजेड दाखवत

एक व्यक्ती कबीरदासांसमोर आली. उंच अंगबांधा, पांढरी होत चाललेली दाढी, मानेवर रुळणारे केस, तेजस्वी चेहरा, भगवी कफनी धारण केलेली, गळ्यात, हातांत, दंडांत रुद्राक्षांच्या माळा, स्वच्छ, नितळ, वात्सल्य उधळणारे डोळे, पायांत खडावा असलेली ती व्यक्ती म्हणजे स्वामी परमानंद होते. ते या जंगलात एक कुटी बांधून राहत होते. स्वामी रामानंदांचे एकेकाळचे शिष्य! ते समोर आल्यावर कबीरदास थबकले. क्षणभर परमानंदांना एका नजरेत न्याहाळून ते म्हणाले, ''मी कबीरदास. आपण?'' यावर परमानंदांनी आपली ओळख सांगितली. 'मी स्वामी परमानंद! स्वामी रामानंदांचा शिष्य! मी इथे जवळच राहतो. या जंगलात माझी झोपडी आहे. आपण तिथे चलावं! या जंगलातून रात्रीचा प्रवास करणं योग्य नाही. प्राणी या जंगलाचे मालक आहेत. रात्रीचा प्रवास केला, तर त्यांच्या अधिवासावर अतिक्रमण केल्यासारखं होईल. आपण माझ्या झोपडीत चलावं!' स्वामी परमानंदांनी सांगितलं. कबीरदासांनाही ते पटलं. ते त्यांच्यासोबत निघाले. रामानं आपल्या आयुष्याचं एक वळण इथंही ठेवलंय याची मात्र त्यांना कल्पना नव्हती.

शंभर एक पावलं चालल्यावर परमानंदांची झोपडी आली. झोपडीतही पणतीचा अंधुकसा प्रकाश पडलेला होता. ''लोईऽऽ!'' परमानंदानी हाक मारली. त्या हाकेसरशी एक तरुण स्त्री बाहेर आली! ''आज्ञा, स्वामी!'' ती अदबीनं म्हणाली.

''ही लोई. माझी कन्याच आहे! लोई, आपल्याकडे अतिथी आलेत. त्यांची भोजनाची आणि मुक्कामाची व्यवस्था कर!'' तिची ओळख करून देत स्वामींनी सांगितलं. 'आज्ञा, स्वामी!' म्हणत ती तरुण स्त्री आत गेली.

''कबीरदास, बाजूला पाणी आहे. आपण हात-पाय धुवून घ्या. लोई जेवणाची सिद्धता करेल. तोवर आपण विश्रांती घ्या!'' स्वामींनी सांगितलं. कबीरदासांनी मान हलवली आणि स्वामींनी बोट दाखवलं होतं तिकडे गेले. तिकडे एक छोटासा निर्झरच होता. त्यातून झुळझुळ पाणी वाहत होतं. कबीरदासांनी त्या पाण्यात पाय बुडवले. त्या शीतल, थंडगार पाण्याचा स्पर्श त्यांना सुखावून गेला. त्यांना गाईच्या हंबरण्याचा आवाज आला. कबीरदासांची चाहूल तिला लागली असावी. कबीरदास झोपडीत परतले. दर्भाची आसनं घातलेली होती. एका आसनावर स्वामी बसले होते. दुसरं आसन कबीरदासांसाठी घातलं होतं. स्वामींनी निर्देश केल्यावर कबीरदास आसनावर बसले. ''स्वामीजी, मागे गाय आहे?'' कबीरदासांनी विचारले. ''होय! ती विष्णूवर्धन महाराजांनी दिली आहे. मी मध्ये काही काळ वाराणसीला होतो.

तेव्हा स्वामी रामानंदांसोबत असायचो. त्यांचा मी शिष्य होतो. त्या वेळी विष्णूवर्धन महाराजांनी स्वामींना एक सहस्त्र गाई दान केल्या होत्या. त्यांतली एक स्वामींनी मला दिली!'' परमानंदानी तपशीलवार सांगितलं. त्यांचा आवाज गोड होता. बोलणं मृदू होतं. उच्चारात प्रेम होतं, स्वरात आपुलकी होती. ज्ञान आणि संस्कार यांचं मूर्तिमंत तेज होतं त्यांच्या चेहऱ्यावर. ''लौकिकार्थानं नसलो, तरी मीसुद्धा स्वामी रामानंदांचा शिष्य आहे!'' कबीरदासांनी सांगितलं! ते ऐकून स्वामींना अतिशय आनंद झाला. ते लगेचच म्हणाले, ''म्हणजे आपण गुरुबंधू झालो. प्रभूरामाची लीला! बरं झालं. आपण आता इथेच राहा! तुम्हाला पाहिजे तितके दिवस राहा! मलाही माझ्या गुरुबंधूंचा सहवास लाभेल.'' परमानंदांच्या बोलण्यात आनंद, उत्साह आणि स्वागत असं तिन्ही होतं.

काही वेळ अशाच गोष्टी करण्यात गेला आणि ती तरुण स्त्री दोन पर्णावली घेऊन आली. तिनं त्या दोघांसमोर ठेवल्या. नंतर मातीच्या सतेल्यातून ती भात घेऊन आली. तो भात तिनं दोघांना वाढला. मग लोटकीतून दूध आणून तिनं दोघांच्या पर्णावलींजवळ ठेवलं. त्या गरम भाताचा वास दरवळला आणि कबीरदासांच्या लक्षात आलं, की त्यांना भूक लागली होती. स्वामींनी अनुमती देताच त्यांनी जेवायला सुरुवात केली. पानातला भात संपल्यावर तिनं पुन्हा आणून वाढला. जवळपास अर्ध्या दिवसाची पायपीट, जंगलातली ती नीरव शांतता, आपल्या दरवळणाऱ्या गंधानं भूक वाढवणारा तो गरम भात आणि दूध. कबीरदास भरपूर जेवले. अधूनमधून स्वामी आग्रह करत होतेच. जेवणं झाली. त्या तरुण स्त्रीनं दर्भाच्या बिछायती आणल्या आणि झोपडीसमोरच्या अंगणात अंथरल्या. स्वामीजींनी कबीरदासांना तिथं निजायला सांगितलं. पाय थकले होते. पोट भरलेलं होतं. चिंता थोडी कमी झाली होती. मंद, शीतल वारं सुटलं होतं. भवताली नि:शब्द शांतता होती. मनात रामनामाचा जप होता. कबीरदासांना कधी झोप लागली ते त्यांनाही समजलं नाही.

नेहमीच्या सवयीप्रमाणे त्यांना पहाटेच जाग आली. त्यांनी बघितलं, स्वामीजीसुद्धा उठले होते. बाहेर स्वच्छ, निर्मळ, प्रसन्न वातावरण होतं. पक्षीही नुकतेच उठले असावेत. त्यांची किलबिल सुरू झाली होती. ती झोपडी जंगलात एका सपाट जागेवर होती. झोपडीभोवती चारही बाजूंनी सारवलेलं अंगण होतं. त्या पलीकडे थोडाफार भाजीपाला लावलेला दिसत होता. एका बाजूला फुलांची झाडं

होती. ती छोटीशी बाग अगदी व्यवस्थित निगराणी केलेली दिसत होती. झोपडीच्या मागच्या बाजूला गाय बांधली होती. तिला नारळाची झापं लावून आडोसा केला होता. तिची ही व्यवस्था नीटनेटकी दिसत होती. कबीरदास झोपडीच्या अंगणात उभं राहून हे सगळं न्याहाळत होते. स्वामीजी आले. म्हणाले, ''आवडली का झोपडी?'' कबीरदासांनी प्रसन्नपणे मान हलवली. लोई दोन लोटक्या घेऊन बाहेर आली. त्या दुधानं भरलेल्या होत्या. तिने त्या लोटक्या स्वामींच्या हातात दिल्या. स्वामींनी त्यातली एक कबीरदासांना दिली. ते दूध अमृतासारखं गोड होतं. स्वामींचं स्नान, पूजा सगळं झालेलं दिसत होतं. ''कबीरदास, आपणही स्नान करून घ्या, मग आपण बोलत बसू!'' स्वामींनी सांगितलं.

कबीरदासांचं स्नान होईपर्यंत स्वामी जप करत बसले. कबीरदास स्नान करून आले. ''गेला का शीण?'' स्वामींनी आपुलकीनं विचारलं.

''हो! खूपच बरं वाटलं!'' कबीरदासांनी प्रसन्नपणे उत्तर दिलं. झोपडीबाहेर एक चौथरा होता. चौथरा कसला दगडांचा गराडाच होता तो. स्वामी त्यावर बसले होते. थोडंसं सरकून त्यांनी कबीरदासांना जागा करून दिली. कबीरदास तिथे जाऊन बसले. इतर काही गप्पा गोष्टी झाल्या आणि अचानक स्वामींनी विचारलं, ''कबीरदास, आपल्याला राग येणार नसेल, तर एक गोष्ट विचारू?'' कबीरदास हसले. म्हणाले, ''स्वामीजी, एक का दहा विचारा. नि:संकोच विचारा. मला आवडेल तुमच्या प्रश्नांची उत्तरं द्यायला!'' स्वामीजी प्रसन्न झाले. म्हणाले, ''कबीरदास, आपण कोणताच धर्म मानत नाही. ना हिंदू, ना मुस्लीम! असं का? आपलं पालनपोषण तर मुस्लीम कुटुंबात झालंय. मग आपण मुस्लीम धर्म का स्वीकारला नाही? तो स्वीकारला नाही तर हिंदू धर्मही स्वीकारला नाही. असं का?'' स्वामींचा मनात खदखदणारे प्रश्न त्यांनी विचारले. कबीरदास क्षणभर गप्प बसले. मग म्हणाले, ''स्वामी, आपण सर्वज्ञानी आहात. या विषयाबद्दल माझ्या मनात काय विचार आहेत, हे आपल्याला सांगायला मला नक्कीच आवडेल. स्वामीजी, 'धर्मो रक्षति रक्षितः।' असं गीतेत म्हटलंय. म्हणजे 'तुम्ही धर्माची रक्षा करा. धर्म तुमची रक्षा करेल.' पण आता आपल्या धर्मांकडे आपण बघितलं, तर धर्मच माणसाच्या नाशाला कारणीभूत ठरत आहे. स्वामीजी, आम्ही मुस्लीम धर्माचा अभ्यास केला. पण त्यात अनेक गैर आणि क्रूर प्रथा आहेत. चुकीच्या परंपरा आहेत. अंधश्रद्धांचे संकेत आहेत. धर्माची बांधणी शास्त्रसंमत नाही.

तुरकी धरम बहुत हम खोजा। बहु बाजगार करैं ए बोधा॥
गाफिल गरब करैं अधिकाई। स्वारथ अरथि बधैं ए गाई॥
जाकौ दूध धाइ करि पी जै। ता माता कौ वध क्यूं कीजै॥
लहुरै थकै दुहि पीया खीरो। ताका अइमक भकै सरीरो॥
बेअकली अकलि न जाँहि। भूले फिरै ए लोइ॥
दिल दरिया दीदार बिन। भिस्त कहाँ थैं होई॥
मुल्ला कहहु निआऊ खुदाई।
इहि बिधि जीव का भरम न जाई॥
सरजीव आँनै देह विनासै माटी बिसमिल कीआ।
जोति सरूपि हाथी न आया कहौ हलाल क्यूँ कीआ॥
बेद कतेब कहहु मत झुठे, झूठा जो न बिचारै।
सम घटि एक एक करि लेखै भै दूजा करि मारै॥
कुकहि मारै बकरी मारै हक्क हक्क करि बोलै।
सबै जीव साँई के प्यारे उबर हुगे किस बोलै॥
दिल नापाक पाक नहिं चीन्हाँ तिसकौ मरम न जाँना।
कहै कबीर भिसति छिटकाई दोजग ही मन माँनाँ॥

''हे मुल्ला, ईश्वराचा न्याय काय आहे ते सांग. नुसतं बांग देऊन लोकांच्या मनातला भ्रम जाणार नाही. तुम्ही सजीव प्राणी आणता, त्यांचे देह नष्ट करता. जो देहाचा अंश मातीत शिल्लक राहतो, त्यालाही जखमी करता. त्या देहाच्या आत जे चैतन्य आहे, ते तर तुमच्या हातात आलंच नाही; मग हे तुमचं काम उचित कसं म्हणता? वेद, कुराण यांना खोटं मानू नका. खोटा तर तो आहे, जो विचार करत नाही. सर्व देहांत एकच तत्त्व आहे. त्यामुळे सर्वांना समान समजा. पण ज्याचा तुम्ही वध करता, त्याला तुम्ही परका मानता. कोंबडी मारता, बकरी मारता आणि सत्याचा आणि न्यायाचा दाखला देता. सगळे जीव ईश्वराला प्रिय असतात. तुमचा कसा उद्धार होणार? ज्याचं मन अशुद्ध आहे, तो ईश्वराच्या शुद्ध रूपाला ओळखू शकत नाही. त्याचं मर्म समजू शकत नाही. कबीर म्हणतो, स्वर्ग तर दूरच राहिला, पण मन नरकात जाईल याची निश्चिती! स्वामीजी, मी हे असं सगळ्यांना समजावून सांगत आलो. पण त्यांनी मलाच बागी ठरवलं. धर्मानं माणसाला जगायला, न्याय करायला, भक्ती करायला, चांगलं कर्म करायला शिकवलं पाहिजे. पण इथं तर

धर्म अन्याय शिकवतो. वाईट कर्म करायला लावतो. अन्याय करवतो. स्वामीजी, धर्म कसा असला पाहिजे? पानांवरच्या दवबिंदूंसारखा. तरल, स्वच्छ, नितळ, आरस्पानी, तेजानं चमकणारा, मानवाला जन्मभराची सोबत करणारा. धर्मावर कोणताही कलंक असता कामा नये. धर्म कोणाचा मोहताज असता कामा नये. त्याची स्वत:ची एक सामर्थ्यशाली ओळख असली पाहिजे. त्याच्यासमोर सगळ्यांनी झुकलं पाहिजे. धर्मानं कुणासमोर झुकायचं नाही. धर्माचा प्रत्येक व्यक्तीवर असा प्रभाव पाहिजे, की त्या व्यक्तीच्या श्वासाश्वासात, रक्ताच्या थेंबाथेंबात धर्मच असला पाहिजे. स्वामीजी, धर्मानं बलवान असलं पाहिजे. इतकं, की कुणी मनात आणलं तरी तो त्याची तोडमोड करूच शकणार नाही. तुम्ही म्हणाल, मी हिंदूधर्मही स्वीकारला नाही. मग रामाची भक्ती कशी करतो? स्वामीजी, माझा राम ना हिंदू आहे, ना मुस्लीम. राम ही एक शक्ती आहे. तिची भक्ती मी करतो. त्या शक्तीला रंग, रूप, आकार, अस्तित्व, धर्म, काळ, वेळ यांचं बंधन नाही. या शक्तीची आराधना करण्यासाठी फक्त भक्ती लागते. मी तीच करतो. माझा राम निर्गुण, निराकार, निधर्मी आहे. त्याला काळ-वेळ, प्रांत, भाषा, धर्म, जात यांचं बंधन नाही. माझा राम सर्वत्र आहे. तो सर्वव्यापक आहे. स्वामीजी, कबीराचा राम आहे आणि रामाचा कबीर आहे.''

कबीरदास बोलत होते आणि स्वामी मंत्रमुग्ध होऊन ऐकत होते.

✽

कबीरवाणी...

गंग जमुन के अंतरै, सहज सुन्नि लौं घाट ।
तहां कबीरा मठ रचा मुनिजन जोवें बाट॥

गंगा आणि यमुना (इडा आणि पिंगला नाडी) यांच्यामध्ये (सुषुम्ना नाडी) सहजशून्याचा घाट आहे. तेथे कबीराने आपला मठ बांधला आहे. त्यात प्रवेश मिळविण्यासाठी सर्व मुनिजन केव्हाचे वाट पाहत बसले आहेत. (अर्थात, हे सुख त्यांनाही दुर्मीळ आहे.)

२०.

कबीरदास बोलत होते आणि त्यांच्या शब्दाशब्दांत त्यांचा इस्लाम धर्माचा अभ्यास दिसत होता. स्वामीजींनी विचारलं, ''कबीरदास, मला सांगा, इस्लाम धर्मात चांगलं काय आहे?'' कबीरदास क्षणभर गप्प बसले. मग म्हणाले, ''इस्लाम धर्मात खूप चांगल्या गोष्टी आहेत. चांगली तत्त्वं आहेत. भाईचारा आहे, उच्चनीच भेद नाही. अल्ला हे एकच तत्त्व मानलं जातं. अगदी लहानपणापासूनच धर्माचे संस्कार करण्याची परंपरा आहे. पण मुल्ला आणि काजी या धर्माला बदनाम करत आहेत.'' कबीरदासांनी सांगितलं.

''मग, कबीरदास, आपण हिंदू धर्मही स्वीकारला नाही. तो का?'' स्वामीजींनी कबीरदासांना विचारलं.

''स्वामीजी, मला तुमच्याकडून या प्रश्नाची अपेक्षा होतीच. स्वामीजी, हिंदू धर्मातही खूपच चांगल्या गोष्टी आहेत. प्रचंड असा ज्ञानाचा खजिना आहे. उत्तम संस्कृती आणि काही उत्तम परंपरा आहेत. वैश्विक एकात्मतेचा विचार आहे. अद्वैताचं तत्त्व आहे. निर्गुण-निराकार ईश्वराची सगुण-साकार भक्ती आहे. ज्ञानाचा, संस्कृतीचा संस्कार आहे, पण त्याचबरोबर या तत्त्वाला छेद देणाऱ्याही

काही गोष्टी आहेत. वैश्विक एकात्मतेच्या विचाराला जातिभेद छेद देतोय. निरामय भक्तीला अंधश्रद्धा छेद देतेय. ज्ञानभांडाराला अनिष्ट परंपरा छेद देतायत. अद्वैताला द्वैतभाव छेद देतोय. म्हणूनच, स्वामीजी, मी पंडितांनासुद्धा सांगितलं, की तुम्ही काय करताहात ते तुम्हाला समजत नाहीये -

पंडित भूले पढ़ि गुन्य बेदा। आप न पाँवै नाँनाँ भेदा॥
संध्या तरपन अरु षट करमाँ। लागि रहे इनकैं आसरमाँ॥
गायत्री जुग चारि पढ़ाई। पूछौ जाइ मुकति किनि पाई॥
सब में राँम रहै ल्यौ सींचा। इन थैं और कहौ को नीचा॥
अति गुन गरब करै अधिकाई। अधिकै गरबि न होइ भलाई॥
जाकौ ठाकुर गरब प्रहारी, सो क्यूँ सकई गरब सँहारी॥
कुल अभिमाँन बिचार तजि, खोजौ पद निरबाँन॥
अंकुर बीज नसाइगा, तब मिलै बिदेही थान॥

''पंडित लोक वेद वाचून आणि त्यांचा अभ्यास करून भ्रमित होतात. अनेक भेदभावांच्या घेऱ्यात ते आत्मस्वरूप प्राप्त करून शकत नाहीत. हे लोक संध्या, तर्पण आणि षट्कर्म (स्नान, संध्या, पूजा, तर्पण, जप आणि होम) यांतच दंग राहतात. त्यांच्याच आश्रयात जगू पाहतात. वर्णाश्रमव्यवस्थेत अडकून राहतात. चार युगांपासून हे गायत्री मंत्र शिकवतायत. त्यांना विचारा, की यानं कोणाला मुक्ती मिळाली आहे? सगळ्या प्राणिमात्रांत राम वसलाय. अशा परिस्थितीत कुणाला नीच म्हणायचं? पंडित आपल्या गुणांवर फार गर्व करतात. अति गर्व करणाऱ्याचं कधी कल्याण होत नाही. ज्याचा अहंकार हाच स्वामी आहे, तो स्वत: अहंकार कसा करू शकतो? यासाठी पंडितहो, कुळाच्या अहंकाराचा त्याग कर. मोक्ष मिळवण्याच्या मार्गाचा शोध घे. जेव्हा अहंकाराचं बीज आणि अंकुर नष्ट होतील, तेव्हाच विदेहावस्था प्राप्त होईल.

''स्वामीजी, पंडितांनाही मी खूप समजावलं. ज्ञानानं संपन्न असूनही ते जोखडातून बाहेर यायला तयार नाहीत. पण यामुळे होतंय काय, हिंदू आणि इस्लाम हे दोन्ही धर्म बदनाम होतात. मी पंडितांना जीवनाबरोबरच मृत्यूची कल्पनाही सिद्ध करून दाखवली. मी त्यांना विचारलंसुद्धा...

कौन मरै कहु पंडित जनाँ।
सो समझाइ कहौ हम सनाँ॥

माटी माटी रही समाइ। पवनै पवन लिया सँगि लाइ॥
कहै कबीर सुनि पंडित गुंनी। रूप मुवा सब देखै दुनी॥

"हे पंडितांनो, मला समजावून सांगा, की कोण मरतं? माती मातीत मिसळते. हवा हवेत मिसळून जाते. कबीर म्हणतो, की हे गुणवान पंडितांनो, ऐका. केवळ बाह्यरूपच मरतं, म्हणजे ते बदलतं.

"मी असं सांगूनही पंडितांना ते पटलं नाही. ना माझं सांगणं मुल्ला-काजींना पटलं, ना पंडिताना. मी मात्र यात पूर्ण बदनाम झालो. बादशाहाच्या मर्जीतून उतरलो. माझ्या या विचारांमुळे मला संपवण्याचे, जीवे मारण्याचे अनेक वेळा प्रयत्न झाले. रामानं मला वाचवलं; पण स्वामीजी, मला या सगळ्या समाजाला धर्माच्या दुष्ट जोखडातून सोडवायचंय. त्यासाठी माझे प्रयत्न चाललेत. पण माहीत नाही मला यश मिळेल की नाही! आपले सगळे प्राचीन ग्रंथ हे ज्ञानाचे खजिने आहेत. पण ज्ञानाचे. धर्मशास्त्राचे नव्हेत.

ताथै कहिए लोकोचार।
वेद कतेब कथैं ब्यौहार॥
जारि वारि करि आवै देहा। मूवाँ पीछे प्रीति सनेहा॥
जीवत पित्रहिं मारहि दंडा। मूवाँ पित्र ले घालैं गंगा॥
जीवत पित्र कूँ अन्न न खवावैं। मूवाँ पाछैं व्यंड भरावैं॥
जीवत पित्र कूँ बोतै अपराध। मूँ वाँ पीछे देहि सराध॥
कहि कबीर मोहि अचिरज आवै। कडवा खाइ पित्र क्यूँ पावै॥

"वेद आणि कुराण हे जगाच्या व्यवहाराचंच वर्णन करतात, म्हणून त्यांना लोकाचार मानलं पाहिजे. नातेवाईक मृत्यूनंतर देह जाळून टाकतात आणि नंतर रडून-भेकून आपल्या प्रेमाचा देखावा करतात. जिवंत असताना वडिलांना काठीनं मारतात आणि ते मेल्यानंतर त्यांच्या अस्थी गंगेत प्रवाहित करायला जातात. जिवंतपणी वडिलांना अन्न देत नाहीत. मरणानंतर पिंडदान करतात. जिवंत वडिलांना लोक कटू शब्द बोलतात आणि मृत्यूनंतर श्राद्ध करतात. मला आश्चर्य वाटतं, की श्राद्ध-पिंडाचं अन्न कावळे खातात; मग ते मृताच्या आत्म्याला कसं मिळतं? स्वामीजी, असे अनेक प्रश्न, शंका माझ्या मनात उभ्या राहतात. मी त्या विचारतो, म्हणून मी वेडा ठरतो. धर्मद्वेष्टा ठरतो. धर्मबुडवा ठरतो. अशी आहे, स्वामीजी, माझी आत्तापर्यंतची जीवनकथा! मला वाटतं, तुमच्या मनातल्या सगळ्या प्रश्नांची उत्तरं मिळाली असतील."

आपली आत्तापर्यंत घडलेली जीवनकथा कबीरदासांनी सांगितली. स्वामीजी प्रसन्नपणे हसले. म्हणाले, ''कबीरदास, तुमच्या जीवनकथेत मला रस नाही. मात्र एक गोष्ट सांगतो, कबीरदास! तुमच्यासारखे महात्मा हे युगायुगांतून एकदाच जन्माला येतात आणि आपलं अवघं आयुष्य समाजासाठी व्यतीत करतात. पण तुमचा चांगुलपणा समजायला लोकांना वेळ लागतो. समाजातला वाईटपणा नष्ट करायला तुम्ही जो प्रयत्न करता, तो खरोखर अमूल्य आहे.''

स्वामीजींनी कबीरदासांची प्रशंसा केली, पण कबीरदास ही प्रशंसा घ्यायला जणू तयार नव्हते. ते म्हणाले ''नाही, स्वामीजी. मीसुद्धा समाजातली बुराई शोधायचा प्रयत्न केला, पण झालं उलटंच!

बुरा जो खोजन मैं चला बुरा न मिलिया कोय।
जो दिल खोजा अपना मुझसा बुरा न कोय॥

''समाजातला दुष्टपणा शोधायला मी बाहेर पडलो, पण मला कोणीच दुष्ट भेटला नाही. आणि मी जेव्हा माझ्याच अंत:करणात डोकावून पाहिलं, तर माझ्यापेक्षा दुष्ट कोणी दिसला नाही. असं आहे, स्वामीजी!''

स्वामी यावर काही बोलणार, तोच लोई तिथे आली आणि म्हणाली, ''स्वामी भोजनाची सिद्धता झाली आहे.'' ते ऐकून स्वामीजी म्हणाले, ''हे राम! कबीरदास, गप्पागोष्टी करण्यात वेळ कसा गेला समजलंच नाही. आपण सकाळी इथं येऊन बसलो होतो. आता मध्यान्ह झाली. चला जेवण करू!'' स्वामीजी उठले. कबीरदासांना घेऊन झोपडीत आले. लोईनं नाचणीची भाकरी, पालेभाजी आणि दूध असं पर्णावलीवर वाढलं होतं. दोघांची जेवणं झाली. ''स्वामीजी, माझी मतं, माझे विचार तुम्हालाही वेडगळ वाटत असतील ना? तुम्हाला सांगू? लहानपणी माझ्या डोक्यात फार गोंधळ होता. मी मौलवींना काही प्रश्न विचारले, की त्यांना त्याची उत्तरं देता यायची नाहीत. मग ते मला शिक्षा करायचे. असं सारखंच होऊ लागलं.

''मग एक दिवस मी पळालो. मौलवींनी दोन मुलं मला शोधायला पाठवली. त्यांना घाबरून मी लपून बसलो, तो नेमका राममंदिरात. तिथं मला झोप लागली. जाग आली आणि डोळे उघडताक्षणी नजरेला राममूर्ती पडली. त्या रामाशी माझी नजरानजर झाली आणि तत्क्षणी माझ्या मनातल्या सगळ्या प्रश्नांची उत्तरं मिळाली. मी रामाचा भक्त बनलो. पण एक सांगतो, पंडितजी! मी त्या राममूर्तीचा किंवा हिंदूंचा देव राम, जो दशरथपुत्र आहे, जानकीपती आहे, अयोध्येचा राजा आहे,

त्या रामाचा भक्त बनलो नाहीये. माझा राम हा हिंदूंचा देव नाही, तर राम ही शक्ती आहे. ती मूर्तीत नाही, नावात आहे. रामनाम हे शक्तीचं प्रतीक आहे, जी सगळ्या जगावर राज्य करते आहे. 'राम' या नावातच ते शक्तितत्त्व भरलेलं आहे. म्हणून तर स्वामीजी रघुनंदन रामाने सेतू बांधताना स्वत:च्या हाताने पाण्यात टाकलेल्या विटा तरंगल्या नाहीत. त्या बुडल्या. पण त्यावर रामनाम लिहिल्यावर मात्र त्या तरंगल्या. स्वामीजी, रामनामातच हा भवसागर तरून नेण्याची शक्ती आहे. ही शक्ती, हे सामर्थ्य कोणा एका धर्माचं नाही. म्हणून तर मी मुस्लिमांनासुद्धा सांगतो, की तुम्हीसुद्धा रामनाम जपा. या शक्तीची भक्ती करा. साधना करा. या शक्तीत जसा ईश्वर आहे, तसाच अल्लासुद्धा आहे.'' बोलता बोलता कबीरदास भावुक झाले.

''कबीरदास, तुमचा हा राम आहे तरी कसा? तो सगुण-साकार तर नाहीच नाही. निर्गुण-निराकारही नाही. मग तो कसा आहे आणि कुठं आहे?'' स्वामीजींनी प्रश्न केला. कबीरदास क्षणभर गप्प बसले. मग म्हणाले, ''गोविंद, आता मी सांगतो तू कसा आहेस आणि कुठं आहेस?''

गोब्यंदे तू निरंजन, तू निरंजन राया।
तेरे रूप नहीं रेख नाहीं मुद्रा नहीं माया॥
समद नाँही, सिषर नाहीं, धरती नाहीं गगन॥
रबि ससी दोऊँ एकै नाहीं, बहत नाहीं पवना॥
नाद नाहीं व्यंद नाही, काल नाहीं काया।
जब तै जल व्यंब न होते, तब तूही राम राया॥
जप नाँही तप नाँही जोग ध्यान नहीं पूजा।
सिव नाँही सकती नाँही देव नहीं दूजा॥
रुग न जुग न स्याँम अथरबन, बेद नहीं व्याकरनाँ।
तेरी गति तूही जाँनै, कबीरा तो सरनाँ॥

''हे गोविंद, तू निर्लेप आहेस. तुझे ना रूप आहे, ना आकार. तुझी कोणती मुद्राही नाही. (चिन्हंही नाही.) तुला मायासुद्धा व्यापू शकत नाही. तुझ्या शुद्ध रूपात ना समुद्र आहे, ना पर्वत. पृथ्वी आणि आकाशही नाही. तिथे सूर्य-चंद्र तुझं रूप नाहीत, ना हवा. हे भौतिक जग जे पंचतत्त्वांनी बनलंय, त्याविनाच तुझं अस्तित्व आहे. त्या परमतत्त्वाला नाद, बिंदू, काल, देह काहीच राहत नाही. जेव्हा पृथ्वीवर पाणीही नव्हतं. (पाण्यात प्रतिबिंब पडत नव्हतं.) तेव्हापासून तू रामराजा आहेस.

(जलतत्त्व पृथ्वीवर सर्वांत आधी निर्माण झालं असं मानतात. राम त्याच्याही आधी आहे.) तू जप नाहीस; तप नाहीस; योग, ध्यान, पूजाही नाहीस. शिव-शक्ती किंवा इतर देवही नाहीस. ना तू ऋग्वेद आहेस, ना यजुर्वेद, ना सामवेद, ना अथर्ववेद. तू वेदही नाहीस आणि व्याकरणही नाहीस, तू काय आहेस, तुझी गती (स्वरूप) काय आहे हे तूच जाणतोस. हा कबीर तुला शरण आला आहे!

''स्वामीजी, असा आहे माझा राम! मग सांगा, तो एकाच धर्माचा कसा असू शकेल?'' कबीरदासांनी स्वामीजींना विचारलं. निर्गुण-निराकार ईश्वराचं ते नेमकं आणि नेटकं वर्णन ऐकून स्वामीजी थक्क झाले. त्यांच्या डोळ्यांतून अश्रू वाहू लागले. त्यांना पुसायची तसदी न घेता स्वामीजी म्हणाले, ''कबीरदास, तुम्ही धन्य आहात. तुमचे विचार अनेक युगांच्या पुढे आहेत. तुम्ही धन्य आहात आणि माझं सार्थक झालंय! राम या शक्तितत्त्वाची भक्ती करणारे तुम्ही एकमेव संत आहात, कबीरदास! खरोखरच तुम्ही धन्य आहात आणि मी कृतार्थ आहे. माझ्या मनातल्या सगळ्या शंका फिटल्या आहेत. सगळे प्रश्न संपले आहेत!

''पण माझ्या मनात कालपासून एक प्रश्न घोळतो आहे, स्वामीजी! आपली हरकत नसेल, तर विचारीन म्हणतो!'' कबीरदास म्हणाले. त्यांच्या स्वरात उत्सुकता होती. ''विचारा, कबीरदास! काय प्रश्न आहे तुमच्या मनात?'' स्वामीजींनी आपुलकीनं विचारलं. कबीरदास क्षणभर गप्प राहिले. त्यांना थोडा संकोच वाटत असावा. मग धीर करून म्हणाले, ''स्वामीजी, आपण गैरसमज करून घेऊ नये. पण आपण संन्यासी, मग आपल्या झोपडीत ही तरुण स्त्री?'' बोलता बोलता कबीरदास थांबले. पुन्हा म्हणाले, ''आणि तिचं नाव लोई! हे कसलं नाव?'' कबीरदासांना काय म्हणायचं होतं ते स्वामीजींच्या लक्षात आलं.

''ती माझी लेक आहे! तिच्या जन्माची एक कथा आहे, कबीरदास! ही मुलगी मला नदीत सापडली. मी नदीत स्नानाला गेलो असताना एका वेताच्या बुट्टीत हे बाळ ठेवलेलं होतं. ते पाण्याबरोबर वाहत येऊन मला तटलं! गंगामातेनंच आपल्याला प्रसाद दिला असं समजून मी ते बाळ घरी घेऊन आलो. ते बाळ घोंगड्यात गुंडाळलेलं होतं, म्हणून तिचं नाव लोई. लोई म्हणजे घोंगडं! मी हिचा सांभाळ केला. आणि आज ती एवढी मोठी झालीय, की तीच मला सांभाळते.'' स्वामीजींनी लोईची जन्मकथा सांगितली. एव्हाना सूर्य मावळला होता. लोईनं गाईची धार काढून दोन लोटकींतून दूध आणून या दोघांना दिलं. तोच कबीरदास म्हणाले, ''आणखी

एक अतिथी येतोय!'' लोईनं आणखी एका लोटकीत दूध भरून तिथे आणून ठेवलं. काही वेळातच तिथे आणखी एक संन्यासी बाबा आले. स्वामीजी चकित झाले. कबीरदासांनी दूधाची ती तिसरी लोटकी त्या संन्यासीबाबांसमोर ठेवली. त्यांनी एकदा डोळे उचलून कबीरदासांकडे पाहिलं. लोटकीतलं दूध पिऊन ती खाली ठेवत विचारलं, ''मी स्वामींना ओळखतो! पण तू कोण?''

''कबीर!''

''तुझा धर्म कोणता?''

''कबीर!''

''तुझी जात कोणती?''

''कबीर!''

तिन्ही प्रश्नांना कबीरदासांनी दिलेलं एकच उत्तर लोटकी न्यायला आलेल्या लोईने ऐकलं आणि ती स्वामींना म्हणाली ''स्वामीजी, जगात फक्त दोनच जाती आहेत, ज्या ईश्वराने स्वत: निर्माण केल्या आहेत. एक पुरुष आणि एक स्त्री! आणि धर्मही जगात दोनच आहेत, जे या दोन जातींमुळं निर्माण झालेत. एक पुरुषधर्म आणि एक स्त्रीधर्म!'' असं बोलून लोई रिकामी लोटकी उचलून घेऊन झोपडीत गेली. ती गेली त्या दिशेकडे कबीरदास डोळे विस्फारून पाहत होते. कितीतरी वेळ! त्यांच्या मनात एक विचार घोळत होता.

कबीरदासांना रात्री बराच वेळ झोप आली नाही. आपल्या मनात आलेला विचार योग्य की अयोग्य हा संघर्ष त्यांच्या मनात चालला होता. निर्णय होत नव्हता. तशा द्विधा मन:स्थितीतच थोड्या उशिरा त्यांना झोप लागली. सकाळी त्यांना जाग आली ती प्रसन्न मन:स्थितीत. कारण रात्री झोपेत कधीतरी त्यांच्या मनानं कौल दिला होता. नेहमीप्रमाणं लोई तीन लोटक्यांतून दूध घेऊन आली. ती लोटकी ठेवून गेल्यावर कबीरदासांनी स्वामीजींना प्रश्न केला. ''स्वामीजी, रात्रभर मनात एक प्रश्न घोळतोय. थोडा संकोच वाटतो, पण तो विचारण्याशिवाय माझ्यासमोर पर्याय नाही. विचारू का?'' स्वामीजी हसले. म्हणाले, ''कबीरदास, तुमची योग्यता मी जाणतो. तुम्हाला प्रश्न विचारायला संकोच वाटतोय, म्हणजे तो प्रश्नही तसाच असणार! पण माझ्याजवळ तुम्हाला संकोच करायचं कारण नाही. आपण गुरुबंधू आहोत. तुम्ही नि:संकोचपणे विचारा!'' स्वामीजींच्या बोलण्यात दिलासा होता. आपुलकी होती, आश्वस्तता होती. कबीरदासांना धीर आला. म्हणाले, ''स्वामीजी, दोन अनाथ एकत्र आले, तर ते सनाथ

होतात का? आणि त्यांनी तसं एकत्र यावं का?'' कबीरदासांनी संकोचलेल्या स्वरात विचारलं. कबीरदासांना काय म्हणायचं होतं, ते स्वामींच्या लक्षात आलं. त्यांचा चेहरा उजळला, पण ते उघड बोलले नाहीत. कारण कबीरदासांनी जसा प्रश्न विचारला, तसंच त्यांना उत्तर देणं भाग होतं. स्वामीजींनी उत्तर दिलं, ''कबीरदास, अहो अनाथ जेव्हा एकटा असतो, तेव्हा तो अनाथ असतो. पण दोन अनाथ जेव्हा एकत्र येतात, तेव्हा ते अनाथ राहत नाहीत. ते एकमेकांसोबत राहून एकमेकांना सनाथ करतात, सोबत करतात आणि एकमेकांचं अनाथपण घालवतात!'' स्वामीजींनी सांगितलं. कबीरदास संकोचून गप्प बसले. पुढे काय आणि कसं विचारावं हे त्यांना समजेना. एवढे शब्दप्रभू कबीरदास, पण त्यांना आत्ता शब्द सुचेनात. त्यांचा हा संकोच स्वामीजींनी घालवला. म्हणाले, ''कबीरदास, तुम्ही हा प्रश्न का विचारलात, हे माझ्या लक्षात आलंय. तुमचा हा प्रस्ताव मला मान्य आहे. लोईला तुमच्यापेक्षा चांगला जीवनसाथी मिळणार नाही. तिनंही आपलं मन काल माझ्याजवळ मोकळं केलंय. तिलाही तुमच्यासारखा पती हवा आहे. हे जर जमलं तर, कबीरदास, एक पिता म्हणून माझी चिंता कमी होईल. आपली हरकत नसेल, तर आपल्या घरच्या लोकांशी मी बोलून घेईन!'' स्वामीजींनी मोकळेपणानं सांगितलं. कबीरदासांचा चेहरा आनंदला. म्हणाले, ''स्वामीजी, मला ही सोयरिक मंजूर आहे. पण माझ्या घरच्या लोकांशी बोलण्यासाठी जायची गरज नाही. माझ्या अम्मी-अब्बूची इच्छा होतीच, की मी विवाह करावा. ते काही हरकत घेणार नाहीत. आपण पिता या नात्यानं कन्यादान करावं. गुरुबंधू या नात्यानं माझा विवाह लावून द्यावा.'' कबीरदासांनी स्वामीजींना सांगितलं. त्याच दिवशी हा आगळावेगळा विवाह संपन्न झाला. या विवाहात वऱ्हाडी नव्हते, मंगलवाद्यं नव्हती, पै-पाहुणे नव्हते, भटजी नव्हते. मांडव नव्हता. शालू-शेले नव्हते. दागदागिने नव्हते. छत्र-चामरं नव्हती. वरात नव्हती. वरातीसाठी घोडा नव्हता. जेवणावळ नव्हती. पक्वान्नं नव्हती. रुसवेफुगवे नव्हते. सजावट नव्हती. मानपान नव्हते. सामान्यपणे विवाहाच्या वेळी जे काही असतं, ते काहीच नव्हतं. अगदी साग्रसंगीत असे विवाहविधीसुद्धा नव्हते. असा आगळावेगळा विवाह होता तो.

या विवाहासाठी वेलींचा मंडप होता. हरीण, ससे, मोर, गाय असे वऱ्हाडी होते. पक्षी मधुर स्वरात गात मंगलगायन करत होते. स्वामीजी आणि ते संन्यासीबाबा दोघांनी अंतरपाट धरला होता. वेलींच्या मांडवावर फुललेल्या फुलांची शोभिवंत सजावट होती. पक्वान्न म्हणून गोरस होता आणि दोन अनाथ असलेले वधू-वर

एकमेकांच्या सोबतीनं सनाथ झाले होते. कबीरदासांच्या चेहऱ्यावर आनंद होता, लोईच्या चेहऱ्यावर संकोच तर स्वामीजींच्या चेहऱ्यावर कृतकृत्य झाल्याचं समाधान.

हा आगळा विवाह संपन्न झाला. नववधू लगेचच कामाला लागली. तिनं तिघांचं जेवण पर्णावलीवर वाढलं. त्यांची जेवणं झाल्यावर स्वत: जेवली. आता दुपारनंतर ती आणि कबीरदास निघणार होते. लोईनं स्वामीजींचा निरोप घेतला. दोघांच्याही डोळ्यांतून अश्रू वाहत होते. पंचवीस वर्षांचा सहवास होता. पित्याचं काळीज होतं, लेकीची माया होती. इथं मात्र लेकीची होणारी पाठवणी खरीखुरी होती. स्वामीजींसोबतच त्या परिसराचा निरोप घेऊन कबीरदास आणि लोई परतले. स्वामीजींनी कबीरदासांना आपली गाय दिली लेकीला सोबत म्हणून. गाईला आणि लोईला सोबत घेऊन कबीरदास निघाले. वाटेत लोई त्यांना अनेक प्रश्न विचारत होती. मात्र कबीरदास एकाक्षरी उत्तर देत होते. त्यांच्या मनात असंख्य विचार होते. अम्मीचे, लोकांचे, आपल्या अनुयायांचे, संसाराचे, जबाबदारीचे! अनेक प्रश्नही होते. काही प्रश्नांना उत्तरं होती. काही प्रश्न अनुत्तरित होते. बराच विचार करून त्या प्रश्नांची उत्तरं मिळाली नाहीत म्हटल्यावर कबीरदासांनी ते प्रश्न रामावर सोपवले. आता तोच देणार होता त्या प्रश्नांची उत्तरं! आणि यावर कबीरदासांचा विश्वास होता. त्यामुळे मनात रामाचं नामस्मरण करत ते लोईसोबत निश्चिंत मनानं मार्गक्रमणा करत होते. येताना ते एकटे होते. पण आता जाताना त्यांना लोईची - त्यांच्या पत्नीची सोबत होती. कदाचित त्यामुळंच असेल, पण परतीचा रस्ता लवकर पार झाला. कबीरदास लोईला घेऊन घरी पोहोचले, तेव्हा संध्याकाळ झाली होती. कबीरदास आलेले पाहून निमाला अतिशय आनंद झाला. कबीरदासांना घरातून जाऊन आठ दिवस होऊन गेले होते. ज्या विचारानं आपला हा कलंदर मुलगा घराबाहेर पडलाय, ते पाहता तो घरी परत येईलच अशी निमाला खात्री नव्हती. पण कबीरदास आले होते. तेही पत्नीला सोबत घेऊन. निमाचा आनंद गगनात मावेना. तिनं दोघाचं स्वागत केलं. दोघांची दृष्ट काढली. अम्मीच्या चेहऱ्यावरचा आनंद बघून आपण जे केलं ते योग्यच होतं याची जणू ग्वाहीच कबीरदासांना मिळाली. कबीरदासांचा संसार सुरू झाला. घरात एक माणूस वाढलं, याव्यतिरिक्त या विवाहानं कबीरदासांच्या आयुष्यात काहीच फरक पडला नाही. रामाविषयीची त्यांची आस्था, त्यांचा रामनामावरचा विश्वास आणि त्यांची रामभक्ती तशीच राहिली. किंबहुना आणखी वाढली, जाज्वल्य झाली आणि संसारात पडल्यावर कबीरदास आणखी विरक्त झाले.

राम थोरे दिन कौं का धन करनाँ।
धंधा बहुत निहाति मरनाँ॥
कोटी धज साह हस्ती बँध राजा। क्रिपन को धन कौनें काजा॥
धन कै गरबि राँम नहीं जानाँ। नागा है जंम पै गुदराना॥
कहै कबीर चेतहु रे भाई। हंस गया कछु संगिन जाई॥

हे राम, हे जीवन काही काळासाठी आहे. मग धनाची काय गरज आहे? धनाचा साठा करण्यासाठी मनुष्यप्राण्याला जिवाची बाजी लावून कष्ट करावे लागतात. करोडपती सावकार असो, हत्तीवर स्वार राजा असो किंवा गरीब असो; धन अंतिमतः कोणाच्याच उपयोगी पडत नाही. धनसंपत्तीच्या अहंकारात लोक रामाचं स्मरण करत नाहीत. मृत्यूनंतर निर्वस्त्र होऊन रामासमोर हात जोडतात. कबीर म्हणतो, की वेळेवर जागे व्हा. धनाच्या मोहात पडू नका. कारण हंसासमान असलेल्या जिवासोबत काहीच जात नाही.

इकडे शेख तकी आणि बादशाह दोघे जण आता या कबीरचं काय करायचं, त्याला कसं मारायचं याचा विचार करत होते. दरम्यान एक घटना अशी घडली की शेख तकीला शत्रुत्व विसरून कबीरदासांचे पाय धरायला लागले. त्या दिवशी सुलतान सिकंदर लोदीने कबीरदासांना दरबारात बोलावले. त्यांच्या पाठोपाठ शेख तकीही आला. तो मोठा दुःखी दिसत होता. सुलतानाने कारण विचारताच तो म्हणाला, ''हुजूर, माझी एकुलती एक लेक अल्लाला प्यारी झाली. म्हणून मी फार दुःखी आहे. हुजूर, इथं कबीरदास आलेले आहेत. त्यांनी एक महिन्यापूर्वी एक मेलेलं बाळ जिवंत केलं होतं असं मी ऐकलंय. पण त्यात विशेष काही नाही. कधीकधी लोक काही क्षणासाठी मरतात आणि पुन्हा जिवंत होतात. पण माझी लेक आता कबरीत दफन झाली आहे. जर कबीरदासांनी तिला जिवंत करून दाखवली, तर मी आयुष्यभर त्यांचा शिष्य होऊन राहीन!''

शेख तकीनं जणू कबीरदासांना आव्हानच दिलं. कबीरदास म्हणाले, ''हुजूर, आपल्याला त्यासाठी कबरस्तानात जावं लागेल.''

सगळे जण कबरस्तानात आले. तिथे शेख तकीच्या मुलीची कबर बांधली होती. कबीरदास त्या कबरीजवळ गेले. त्यांनी त्या कबरीवरील दगडमाती बाजूला करायला सांगितली. ती बाजूला करताच त्या मुलीचं प्रेत दिसू लागलं. कबीरदासांनी त्यांच्या कमंडलूतलं पाणी हातात घेतलं. ते त्या मुलीच्या प्रेतावर शिंपडलं आणि

म्हणाले, ''तू शेख तकीची मुलगी आहेस ना? उठ बरं आता!'' पण ती मुलगी उठली नाही. ते प्रेत जिवंत झालं नाही. असं दोन वेळा झालं. जमलेले लोक आता हसायला लागले. कबीरदासांची चेष्टा करू लागले. कबीरदासांनी तिसऱ्यांदा पाणी हातात घेतलं आणि म्हणाले, ''तू कबीराची मुलगी आहेस ना? मग उठ!'' एवढं बोलून ते पाणी त्या प्रेतावर शिंपडलं. आणि काय आश्चर्य! ती मुलगी डोळे चोळत उठून बसली. तिने कबीरदासांच्या चरणांवर आपलं मस्तक ठेवलं. लोक म्हणू लागले, ''कमाल झाली!'' कबीरदास शेख तकीला म्हणाले, ''आजपासून ही माझी मुलगी. हिचं नाव कमाली!'' लोकांनी टाळ्या वाजवल्या. या प्रसंगानंतर पश्चात्ताप झालेल्या शेख तकीने कबीरदासांचे पाय धरले. त्यांची माफी मागितली. त्यांचं शिष्यत्व स्वीकारलं. अशा रीतीनं कबीरदासांनी एक वैर संपवलं.

राग नाग सो दिल मिली, जम हम परी बिराई।
मोहिं भरोसा इस का, बंदा नरकी न जाई॥

माझे नाम रामनामाशी एकरूप झाले आहे. त्यामुळे माझ्या आणि यमाच्या मध्ये खोल दरी निर्माण झाली आहे. मला माझ्या देवाचा असा भरवसा आहे की हा सेवक नरकात नाही जाणार. (राम मला नरकात नाही जाऊ देणार.)

कबीरदास आता निरू आणि निमाची सर्व जबाबदारी लोईवर टाकून रामभक्ती करायला निवांत झाले. त्यांनी सोबत गाय आणलेली बघून निमा थोडी खट्टू झाली होती. पण तीच गाय आता आपल्या घराचा आधार बनली आहे हे बघून तिचा रुसवाही गेला. कबीरदास आता मागावर कापड विणत. त्यांनी ते लोईलाही शिकवलं. घरातलं कामकाज सांभाळून लोई कापड विणू लागली. कबीरदासांच्या घराला थोडा हातभार लागला. या सगळ्यामुळे रामाची भक्ती करायला कबीरदासांना निवांतपणा मिळू लागला. कालांतराने कबीरदासांना एक पुत्र झाला. त्यांनी त्याचं नाव कमाल ठेवलं. निरू आणि निमा नातवाच्या बाळलीलांत रंगून गेले. दोन अनाथांनी एकत्र येऊन एकमेकांनाही सनाथ केलं आणि एका घरालाही!

✻

कबीरवाणी...

नैनां अंतरि आव तूं, ज्यों हों नैन झंपेउं ।
ना हौं देखों और कौं, ना तुझ देखन देउं॥

तू माझ्या डोळ्यांत येऊन सामावून जा. मग मी नेत्र बंद करून घेईन. त्यामुळे मीही अन्य कोणास पाहणार नाही, आणि तुलाही दुसऱ्या कोणास पाहू देणार नाही.

२१.

कबीरदासांची दैनंदिनी आता जणू ठरल्यासारखी होती. पण त्यातही रामनाम सुटलं नव्हतं. लोकांना भेटून काही नवीन शिकवणं चालूच होतं. आत्तापर्यंत घडलेल्या सगळ्या घटना-प्रसंगांनी मात्र कबीरदासांचं नाव, कीर्ती सर्वदूर पोहोचली आणि दूरदूरहून लोक त्यांना भेटायला येऊ लागले. कबीरदासांच्या सोबत असलेली आपली घनिष्टता दाखवण्यासाठी स्वत:ला कबीरदासांचे शिष्य म्हणवणारेही अनेक जण होते. कबीरदासांच्या आयुष्यात घडलेल्या आणि न घडलेल्या घटनासुद्धा ते छातीठोकपणे सांगत असत. मात्र त्यामुळे कबीरदासांच्या कीर्तीत आणि प्रसिद्धीत भरच पडली. अनेक बरेवाईट चमत्कार कबीरदासांच्या नावावर खपवले जाऊ लागले. कबीरदास एक महान आणि हठयोगाचे अधिकारी असलेले संत आहेत अशी त्यांची ख्याती पसरली. त्यामुळे कबीरदासांना भेटायला येणाऱ्यांची गर्दी वाढू लागली. गर्दी वाढली तशी कबीरदासांची प्रसिद्धीही वाढू लागली. हे सगळं दूरदूरपर्यंत पसरलं. अनेक विद्वान, ज्ञानी, अभ्यासक कबीरदासांना भेटायला येऊ लागले. त्यातले काही त्यांना नुसतेच बघायला, त्याचं दर्शन घ्यायला येत; तर काही त्यांना शंका विचारायला, मार्गदर्शन घ्यायला येत. काही सल्ला विचारायला,

अडचणी सांगायला येत; तर काही त्यांच्याशी चर्चा करायला येत. त्यात काही साधू असत, संन्यासी असत, महंत असत, विद्वान पंडित असत, अभ्यासू मौलवी असत. त्यांतले काही कबीरदासांबद्दल आदर बाळगून असत. काही जण उत्सुकता, काही जण कुतूहल, तर काही जण असूया ठेवून येत. कबीरदास सगळ्यांचं आनंदानं स्वागत करत. जमेल तसा त्यांचा पाहुणचार करत. त्यांच्या तिथे येण्याचं प्रयोजन जाणून घेऊन त्याप्रमाणे त्यांना मार्गदर्शन करत. काही जण मात्र आपल्या ज्ञानाचा टेंभा मिरवून कबीरदासांची फजिती करायला येत. त्यांच्याशी चर्चा करण्याच्या बहाण्याने त्यांची कुचेष्टा करायला येत. कबीरदासांच्या शिष्यानं सांगितलेली ही एक कथा -

एक दिवस हिमालयात वास्तव्यास असणारे एक मोठे साधू महंत सोरटीबाबा कबीरदासांना भेटायला आले. कबीरदासांची कीर्ती त्यांच्या कानांवर पडली होती. हा कोण माणूस आहे, जो कोणताच धर्म मानत नाही, स्वतःला हिंदूही समजत नाही आणि मुस्लीमही समजत नाही. एवढंच नव्हे, तर हिंदू, मुस्लीम या दोन्ही धर्मांतल्या त्रुटी दाखवून लोकांनाही फितवतो. हे सगळं त्यांच्या कानांवर आल्यामुळं या कबीरदासांना भेटावं आणि त्यांच्याशी चर्चा करून त्यांची फजिती करावी, त्यांचं तोकडं ज्ञान जगापुढं आणावं; म्हणजे त्याची अपकीर्ती होईल आणि आपली कीर्ती वाढेल, त्याचा शिष्यगण कमी होऊन आपला शिष्य परिवार वाढेल आणि आपल्याला भरपूर प्रसिद्धी मिळेल. या हेतूने ते महंत सोरटीबाबा कबीरदासांना भेटायला आले. आल्या आल्या त्यांनी कबीरदासांना आव्हान दिलं. ''तूच तो कबीरदास, जो लोकांना भलत्यासलत्या गोष्टी सांगून त्यांची दिशाभूल करतोय! तू काय स्वतःला महात्मा समजतोस? मी तुला हिमालयातून भेटायला आलोय. तुझ्या ज्ञानाचा अभिमान मी एका क्षणात धुळीला मिळवेन.'' असं म्हणत त्या सोरटीबाबांनी कबीरदासांना आव्हान दिलं.

कबीरदासांचे अनेक शिष्य त्या वेळी तिथं उपस्थित होते. हा हिमालयातून आलेला साधू कबीरदासांची फजिती करायला आलाय. ही गोष्ट सगळीकडे पसरली आणि लोकांच्या झुंडीच्या झुंडी कबीरदासांच्या घराजवळ जमा झाल्या. कबीरदास त्या महंताच्या आव्हानाला काय उत्तर देतात याकडे सगळ्यांचं लक्ष लागून राहिलं. तो महंत सोरटीबाबा मोठ्या आढ्यतेनं आणि गर्वानं थाटात बसला होता. या कबीरदासाला आपण मुंगीसारखं चिरडून टाकू, असा त्याचा आविर्भाव होता.

त्याच्यासोबत त्याचा शिष्यपरिवारसुद्धा होता. तोही त्या महंताच्या नावाच्या घोषणा देत होता आणि कबीरदासांकडे तुच्छतेच्या नजरेनं बघत होता. कबीरदास मात्र शांत होते. त्यांच्या चेहऱ्यावरची शांतता आणि प्रसन्नता ढळली नव्हती. ते काहीच बोलत नाहीत हे बघून तो महंत म्हणाला, ''क्यों रे कबीर! घाबरलास काय? काहीच बोलत नाहीस? बोलती बंद झाली का? अरे, मी हिमालयात राहून तपश्चर्या करून आलोय. पंचमहाभूतांना मी जिंकलंय. तुझा माझ्यासमोर काय पाडाव लागणार? हे बिचारे, भोळसट, अज्ञानी लोक तुझ्या अर्धवट ज्ञानाला भुलत असतील; पण मी नाही भुलणार! मी तुझ्याशी वादविवाद करायला आलो आहे. बघू तरी तुझं ज्ञान किती खोल आहे?'' असं पुन्हा एकदा आव्हान देऊन महंताने मोठ्या तोऱ्यानं आपल्या हातातला त्रिशूळ कबीरदासांच्या घरासमोरच्या जमिनीत रोखला आणि लगेच पुढं म्हणाला, ''चल, या त्रिशुळाच्या एका टोकावर मी बसतो, दुसऱ्या टोकावर तू बस. आणि आपण वादविवाद करू या!''

कबीरदासांनी एक नजर महंतांकडे टाकली, एक नजर त्रिशुळाकडे टाकली आणि म्हणाले, ''नको महाराज. त्या त्रिशूळावर नको. जगातला प्रत्येक त्रिशूळ हा शंभू महादेवाचा आहे आणि त्याच्या एका टोकावर स्वर्ग, दुसऱ्या टोकावर नरक आणि दोन्हींच्या मध्ये, मधल्या भागावर पृथ्वी आहे. मग आपण कुठे बसणार. त्यापेक्षा मी माझ्या अंगणात एक बिछायत अंथरतो. आपण त्यावर बसू या.'' महंताने तत्काळ होकार दिला. कबीरदास आपल्या घरात गेले. एक बिछायत घेऊन आले. ती अंगणात अंथरली आणि त्यावर बसण्याची महंतांना विनंती केली. महंत पुढे होताच त्यांचा एक शिष्य पुढे झाला. त्याच्या हातात मृगाजिन होतं. ते त्यानं त्या बिछायतीवर अंथरलं. मग महंत त्यावर आसनस्थ झाले. आसनस्थ झाल्यावर त्यांनी मोठ्या तोऱ्यात सगळीकडे नजर फिरवली. भवताली जमलेली पुष्कळ गर्दी बघून त्यांच्या चेहऱ्यावर समाधान पसरलं. आता इतक्या गर्दीसमोर आपल्या ज्ञानाचा टेंभा मिरवता येणार होता. इतक्या गर्दीसमोर या कबीरदासाची फजिती करता येणार होती. त्यांनी तशीच एक अहंकारी नजर आपल्या शिष्यांकडे टाकली. त्या नजरेचा अर्थ ओळखून शिष्यांनी पुन्हा महंतांचा जयजयकार केला. समाधानानं हात उंचावून आशीर्वाद देत महंतानी त्यांना शांत राहायला सांगितलं. कबीरदास त्यांच्यासमोर येऊन बसले. त्यांच्याकडे उपहासाने बघत महंत म्हणाले, ''कबीर, तुला कोणाला मदतीला बोलवायचं असेल, तर बोलाव! माझी काहीच हरकत नाही.'' कबीरदास

हसले म्हणाले, ''माझा राम आहे माझ्या मदतीला. तो असताना इतर कोणाची गरज नाही.'' ते ऐकून महंतांनी चेष्टेनं मान डोलावली. पुढं म्हणाले, ''मी तुला आधी पंधरा प्रश्न विचारेन. त्याची तू उत्तरं द्यायचीस. मग तू मला प्रश्न विचारायचेस. मी काय, सगळी उत्तरं देणारच! तुलाच येतील की नाही ते बघ!'' असं उपहासानं बोलून महंत लोकांना उद्देशून म्हणाले, ''ऐकलंत का लोकहो! आता हा तुमचा लाडका कबीर किती खोल पाण्यात आहे, ते लगेच कळेल!'' महंतांचं बोलणं ऐकून लोकही सरसावून बसले.

महंतांनी पहिला प्रश्न केला, ''जीवन म्हणजे काय?''

कबीरदासांनी उत्तर दिलं, ''जीवन म्हणजे सुखदुःखाचा ताणाबाणा!''

महंतांनी विचारलं, ''मृत्यू म्हणजे काय?''

कबीरदास म्हणाले, ''तयार झालेलं रेशमी वस्त्र!''

महंतांनी विचारलं, ''देवाचं अस्तित्व कुठे आहे?''

कबीरदास म्हणाले, ''श्वासात!''

''अद्वैत म्हणजे काय?'' महंतानी विचारलं.

''अद्वैत म्हणजे माणसांतलं देवपण.'' कबीरदासांनी उत्तर दिलं.

''द्वैत म्हणजे काय?'' महंतानी विचारलं.

''माणसांतलं माणूसपण!'' कबीरदास उत्तरले.

''आता सांग, धर्म म्हणजे काय?'' महंतांनी मुद्दाम हा खोडा घालणारा प्रश्न विचारला. कारण कबीरांची धर्माविषयीची मतं त्यांना माहीत होती, तशीच ती इतरांनाही माहीत होती. आता कबीरदास काय उत्तर देतात इकडे सगळ्यांचं लक्ष लागलं. ''धर्म म्हणजे जगण्याचा रिवाज!'' कबीरदासांनी साधं, सोपं, सरळ उत्तर दिलं. जे आजपर्यंत ते सांगत आले होते, ते ऐकलं आणि जमलेल्या लोकांनी टाळ्या वाजवल्या. महंतांना जरा राग आला. आता त्यांनी म्हटला तर अवघड, म्हटला तर सोपा प्रश्न विचारला आणि कबीरदासांना सांगितलं, ''मी आता जो प्रश्न विचारणार आहे, त्याचं तुम्ही एका शब्दात उत्तर द्यायचं. सांग, कबीर, आयुष्य काय आहे?'' महंतांनी प्रश्न विचारला आणि एवढ्या अवघड प्रश्नाचं उत्तर एका शब्दात काय द्यायचं हे लोकांनाच कळेना. पण कबीरदास शांत होते. त्यांनी डोळे मिटले क्षणभर आणि डोळे उघडून एक नजर महंतांवर टाकली आणि उत्तर दिलं, ''धागा!'' महंत चमकले त्यांनी पुढचा प्रश्न विचारला ''धागा

कशाचा?'' कबीरदासांनी लगेच उत्तर दिलं ''आत्मा आणि परमात्मा जोडणारा!'' महंत अवाक् झाले. तर क्षणभर लोकांनाही विचार करावा लागला. मग मात्र लोकांनी टाळ्यांचा कडकडाट केला.

लोकांकडे रागाचा कटाक्ष टाकून महंतानी पुढचा प्रश्न केला, ''ज्ञान काय आहे?''

''पवित्र भावना!'' कबीरदास उत्तरले.

''सर्वात महान शक्ती कोणती?'' महंतांचा प्रश्न.

''राम'' कबीरदासांचं उत्तर.

''कबीरदास, आता पाच प्रश्न राहिले. त्यातला हा पहिला प्रश्न. देवाला काय आवडतं?'' महंतांनी कबीरदासांना सावध करत प्रश्न केला.

लोक आठवायला लागले, देवाला काय काय आवडतं ते! तोच कबीरदासांनी उत्तर दिलं ''भक्ती!''

''आता सांग भक्तीत काय आहे?'' महंतांनी विचारलं.

''शक्ती!'' कबीरदास उत्तरले.

''त्यातून काय मिळतं?'' महंतानी लगेचच प्रश्न केला.

''मुक्ती!'' कबीरदासांचं उत्तर तयार होतं. तेरा प्रश्न झाले होते. कबीरदासांनी दिलेली उत्तरं जरी जगावेगळी असली, तरी ती अचूक होती. खोडता न येण्यासारखी होती. वादातीत होती. तर्काच्या आधारावर आणि पारमार्थिक तत्त्वाशी निगडित होती.

आता मात्र महंताना राग येऊ लागला. कबीरदासांना नेस्तनाबूत करण्याच्या उद्देश्याने ते आले होते. जमलेल्या लोकांसमोर आपल्या ज्ञानाचा तोरा मिरवून कबीरदासांची फजिती करण्याची मनीषा बाळगून आले होते. पण त्यातलं काहीच साध्य होत नव्हतं. आता त्यांनी ठरवलं, की शेवटचे दोन प्रश्न असे विचारायचे की, त्यांची उत्तरं कबीरदासांना देताच आली नाही पाहिजेत. बराच वेळ विचार करून त्यांनी प्रश्न केला.

सिद्धा कौने दीना डंड कमंडल।
किन दीनी मृगछाला॥
कौने तुमको हरिनाम सुनाया।
किन दीनी जपमाला?॥

महंतांना खात्री होती, की या प्रश्नाचं उत्तर देण्यात कबीरदासांना अडचण येणार होती. प्रश्न विचारून विजयी मुद्रेनं ते इकडेतिकडे पाहत राहिले. तोच कबीरदासांचा आवाज आला,

ब्रह्मा दीनी दंड कमंडल। शिव दीनी मृगछाला॥
गुरु हमरे हरिनाम सुनाया। विष्णू दीनी जपमाला॥

महंतांनी विचारलं होतं की, 'योग्यांना दंड, कमंडलू आणि मृगाजिन कुणी दिलं? ईश्वराचं नाव कुणी सांगितलं आणि जपमाळ कुणी दिली?'

कबीरदासांनी उत्तर दिलं, ''योग्याला ब्रह्मदेवानं दंड-कमंडलू दिला, महादेवानं मृगाजिन दिलं. माझ्या गुरूंनी मला नामस्मरण सांगितलं, तर भगवान विष्णूंनी जपमाला दिली.''

याचा अर्थ असा की, जे खरे योगी असतात, त्यांना योगमार्गात मदत करायला ब्रह्मा, विष्णू, महेश हे तिघंही तत्पर असतात. कबीरदासांचं हे उत्तर ऐकून महंत क्षणभर गप्प बसले. मग मात्र नव्या आवेषानं त्यांनी नवीन प्रश्न विचारायचं ठरवलं. या प्रश्नानं कबीरदास गोंधळून जातील, अशी त्यांना खात्री होती. कारण प्रश्नच तसा होता. हा प्रश्न विचारून त्यांनी भल्याभल्यांना हरवलं होतं. कित्येकांची भंबेरी उडवली होती. हा प्रश्न म्हणजे त्यांच्या भात्यातला जणू रामबाण होता. तो विचारण्यापूर्वी त्यांनी कबीरदासांनाही तेच सांगितलं, ''कबीर, आत्तापर्यंतचे प्रश्न सोपे होते. कुणीही ऐरागैरा त्यांची उत्तरं देऊ शकत होता. पण हा प्रश्न माझ्या भात्यातला रामबाण आहे. याचं उत्तर तू देऊच शकणार नाहीस!'' कबीरदासांनी ते ऐकलं. हसले आणि म्हणाले, ''रामबाण आहे ना?'' मग मला तो सोपाच जाणार! विचारा तुम्ही!'' कबीरदासांच्या या उत्तरानं महंतांना राग आला. त्यांनी प्रश्न टाकला.

अंडान मंडान, चारि खुरी को कान।
जानै तो जान, नहीं झोली माला आगे आन॥

अंगण आणि मंडप, त्याला चार खांब, त्याला दोन कान. ओळखता आलं तर सांग, नाही तर तुझी झोळी आणि माळ आण.''

हा प्रश्न ऐकला आणि कबीरदास प्रसन्नपणे हसले. त्यांनी लगेच उत्तर दिलं...

अंडान धरती मंडान अकास।
चारि खुंड चारि खुदी चंदसूर दोकान।

नहिं आनीं झोली नहीं आनी माला।
मोहिं गुरू रामानंद की आन॥
सींगी झोली और चरपटी।
फिर बोलै तो मारीं कनपटी॥

''पृथ्वीचं अंगण, आकाशाचा मंडप, चार दिशा त्याचे चार खांब. चंद्र आणि सूर्य हे दोन कान. आता नाही आणत झोळी आणि नाही आणत माला. मला गुरू रामानंदांची शपथ. आता तुझीच झोळी आणि शृंगी आण. आता पुढे काही बोललास, तर कानफाटात बसेल, ठेव ध्यान.''

त्या महंताला अशा प्रकारे कबीरदासांनी निरुत्तर केलं आणि म्हणाले, ''महंत, मी तुमच्या पंधरा प्रश्नांची उत्तरं दिली. आता तुम्ही माझ्या दोन प्रश्नांची अचूक उत्तर द्या. नपेक्षा शरणागती पत्करा.'' कबीरदासांचं हे बोलणं ऐकून तो महंत घाबरला. त्यानं अशा प्रकारे वादविवाद करून अनेकांना हरवलं होतं. जे वादविवाद करायला तयार झाले, त्यांना हरवून त्यांच्याकडून शरणागत-पत्रं घेतली होती. त्याची कीर्ती ऐकून जे घाबरले, त्यांनी आधीच त्यांना शरणागत-पत्रं दिली होती. आपल्यासोबत पन्नास एक बैलगाड्या घेऊन तो महंत स्वत: घोड्यावर बसून फिरत असे. त्या बैलगाड्यांमधून ती शरणपत्रं, त्याला मिळालेले पुरस्कार, राजे-रजवाड्यांनी दिलेली बक्षिसं, उंची वस्त्रं आणि अभ्यासलेले ग्रंथ असं सगळं भरून सोबत शंभरांवर अनुयायी घेऊन तो जिकडेतिकडे जात असे. आता कबीरदासांनी विचारलेल्या दोन प्रश्नांची उत्तरं आपल्याला आली नाहीत, तर एवढ्या लोकांच्या समोर आपली फजिती होईल, या विचारानं त्याला घाम फुटला.

पण आता प्रश्नाची उत्तरं देणं भाग होतं आणि आली नाहीत, तर शरण जाणंही भाग होतं. खरं तर त्याचा अहंकार एव्हाना गळून पडला होता. पण तरीही कबीरदासांनी विचारलेल्या प्रश्नांची उत्तरं देणं भागच होतं. तो नरमाईनं म्हणाला, ''कबीरदास, तुम्हाला मानलं! तुमचं ज्ञान अगाध आहे. माझा अहंकार धुळीला मिळाला. पण तुम्ही तुमचे प्रश्न विचारा. मी मला येतील तशी उत्तरं देईन.'' कबीरदास म्हणाले, ''महंतबाबा, तुम्ही साधू आहात, संन्यासी आहात. साधक आहात, तपस्वी आहात. जाणता साधू कसा पाहिजे?

साधू ऐसा चाहिए, जा के ज्ञान विवेक।
बाहर मिलतें सो मलें, अन्तर सबसों एक॥

''साधू हा ज्ञानसंपन्न आणि विवेक धारण करणारा असावा. बाहेर तो कोणाला कसाही भेटू दे, अंतर्यामी तो सर्वांना समान मानणारा असावा.

साधू ऐसा चाहिये दुखै दुखावै नाहिं।
पान फूल छेडे नहीं, बसै बगीचा माहिं॥

''साधू असा असावा, जो स्वतःच्या दुःखानं दुःखी होऊ नये आणि इतरांना दुःखी करू नये. बगीचात बसूनही पान-फूल तोडू नये. झाडांनाही दुःखी करू नये.

साधू ऐसा चाहिए, जा का पूरा मंग।
विपत्ती पडै छाडै नहीं, चढै चौगुना रंग॥

''साधू असा असावा, ज्याचं मन संतुष्ट आहे, समाधानी आहे. कितीही संकटं आली, तरी तो सत्याचा मार्ग सोडत नाही. उलट संकटात तो चौपटीनं सत्याचा आग्रह धरतो.

''महंतबाबा असा साधू पाहिजे. साधू म्हणजे स्वच्छ, पवित्र, मांगल्य साधणारा, लोकांचं हित चिंतणारा, त्यांचं कल्याण करू पाहणारा. ज्ञानानं परिपूर्ण, विवेकसंपन्न, निर्लोभी, निरहंकारी अशी एखादी व्यक्ती 'साधू' या संबोधनाला लायक ठरते. महंतबाबा, तुम्ही मला पंधरा प्रश्न विचारून माझ्या ज्ञानाची परीक्षा घेतलीत. मी तुम्हाला दोनच प्रश्न विचारेन. तुम्ही उत्तर द्या.''

कबीरदासांचं हे बोलणं ऐकून महंतानी मुकाट्यानं मान हलवली. आधीच आपल्या अहंकारापायी ते शरमिंदे झाले होते. आता कबीरदास काय विचारतील, याची त्यांना भीती वाटत होती. त्यांनी विचारलेल्या प्रश्नाचं उत्तर आपल्याला आलं नाही, तर आपली उरलीसुरली प्रतिष्ठाही धुळीला मिळेल आणि कबीरदासांना शरण गेल्याशिवाय आपल्याकडे पर्याय राहणार नाही, हे सत्य त्यांनी मनाशी कबूल केलं होतं. तिथं जमलेले लोक मात्र कबीरदास आता महंतांना कोणता प्रश्न विचारणार याबद्दल उत्सुक होते. सगळ्यांचं लक्ष आणि कान कबीरदासांकडे लागले होते. कबीरदासांनी पहिला प्रश्न विचारला, ''महंतबाबा, एक बात बताइए। आपने इतनी सारी किताबें पढ़ी है। ये बताइए आपने ये ग्रंथ समझ के पढाई की, या पढाई कर के समझ गये। सांगा महंतबाबा. हे सगळे ग्रंथ तुम्ही समजल्यावर अभ्यासलेत, की अभ्यासल्यावर ते तुम्हाला समजले?'' महंतबाबा गोंधळले. काय उत्तर द्यावं त्यांना समजेना. समजल्यावर अभ्यासले म्हणावं, तर मग अभ्यासले कशाला? आणि अभ्यासल्यावर समजले, तर मग समजले त्यात नवल काय? त्यांना काही

सुचेना. ते काही न बोलता गप्प राहिले. ते बघून कबीरदास म्हणाले, ''ठीक आहे, महंतबाबा. या प्रश्नाचं उत्तर तुम्हाला येत नाही. मी दुसरा प्रश्न विचारतो!'' महंतानी मान डोलावली. आता कबीरदास काय विचारतील याची त्यांना भीती वाटत होती. कबीरदासांनी थोडं थांबून दुसरा प्रश्न विचारला. लोक लक्ष देऊन ऐकत होते. पहिल्या प्रश्नाचं उत्तर महंताना देता आलंच नव्हतं. आता दुसऱ्या प्रश्नाचं येईल का? लोक उत्सुक होते. कबीरदासांनी दुसरा प्रश्न विचारला, ''महंतबाबा, धर्म, नीती, ज्ञान, भक्ती, तपश्चर्या, मुक्ती, आचारविचार यांपेक्षा मोठं काय आहे?'' कबीरदासांनी प्रश्न केला आणि महंतच काय, पण ऐकणारे लोकही विचारात पडले. खरंच काय असेल यांपेक्षा मोठं? महंतबाबाना तर उत्तरच सुचेना. धर्म मोठा आहे, नीती मोठी आहे, ज्ञान तर मोठं आहेच, भक्तीही मोठी आहे. तपश्चर्येचं सामर्थ्य तर महान आहेच, मुक्तीतर सर्वांपेक्षा मोठी आहे. आचारविचारही महत्त्वाचे म्हणजे मोठे आहेत. पण मग या सगळ्यांपेक्षा मोठं काय आहे? महंतांना उत्तरच सुचेना. लोकही बुचकळ्यात पडले. सगळेच जण विचार करू लागले. काही क्षण तिथं नीरव शांतता पसरली. कोणीच काहीच बोलत नव्हतं. सगळे जण विचार करत होते. काही क्षण तसेच गेले. उत्तर कुणालाच सुचेना. महंताना तर नाहीच नाही. आता लोकांनी आपली हुर्यो करून फजिती करण्यापेक्षा आपणच आपला राब राखून राहावं, असा विचार करून महंतबाबा म्हणाले, ''कबीरदास, तुम्ही विचारलेल्या प्रश्नाचं उत्तर मला येत नाही. मी आपल्याला शरण आलोय. आपणच मला अभय द्या आणि होणाऱ्या फजितीपासून मला वाचवा. तुम्हाला ओळखण्यात माझी चूक झाली. मला क्षमा करा.'' महंतांनी हात जोडून कबीरदासांना विनंती केली.

कबीरदास म्हणाले, ''महंतबाबा, ज्ञान हे गर्व करण्याचं साधन नाही, तर विनम्रतेचा मार्ग आहे.

तद अभिमान न कीजिये, कहै कबीर समुझाय।
जा सिर अहं जु संचरे, पडै चोऱ्यासी जाय॥

''अहंकार आणि अभिमान बाळगू नका, असं कबीर समजावून सांगतोय. ज्याच्या मस्तकात अहंकार शिरतो, तो चौऱ्याऐंशी लक्ष योनींच्या फेऱ्यात सापडतो. याउलट, क्षमा हा विद्यावंतांचा अलंकार आहे.

क्षमा क्रोध की छौ करै, जो काहू पै होय।
कहै कबीर ता दास को, गंजि सकै नहिं कोय॥

“क्षमा क्रोधाचा नाश करते. ज्या माणसाजवळ क्षमा करण्याची वृत्ती असेल, त्याचं नुकसान कोणीच करू शकत नाही, असे कबीर म्हणतो. तेव्हा, महंतबाबा, मी तुम्हाला कधीच क्षमा केली आहे. आता मी माझ्या प्रश्नाचं उत्तर देतो. माझ्या प्रश्नाचे उत्तर आहे ‘भूक’! माणसाच्या पोटातली अन्नाची भूक! धर्म, नीती, भक्ती, मुक्ती, तपश्चर्या, ज्ञान, आचारविचार या सर्वांपेक्षा भूक मोठी आहे. कारण पोटात भुकेची आग असेल, तर यातलं काहीच सुचत नाही. धर्म, नीती, ज्ञान, तपश्चर्या, भक्ती, मुक्ती, आचारविचार या सगळ्या गोष्टी भरल्यापोटी करावयाच्या आहेत. आणि त्या भरल्या पोटीच सुचतात. यातली कोणतीच गोष्ट उपाशीपोटी सुचत नाही. म्हणून भूक ही सर्वांत मोठी गोष्ट आहे!”

कबीरदासांनी आपल्या प्रश्नाचं उत्तर तर दिलंच, पण ते विश्लेषण करून बरोबर असल्याचं सिद्धही केलं. महंतांनी वाकून कबीरदासांचे पाय धरले. लोकांनी वाजवलेल्या टाळ्यांचा कडकडाट पार आकाशापर्यंत जाऊन पोहोचला आणि पार या क्षितिजापासून त्या क्षितिजापर्यंत चारही दिशांना कबीरदासांची श्रेष्ठता समजली. वेगळे विचार असणारे कबीरदास ज्ञानानं किती सखोल आणि परिपूर्ण आहेत हे आता वेगळं सांगायची गरज नव्हती.

कबीरदासांचं सखोल ज्ञान बघून महंत प्रभावित झाले. पण त्यांच्या मनात काही शंका उभ्या राहिल्या. त्या त्यांच्या डोळ्यांत उमटल्या. त्या कबीरदासांनी वाचल्या. त्यांनी विचारलं, “महंतबाबा, तुम्हाला काही शंका आहेत का? असल्यास निःसंकोचपणे विचारा. इथून परत जाताना मनाचं पूर्ण समाधान करून जा. विचारा, तुम्हाला काय विचारायचं आहे ते!” कबीरदासांनी प्रसन्नपणे सांगितलं. ते ऐकून महंतांचा धीर चेपला. त्यांनी विचारलं, “कबीरदास! तुम्ही एवढे ज्ञानसंपन्न आहात, मग काही लोक तुम्हाला नावं का ठेवतात? तुमची निंदा का करतात?” महंतांचा प्रश्न ऐकला आणि कबीरदास म्हणाले, “महंतबाबा, मी काय सांगू याबद्दल?

सब दुनि सयाँनी मैं बौरा।
हँम बिगरे बिगरौ जिनि औरा॥
मैं नहीं बौरा राम कियो बौरा। सत्गुरू जारि गयौ भ्रम मोरा॥
विद्या न पढूँ बाद नहीं जानूँ। हरि गुँन कथन सुनत बौराँनुँ॥
काँम क्रोध दोऊ भये विकारा। आपहिं आप जरें संसारा॥
मीठो कहा जाही जो भावै। दास कबीर राम गुन गावै॥

"महंतबाबा, सगळी दुनिया चतुर आहे. मी बावळट आहे. मी तर बिघडलोय. अजून कोणी बिघडू नये. मी स्वतः छांदिष्ट नाही, मला रामानं तसं बनवलंय. सद्गुरूंनी माझे भ्रम (जाळून टाकले) नष्ट केले. मी विद्येचा अभ्यास करत नाही. (वेदशास्त्र वाचत नाही.) मी वादविवादही जाणत नाही. हरीचे गुण ऐकताना आणि सांगताना मी तर वेडा झालोय. कामक्रोध या दोन विकारांत सापडून संसार स्वतःच जळत राहिलाय. जी वस्तू ज्याला चांगली वाटते, तीच त्याला गोड लागते. कबीराला रामाचं गुणगान करायला आवडतं, म्हणून मी त्याचं गुणगान करण्यात मग्न राहतो. महंतबाबा, असं आहे माझं कर्म. त्यामुळे मी या समाजाला, समाजातला शहाण्या लोकांना वेडगळ वाटतो. माझे विचार, माझी मतं, माझी भक्ती ही इतरांपेक्षा वेगळी आहे. माझा रामही इतरांपेक्षा वेगळा आहे. म्हणून मीही इतरांपेक्षा वेगळा आहे!"

"पण मग तुम्ही तुमचे विचार, तुमची मत इतरांना सांगत का नाही? पटवून का देत नाही?" महंतानी पुन्हा विचारलं.

कबीरदास म्हणाले, "महंतबाबा, खरं सांगू का तुम्हाला? मी हे सगळ्यांना सांगतो. पण...

कहूँ रे जे कहिबे की होई।
नाँ को जाँनै नाँ को मानै। ताथै अचिरज मोहिं॥
अपने अपने रंग के राजा। मानत नाहीं कोइ॥
अति अभिमान लोभ के घाले। चले अपनपो खोइ॥
मैं मेरी करि यहु तन खोयो। समझत नहीं गँवार॥
भौ जलि अधफर थाकि रहे हैं। बूड़े बहुत अपार॥
मोहि आग्याँ दई दयाल। दया करि काह कूँ समझाइ॥
कहै कबीर मैं कहि हार्‍यो। अब मोहिं दोस न लाइ॥

"महंतबाबा, मी त्याच गोष्टी सांगतो ज्या सांगण्यालायक आहेत. त्या गोष्टींचं मर्म कोणी समजत नाही आणि कोणी विश्वासही ठेवत नाही. खरं तर ते जाणून घ्यायला आणि स्वीकारायला सक्षम आहेत. मला लोकांच्या या स्वभावाचं नवल वाटतं. सगळे जण आपापल्या रंगामध्ये मश्गूल आहेत. कोणीच कोणाचं समजून घेत नाही. अति अहंकार आणि लोभ यांत आपलं आत्मस्वरूप विसरून ते पुढे जात राहतात. 'मी', 'माझं' यात हे शरीर नष्ट होतंय. मूर्ख लोक वास्तविकता समजूनच

घेत नाहीत. पुष्कळ लोक हा भवसागर पार करताना मध्येच थकून जातायत. त्यांची गती थांबली आहे. पुष्कळसे या अथांग सागरात बुडून गेले आहेत. मला कृपाळू ईश्वरानं आज्ञा दिली, की भवसागरात बुडणाऱ्या या लोकांना मी काही समजावून सांगावं, पण मी समजावून सांगून थकलो. कोणीच समजून घेणारा वा ऐकणारा नाही. यात माझा काय दोष? यामुळे आता मला कोणी दोष देऊ नये, की मी ईश्वराचा आदेश नीट पाळला नाही!'' कबीरदासांनी बराच काळ मनात सलत असलेली खंत महंतांजवळ बोलून दाखवली. ही खंत त्यांच्या चेहऱ्यावरही उमटली होती. महंतबाबा त्यांच्या चेहऱ्याकडे बघत राहिले. तिथं त्यांना एक सिद्धपुरुष दिसत होता. सिद्धी प्राप्त असलेला सिद्धपुरुष!

कबीरवाणी...

दोजग तो हम अंगिया, यह डर नाहीं मुज्झ ।
भिस्ति न मेरै चाहिए, बाझ पियारै तुज्झ ॥

नरक तर आम्ही मान्य करून टाकला. त्याची मला मुळीच भीती वाटत नाही. कारण हे प्रियकर ! तुझ्याविना मला स्वर्गसुद्धा नको आहे!

२२.

महंतबाबा परत निघून गेले. जाण्याआधी त्यांनी कबीरदासांचं शिष्यत्व पत्करलं आणि कबीरदासांच्या कीर्तीला आणखी चार चाँद लागले. मात्र कबीरदास आपल्या नेहमीच्या दैनंदिन कामकाजात व्यग्र होते. लोई निरूची आणि निमाची व्यवस्थित काळजी घेत होती. त्यामुळे आता कबीरदास तसे निश्चिंत होते. मागावर कापड विणण्याचं आपलं काम करणं, ते काम करत असतानाही आणि नसतानाही रामाचं नामस्मरण करणं, गावातल्या लोकांशी संवाद साधणं, चर्चा करणं, त्यांना मार्गदर्शन करणं, भेटायला येणाऱ्या माणसांशी संभाषण असा त्यांचा दिवस जात असे.

अशीच काही वर्षं गेली. कबीरदासांची कीर्ती दिवसेंदिवस वाढतच होती आणि त्यासोबत त्यांची रामभक्तीसुद्धा. मात्र या काही वर्षांत त्यांची रामभक्ती अधिक जाज्वल्य, अधिक डोळस, अधिक सजग आणि अधिक श्रद्धापूर्ण बनली होती. रामनाम आता त्यांच्या देहातून जणू रक्तासोबत वाहत होतं. श्वासोछ्वासासोबत हृदयात भरून राहत होतं. आता जणू कबीर आणि राम वेगळे नव्हतेच. देहाचं नाव कबीर होतं, तर आत्म्याचं नाव राम होतं.

मैं गुलाम मोहि बेचि गुसाँई।
तन मन धन राँम जी कै ताँई॥
आनि कबीरा हाटि उतारा। सोई गाहक सोई बेचन हारा॥
बेचै राँम तौ राखै कौन। राखै राँम तो बेचै कौन।
कहै कबीर मैं तनमन जार्‌या। साहिब अपनाँ छिन न बिसार्‌या॥

'हे ईश्वरा! मी तुझा दास आहे. वाटल्यास तू मला विकून टाक. माझं तन-मन-धन सगळं माझ्या रामासाठी आहे. त्यानं मला या संसाराच्या बाजारात उभं केलंय. भक्त कबीराला विकणाराही राम आहे आणि खरेदी करणाराही राम आहे. कारण भक्ताची सर्व कार्यं ही रामाच्या प्रेरणेमुळे होतात. आणि त्याची फळं रामालाच अर्पण केली जातात. रामानेच विकलं, तर खरेदीदार कोण आणि रामानेच खरेदी केलं, तर विकणारा कोण? कबीर म्हणतो, की मी रामभक्तीत माझं तन आणि मन जाळून घेतलंय. मी क्षणभरही त्याला विसरू शकत नाही.'

रामाच्या भक्तीचा महिमा कबीरदास असा सांगायचे, की ऐकणारा मंत्रमुग्ध व्हायचा. दरम्यान आपला नातू कमाल याला मोठा झालेला बघताना निरू आणि निमा या दोघांचे एकापाठोपाठ एक मृत्यू झाले. त्या दोघांचे लागोपाठ झालेले मृत्यू कबीरदासांच्या मनाला चटका लावून गेले. जरी ते दोघे जन्मदाते आईवडील नसले, तरी निमा वात्सल्याची मूर्ती होती, तर निरू कर्तव्याचा नमुना. दोघांनीही कबीरदासांच्या पालनपोषणात त्यांच्या परीने कोणतीही कमतरता ठेवली नव्हती. निमाचा तर कबीरदासांवर आत्यंतिक जीव होता. लहानपणीच्या अनेक प्रसंगांत ती कबीरदासांसमोर ढालीसारखी उभी राहिली होती. त्या दोघांच्या मृत्यूमुळे कबीरदास उदास झाले.

कबीर धूल सकेलि के, पुडी जो बाँधी येह।
दिवस चार का पेखना, अन्त खेह की खेह॥

माती गोळा करून ईश्वराने या देहाची ही पुडी बांधली आहे. पण ती पुडी, म्हणजेच देह चार दिवसांसाठी असतो. ती माती शेवटी मातीतच मिळते', असं म्हणत स्वतःच्या मनाची समजूत काढली आणि रामाच्या नामस्मरणात स्वतःला वाहून घेतलं. काळ हे सगळ्या दुःखावरचं औषध आहे, हे खरंच! रामाच्या भक्तीत आता त्यांनी स्वतःला झोकून दिलं.

आता पंचक्रोशीतल्या लोकांशी त्यांचा संपर्क वाढला. त्यांना मानणारा

शिष्यपरिवारही त्यांच्याभोवती जमा झाला. विशेष म्हणजे त्यात हिंदूही होते आणि मुसलमानही होते. लहरतारा गावातलेही होते, वाराणसीतलेही होते आणि इतर गावांतलेही होते. त्यातच वाराणसीच्या शेजारी असलेल्या मगहर गावातला एक पंडित कबीरदासांचा शिष्य होता. तो अभ्यासू, बुद्धिमान आणि अतिशय विनम्र होता. कबीरदासांबद्दल त्याच्या मनात अतिशय आदर होता. रोज तो मगहर गावातून कबीरदासांना भेटायला लहरतारा इथं येत असे. येताना तो कबीरदासांसाठी दूध आणत असे. त्याच्या घरी एक गाय होती. ती फार कमी दूध देत असे. इतकं कमी, की त्याच्या घरीही ते पुरत नसे. पण एक दिवस तो त्यातलंच वाडगाभर दूध कबीरदासांसाठी घेऊन आला आणि दुसऱ्या दिवशीपासून त्या गाईने भरपूर दूध द्यायला सुरुवात केली. हा कबीरदासांचा चमत्कार होता, असं तो मानत असे. त्यामुळे मगहरहून लहरताराला येताना तो न चुकता दूध घेऊन येई. कबीरदासांना ते मोठ्या श्रद्धेनं प्यायला देई. कबीरदासांनी ते दूध प्यायलं, की त्याला समाधान वाटत असे. कबीरदासही त्याच्यावर प्रेम करत. त्याचा विनम्र स्वभाव, अभ्यासू वृत्ती त्यांना आवडत असे. त्या पंडिताशी प्रश्नोत्तरं करणं, चर्चा करणं त्यांना आवडत असे. तो घेऊन येत असलेल्या दुधालाही अमृताची चव होती. त्यामुळे स्वतःच्याही नकळत कबीरदास त्याची वाट बघत असायचे. तो आला, की त्यांना आनंद व्हायचा. काही कारणामुळे एखाद्या दिवशी तो आला नाही, तर त्यांना चुकल्यासारखं वाटायचं. कबीरदासांनीसुद्धा आता शंभरी पार केली होती. एक तर कबीरदास संत कबीर म्हणूनही त्यांना सर्व समाजात मान होताच, पण एक बुजुर्ग व्यक्ती म्हणूनही लोक त्यांना मानत असत. कबीरदासांचा मुलगा कमाल आता पन्नाशीला आला होता. पण त्याला कबीरदासांची मतं पटत नसत. कबीरदासांना गुरू मानणारे सगळे मूर्ख आहेत, अशी त्याची धारणा होती. त्यामुळे कबीरदास घरात फार कमी वेळ असत. ते गावातल्या राममंदिरासमोरच्या झाडाखाली असलेल्या पारावर बसत. लोक त्यांना तिथेच भेटायला येत. तिथे बसल्यावर आपला राम आपल्या पाठीशी आहे असं कबीरदासांना वाटत असे. शंभरी पार केलेल्या कबीरदासांभोवती नेहमीच लोकांचा गराडा पडलेला असे. याच गोष्टीचा कमालला राग येई. पण कबीरदासांनी आपला मार्ग सोडला नाही. त्यांचं असं मानणं होतं...

ऐसे लोगनि सूँ का कहिये।
जे नर भये भगति थैं न्यारे। तिनथैं सदा डराते रहिये॥

आपण देही चरवाँ पानी। ताहि निंदै जिनिगंगा आनी॥
आपण बूड़ै और को बोड़ै। अगनि लगाइ मंदिर मैं सोवै॥
आपण अंध और कूँ काँना। तिनकौ देखी कबीर डराँना॥

अशा लोकांना काही सांगणं व्यर्थ, जे ईश्वराची भक्ती करत नाहीत. त्यांना नेहमी घाबरून राहिलं पाहिजे. स्वत: तर कधी ओंजळभर पाणी देत नाहीत आणि जो गंगा घेऊन आला, त्याची निंदा करतात. स्वत: भवसागरात बुडतात आणि इतरांनाही बुडवतात. दुसरीकडे आग लावून स्वत: घरी जाऊन आरामात निजतात. स्वत: आंधळे असतात आणि दुसऱ्यांना बहिरे म्हणतात. अशा लोकांपासून कबीर घाबरून दूर राहतात.

त्यामुळेच कमालच्या कोणत्याही आणि कसल्याही वागण्याला कबीरदास उत्तर देत नसत. प्रतिसाद देत नसत, हरकतही घेत नसत. पण आपण निवडलेला भक्तीचा आणि लोककल्याणाचा मार्ग सोडत नसत. त्यांच्या रामावर त्यांचा असलेला विश्वास आता या वयातही अढळ होता. नव्हे, तो आणखी वाढला होता. ते रामाला विचारत...

मोहिं तोहिं लागी कैसे छूटे।
जैसे हीरा फोरे न फूटै॥
मोहिं तोहिं आदि अंत बनि आई। अब कैसे दुरत दुराई॥
जैसे कँवल पत्र जल वासा। ऐसै तुम साहेब दासा॥
मोहिं तोहिं कीट भ्रिंग की नाँई। जैसे सलिला सिंधू समाँई॥
कहै कबीर मन लागा। जैसे सोनैं मिला सुहागा॥

'हे राम, माझी तुझ्यावर असलेली भक्ती कशी जाईल? ज्याप्रमाणे हिरा फोडल्याने फुटत नाही. माझा-तुझा संबंध सृष्टीच्या आरंभापासून अंतापर्यंत आहे. मग आता दुरावा कसा राहील? जसं कमळ पाण्यात राहतं, तसा तुझा आणि माझा संबंध स्वामी आणि सेवकाचा आहे. माझा तुझा संबंध किडा आणि भुंगा यांच्यासारखा आहे. जसं भुंग्यामुळे किडाही भुंगा बनतो, जशी नदी समुद्रात विलीन होते, त्याच प्रकारे भक्त शेवटी ईश्वरात विलीन होतो. कबीर म्हणतो, की माझं मन ईश्वरात असं विलीन झालंय, जसा सोन्यात सुगंध मिसळतो.'

आणि हीच भावना ठेवून कबीरदास दिवस व्यतीत करत होते. मगहरच्या पंडितासारखे शिष्य हा त्यांच्या आयुष्यातला आनंद होता. ते त्याची वाट बघत

असायचे. एकदा असं घडलं, की चारपाच दिवस पंडित आलाच नाही. कबीरदास त्याची वाट बघत राहिले. एक दिवस गेला. दोन दिवस गेले. बघता बघता पाच दिवस झाले. पंडित आला नाही. सहाव्या दिवशी पंडित आला. तो पाच दिवस आला नाही, तर कबीरदासांना चिंता वाटू लागली. सहाव्या दिवशी तो आला. त्याचा चेहरा उतरलेला होता. आल्याबरोबर तो कबीरदासांच्या पाया पडला आणि म्हणाला, ''गुरुवर्य, क्षमा करा. पण वडिलांच्या हट्टामुळे मी चारपाच दिवस येऊ शकलो नाही. वडिलांनी हट्ट धरला, की त्यांना मगहर सोडून वाराणसीला जायचंय. आता त्यांचे शेवटचे जे काही दिवस राहिलेत, ते त्यांना वाराणसीत घालवायचेत. आपल्याला मरण येईल ते वाराणसीतच अशी त्यांची इच्छा आहे. त्यामुळे, गुरुवर्य, आम्ही आमचं सगळं बिऱ्हाड वाराणसीत हलवलं. आता आम्ही मगहर सोडून वाराणसीत राहायला गेलोय. आता माझे वडील शांत आहेत, समाधानी आहेत. आता मला इथं वाराणसीत मरण आलं, तर मला आनंदच होईल, असं म्हणतात. गुरुवर्य, त्यांना मगहरमध्ये मृत्यू यायला नको होता.'' पंडितने आपल्या पाचसहा दिवस न येण्याचं कारण सांगितलं. कबीरदास सगळं शांतपणे ऐकत होते. त्यांनी अचानक विचारलं, ''पंडित, तुझ्या वडिलांना मगहरमध्ये मृत्यू यायला का नको होता? मृत्यूच आहे तो! कुठंही येऊ शकतो! वाराणसीत आला तर चालेल. पण मगहरमध्ये नको. असं का?'' त्यावर पंडित म्हणाला, ''गुरुवर्य, आमच्या पूर्वजांच्या संकेताप्रमाणे वाराणसीत मृत्यू आला, तर आत्मा स्वर्गलोकात जातो. आणि मगहरला मृत्यू आला, तर तो नरकात जातो, असं म्हणतात.'' तोच तिथं शेजारी उभा असलेला एक जण म्हणाला, ''नाही, नाही! मगहरला मृत्यू आला, तर गाढवाचा जन्म येतो म्हणतात! लोक म्हणतात, *कासी मरै सो सरग जाय। मगहर मरै सो गदा होय॥* ''

त्या माणसानं असं सांगितल्यावर तो लगेच पुढं म्हणाला की, आमचे बुजुर्ग असं म्हणत असत, हे मला माहीत आहे. पण ते असं का म्हणत त्याचं कारण माहीत नाही. हे ऐकून पंडित म्हणाला, ''त्याचं कारण मला माहीत आहे. पुराणात अशी एक कथा आहे की, प्रजापती दक्षाने याच गावात एक मोठा यज्ञ केला होता. या यज्ञासाठी त्याने त्याचा जावई असलेल्या शंकराला आमंत्रण दिलं नाही. लेकीच्या नात्याने पार्वती यज्ञाला आली, तर त्याने पार्वतीचा आणि शंकराचा अपमान केला. अपमान सहन न होऊन पार्वतीने यज्ञकुंडात उडी घेतली आणि प्राण त्यागले. ते समजल्यावर शंकराचा संताप येऊन त्याने दक्षाच्या यज्ञाचा विध्वंस केला आणि त्याच वेळी असा

शाप दिला, की या गावात जो मृत्यू पावेल, माझ्याशी शत्रुत्व करेल, तो पुढील जन्मी गाढव म्हणून जन्माला येईल. अशी ती कथा आहे. म्हणून इथे मगहरमध्ये मृत्यू यायला नको, असं लोक म्हणतात. वाराणसी म्हणजे काशी हे शंकराचं स्थान आहे. त्यामुळे तिथे मृत्यू आला, तर स्वर्ग लाभतो असं म्हणतात!'' पंडिताने सविस्तर सांगितलं. त्यावर कबीरदास म्हणाले, ''मीसुद्धा हे ऐकले होतं. पण लोकांच्या मनात ते इतकं खोलवर रुजलं असेल असं मला वाटलं नव्हतं. पण अजून लोकांच्या हे लक्षात येत नाही की,

मानुष जनम दुर्लभ है। होई न बारंबार।
पाका फल जो गिरी परा। बहुरि न लागै डार॥

''मनुष्य जन्म मोठा दुर्लभ आहे. तो पुन्हापुन्हा मिळत नाही. पिकलेलं फळ खाली पडलं, तर ते पुन्हा फांदीला चिकटत नाही.

मरता मरता जग मुवा, मुवै न जाना कोइ।
दास कबीरा यौं मुवा, ज्यौं बहुरि न मरना होइ॥

''मरता मरता सारं जग मरून गेलं, पण खरं मरण कोणीच जाणू शकले नाहीत. पण कबीरदास असे मेले, की ज्यामुळे पुन्हापुन्हा मरण्याची पाळी येऊ नये. (असे लोक म्हणतील.)

''खरं सांगायचं, तर मृत्यू हा खरंच सुंदर आहे. मग तो कुठेही येऊ दे. पण आता माझ्या आयुष्यात या शेवटच्या टप्प्यात माझं हे काम राहून जायला नको. लोकांच्या मनातली ही अंधश्रद्धा मला दूर केलीच पाहिजे आणि त्यासाठी मला माझं स्वत:चं उदाहरण त्यांच्यासमोर ठेवलं पाहिजे. हा विचार, हा निर्णय, हे काम मला आत्ताच करायला हवे. कारण,

आज कहैं मैं कल भजूँ। काल कहै फिर काल।
आज काल के करत ही। औसर जासी चाल॥

''माणूस म्हणतो की, मी उद्या भजन करेन. उद्या उजाडला, की परत उद्या करेन म्हणतो. याप्रमाणे आज-उद्या करता करता कल्याणाची संधी निघून जाते. शेवटी हातात काहीच राहत नाही. सगळे जण असाच विचार करतात, पण मला असा विचार करून चालणार नाही. मला आज-उद्या करून चालणार नाही. मला हे काम त्वरित करावं लागेल. तेव्हा त्या दृष्टीनं मला काहीतरी निर्णय घ्यायलाच हवा! तरच मला हे करता येईल!'' म्हटलं तर स्वत:शी, म्हटलं तर जमलेल्या लोकांशी असं

कबीरदास बोलत होते. आता निर्णय घ्यायची वेळ आली आहे हा निर्धार त्यांच्या डोळ्यांत स्पष्ट दिसत होताच, पण तो निर्धार चेहऱ्यावरच्या सुरकुत्यांतही भरून राहिला होता.

पुढे बरेच दिवस कबीरदास याच विचारात होते, की यासाठी काय करता येईल. त्यांनी त्यांच्या रामाला विचारलं आणि सांगितलंसुद्धा.

कौंण कौंण गया राम, कौंण कौंण न जासी।
पड़सी काया गढ़ माटी थासी॥
इंद्र सरीखे गये नर कोडी। पाँचौ पाँडौ सरिषी जोड़ी॥
धू अबिचल नहीं रहसी तारा। चंद, सूर की आइसी बारा॥
कहै कबीर जग देखी संसारा। पड़सी घट रहसी निरकारा॥

''हे राम, या जगात कोण कोण निघून गेलं, कोण कोण जाणार नाही? या जगात आलेल्या लोकांचं जाणं निश्चित आहे. देहरूपी हा किल्ला ढासळून मातीत मिळून जाईल. इंद्रासारखे अनेक निघून गेले. पांडवांसारखे बंधू गेले. ध्रुवतारासुद्धा अढळ राहिला नाही. चंद्र, सूर्य यांच्याही नाशाची वेळ येईल. तू या विश्वाला जरा डोळे उघडे ठेवून बघ. हे शरीर नष्ट होईल. निराकार असं परमतत्त्व राहील.''

रामाला असं सांगितल्यावर त्यांच्या मनातून ते मृत्यूचे विचार तात्पुरते तरी गेले, मात्र वाराणसी आणि मगहर या दोन गावांबद्दल लोकांच्या मनात असलेल्या अंधश्रद्धेचा विचार मात्र त्यांच्या मनातून जात नव्हता. बरं! त्याबद्दल कोणाशी बोलावं, गावात कुणाला काही विचारावं, तर तसं गावात कुणीच नव्हतं. राममंदिरातले पुजारीबाबा केशवप्रभूंना जाऊन बरीच वर्षं झाली होती. त्यांनी श्रीरामाची पूजा करताकरताच एके दिवशी 'राम' म्हटलं होतं. शरीफचाचाही अल्लाला प्यारे झाले होते. गावात ही दोनच माणसं अशी होती, ज्यांच्याजवळ कबीरदास बोलू शकत होते. शरीफचाचा या बाबतीत तसे अडाणी होते, पण वयाने बुजुर्ग असल्याने कबीरदासांचं बोलणं ते नीट ऐकूनही घेत आणि आपल्या अनुभवाच्या पोतडीतून त्यांना काही सल्लाही देत. विशेषतः दुनियेच्या व्यवहाराबद्दल त्यांचा सल्ला मोलाचा असे. तर पुजारीबाबाही काही विचारलं, तर रामायण-महाभारत यांतली उदाहरणं देऊन, गोष्टी सांगून कबीरदासांना किमान मार्ग तरी दाखवत. पण आता तसं कुणीच नव्हतं. त्यामुळे कबीरदासांना एकट्यानंच विचार करणं भाग होतं. त्यांच्या डोक्यातून वाराणसी आणि मगहर हा विषय जात नव्हता. दरम्यान एक घटना घडली.

एका धनवान सावकाराचा तरुण मुलगा एक दिवस कबीरदासांना भेटायला आला. तो कबीरदासांना म्हणाला, ''मी एका श्रीमंत सावकाराचा मुलगा आहे. सगळी सुखं माझ्या हाताशी आहेत, पण तरीही माझे वडील मला सांगतायत, की तुला सत्संगाची गरज आहे. तुला सत्संग केला पाहिजे. सारखं मला हेच सांगतात. पण मला सत्संगाची काय गरज आहे? सगळं तर आहे माझ्याजवळ! मग त्या सत्संगानं असा काय फरक पडणार आहे? असं काय होणार आहे सत्संगानं? पण माझे वडील ऐकतच नाहीत. त्यांनी गेले बरेच दिवस माझं डोकं खाल्लं, की मी तुम्हाला येऊन भेटावं! शेवटी आज नाईलाजानं मी तुम्हाला भेटायला आलोय. आता मला सांगा, की मी सत्संग का करायचा? काय उपयोग आहे त्या सत्संगाचा?'' तो तरुण चिडून बोलत होता. कबीरदास तेव्हा घराच्या अंगणात बसले होते. तागे बनवण्यासाठी लागणारी चक्री एक खुंटी मारून अंगणात बसवली होती. कबीरदासांनी त्या तरुणाकडे एक नजर टाकली. बाजूला ठेवलेला हातोडा उचलला आणि अंगणात ठोकलेल्या त्या खुंटीवर त्या हातोड्याने घाव घातला. मग हातातला हातोडा बाजूला टाकून त्यांनी त्या तरुणाकडे पाहिलं आणि पुन्हा ते जमलेल्या लोकांशी बोलण्यात व्यग्र झाले. त्या तरुणाकडे त्यांनी पूर्ण दुर्लक्ष केलं. थोडा वेळ थांबून, कबीरदास काहीच बोलत नाहीत हे बघून तो तरुण निघून गेला.

दुसऱ्या दिवशी पुन्हा तो तरुण कबीरदासांना भेटायला आला. पुन्हा त्यानं कालचाच प्रश्न कबीरदासांना विचारला. ''मी सत्संग कशासाठी करायचा? मला काय कमी आहे?'' आज तो आला, तेव्हा कबीरदास नामस्मरण करत अंगणातच बसले होते. त्या तरुणानं प्रश्न विचारल्यावर त्याच्याकडे एक नजर टाकून कबीरदासांनी पुन्हा आज तेच केलं. बाजूला ठेवलेला हातोडा घेतला आणि अंगणात पुरलेल्या त्या लोखंडी खुंटीवर मारला. मग हातोडा बाजूला ठेवून त्या तरुणाकडं पाहिलं आणि पुन्हा डोळे मिटून त्यांनी नामस्मरण करायला सुरुवात केली.

थोडा वेळ तो तरुण तिथेच थांबला, पण कबीरदास काहीच बोलत नाहीत ते बघून त्याला वाटलं, 'संत माणूस आहे. आज मौन असेल. उद्या येऊ!' असा विचार करून तो परतला. तिसऱ्या दिवशी तो परत आला. त्यानं तोच प्रश्न विचारला आणि कबीरदासांनी पुन्हा तीच कृती केली. हातोड्याचा घाव त्या खुंटीवर मारला. मग मात्र त्या तरुणानं कबीरदासांचे पाय धरले. म्हणाला, ''महाराज, कृपा करून मला माझ्या प्रश्नाचं उत्तर द्या. मी तीन दिवस रोज तुम्हाला भेटायला येतोय. पण

तुम्ही काही बोलतही नाही आणि सांगतही नाही. मला वाटलं तुमचं मौन असेल. तुम्ही संत आहात ना? तुम्ही मौन धरलं असेल. पण तुम्ही इतरांशी बोलत होता आणि मी प्रश्न विचारला, की त्या खुंटीवर हातोडा मारत होता. माझ्या प्रश्नाचं उत्तर तर तुम्ही दिलंच नाहीत.'' तो तरुण निराशेनं बोलत होता. कबीरदास हसले. ते हसू त्यांच्या सुरकुतलेल्या चेहऱ्यावर स्पष्ट उमटलं. म्हणाले, ''अरे पोरा, मी खुंटीवर हातोडा मारत होतो. हेच तर तुझ्या प्रश्नाचं उत्तर आहे. सत्संग हेच तर काम करतो. आपल्या स्वैर मनांवर, विचारांवर सत्संग हातोडा मारून त्याला जागेवरून हलू देत नाही. तीन दिवस झाले, मी तुला हेच तर सांगण्याचा प्रयत्न करतोय. आपलं मन कर्म-कर्तव्यापासून इकडेतिकडे भटकू नये म्हणून सत्संग त्याला घट्ट धरून ठेवतो. सत्संगाचा हातोडा बसला, की मन जागेवरून हलत नाही. कळलं?'' तीन दिवस कबीरदास आपल्याला काय सांगू पाहत होते ते त्या तरुणाला आत्ता समजलं. त्यानं पुढं होऊन कबीरदासांचे पाय धरले. कबीरदासांनी त्याला आपल्याजवळ बसवून घेतलं.

तो बघत होता. कबीरदासांच्या दर्शनाला पुष्कळ लोक येत होते. येताना काहीबाही आणत होते. कुणी पैसे, कुणी सोनं, कुणी चांदी, कुणी मौल्यवान वस्त्रं, मिठाई, फळं. कबीरदास ते सगळं वाटून टाकत. कबीरदास त्यांच्या घराच्या अंगणात बसले होते. त्या तरुणानं पाहिलं कबीरदासांचं घर अगदी साधं, झोपडीसारखं होतं. त्याला ना धड भिंती होत्या, ना छत. ते सगळं बघितल्यावर त्या तरुणानं कबीरदासांना विचारलं, ''तुम्हाला लोक इतकं काही आणून देतात. पैसे, सोनं, चांदी! दुसरा एखादा असता, तर त्यानं महाल बांधला असता. तुम्ही अजून या पडक्या घरात राहताय. तुम्ही चांगलं, ऐसपैस, प्रशस्त घर का बांधलं नाहीत?'' त्याचा प्रश्न ऐकून कबीरदासांना नवल वाटलं. त्यांचा मुलगा कमाल त्यांना असेच काहीतरी प्रश्न विचारायचा, त्यांना दोषी ठरवायचा. कमालसमोर तर ते काहीच बोलायचे नाहीत. कारण बोलून उपयोगही नव्हता. पण या तरुणाला सांगावं लागणार होतं. त्या तरुणाकडे बघत त्यांनी त्याच्या पाठीवर हात ठेवला. म्हणाले, ''तुला ऐकायचंय की मी वाडा, महाल, घर का बांधलं नाही ते!

कहे कू भाति बनाऊ रोटी।
का जानूँ कहा परिहै माटी॥
काहें कू मंदिर महल चिणाऊँ। मूवां पीछै घड़ी एक रहण न पाऊँ॥

काहें कू छाऊँ ऊँच ऊँचेरा। साढ़े तीनि हाथ घर मेरा॥
कहै कबीर नर गरब न कीजै। जेता तन तेती भुई लीजै॥

"मी कशासाठी भिंती किंवा पडदे बनवू? माहीत नाही या देहाची माती कुठे पडणार आहे? मंदिर किंवा महाल मी कशासाठी बनवू, कारण मृत्यूनंतर मी क्षणभरसुद्धा त्यात राहू शकणार नाही. उंच-उंच छत मी कशासाठी बनवू, कारण माझ्यासाठी साडेतीन हात लांबीचं घर पुरे आहे. कबीर म्हणतो, की माणसानं गर्व करू नये. त्याचा देह जेवढ्या मापाचा आहे, तेवढीच जमीन घ्यावी."

त्या तरुणानं हे ऐकलं. त्याच्या डोळ्यांत पाणी भरलं. कबीरदासांच्या पायांवर डोकं ठेवून त्यानं त्यांचा निरोप घेतला. कबीरदास पुन्हा आपल्या विचारात बुडाले. वाराणसी आणि मगहर! पण अचानक एके दिवशी हा प्रश्न सुटला. इतकी वर्षं कबीरदासांना साथ दिलेल्या लोईनं देह ठेवला. मृत्यूपूर्वी तिनं आपल्यावर अग्निसंस्कार व्हावेत अशी इच्छा प्रगट केली होती. त्याप्रमाणे तिच्यावर अग्निसंस्कार केले गेले आणि लहरतारा या गावातून बाहेर पडण्याचा कबीरदासांचा मार्ग मोकळा झाला. लोई गेली. आता मागे थांबवणारं कुणी नव्हतं. कबीरदास प्रपंचातून मुक्त असले, तरी जवळजवळ पाऊणशे वर्षं तिनं कबीरदासांना साथ दिली होती. आता तीही नव्हती. कमाल तर त्यांना कधीच मानत नव्हता. आता या गावात थांबून राहायचं काहीच कारण नव्हतं. शिवाय लोकांच्या मनातली 'ती' अंधश्रद्धाही दूर करायची होती. कदाचित रामानं सोपवलेलं हे शेवटचं काम होतं. कबीरदासांनी निर्णय घेतला. आता आपले जे काही दिवस, महिने उरलेत, ते मगहरला जाऊन काढायचे. मृत्यू येणार असेल तर तो तिथेच येऊ दे! माझा राम मला नरकात तर जाऊच देणार नाही आणि मगहरवर लागलेला कलंकही पुसला जाईल. कबीरदासांनी निर्णय घेतला.

मगहरला जायचं!

आणि ते निघाले.

कबीरवाणी...

हरि रस पीया जानिए, ज उतरै नाहिं खुमारि ।
मैमंता घूमत फिरें, नाहीं तन की सारि॥

हरि-रस (भक्तीची मदिरा) प्राशन केला आहे असे तेव्हा समजावे, जेव्हा त्याची धुंदी कधी उतरत नाही. पिणारा भक्त बनून हिंडत राहावा आणि त्याला शरीराचीदेखील शुद्ध राहू नये (तो त्या अलौलिक आनंदात अगदी मग्न असावा.)

२३.

लहरतारा सोडून कबीरदास मगहरला राहायला आले आहेत आणि मगहरबद्दल असलेला लोकापवाद पुसण्यासाठी ते इथे आले आहेत हे जेव्हा त्या मगहरमधल्या लोकांना समजलं, तेव्हा ते कबीरदासांच्या स्वागतासाठी धावले. मगहर तसं जंगल आणि पर्वतरांगांनी वेढलेलं गाव. गंगा नदी पार केल्यावर वनवासात जाताना श्रीराम, लक्ष्मण, सीता इथं काही वेळ थांबले होते, अशी इथल्या लोकांची श्रद्धा होती. ज्या गुहेत राम, लक्ष्मण, सीता थांबले होते, त्या गुहेशेजारीच मगहरवासियांनी कबीरदासांसाठी एक छान कुटी बांधून दिली. विशेष म्हणजे भिंती पांढऱ्या चुन्यात बांधून त्यांनी छत तेवढं गवतानं आच्छादलं. मोठ्या आदरानं आणि मायेनं तिथं त्यांनी कबीरदासांची राहण्याची व्यवस्था केली. आपला राम ज्या गुहेत राहिला, त्या गुहेशेजारीच आपल्याला राहायला मिळतंय याचा त्यांना आनंद झाला. वयोमानानुसार कबीरदासही थोडे बदलले होते. आपण ज्या निराकार, निर्गुण शक्तीला 'राम' म्हणतो, त्याच शक्तीचं श्रीरामचंद्र, सीतापती श्रीराम हेच सगुण रूप आहे, असं त्यांचं आता मत बनलं होतं. राम ही शक्ती आहे, ती 'राम' या अक्षरांत आहे, उच्चारात आहे, आचारात आहे, विचारात आहे आणि तीच त्या आकारात

आहे, हे आता त्यांनी मान्य केलं होतं. कबीरदास मगहरला राहायला आले. रामाला त्यांनी सांगितलं...

जो मैं बौरा, तो राँम तोरा।
लोग मरम का जाँनै मोरा॥
माला तिलक पहरि मन मानाँ। लोगनि राँम खिलौना जाँना॥
थोरी भगति बहुत अहंकारा। ऐसे भगता मिलै अपारा॥
लोग कहै कबीर बौराना। कबीरा कौ मरम राँम भल जाना॥

''मी वेडा असलो तरी काय झालं? रामा, मी तुझाच आहे. लोक माझं हे मर्म कुठे जाणतात? लोकांनी टिळा, माळा धारण करून रामाला खेळणं बनवलंय. त्यात भक्ती थोडी आणि अहंकार जास्त आहे. असे भक्त पुष्कळ मिळतील. लोक म्हणतात, की कबीर वेडा झालाय. पण कबीराच्या या वेडाचं मर्म, रामा, तूच जाणतोस.''

आता त्या मगहरच्या झोपडीत मात्र कबीरदासांना बऱ्यापैकी एकांत मिळत होता. इथंही लोक त्यांना भेटायला येत असत. पण त्यात पुण्यभाव अधिक असे. आदरभाव जास्त असे. लहरतारा आणि वाराणसी इथं जे लोक भेटायला गर्दी करत, ते सगळे बहुतेक कबीरदासांना बरीच वर्षं ओळखणारे, त्यांच्याशी सलगी असणारे, जवळीक असणारे, आदरभावासोबतच मायेचा हक्क असणारे, जिव्हाळ्याचा अधिकार असणारे होते. त्यांचा कबीरदासांवर हक्क होता. मायेचा अधिकार होता. वात्सल्याची, जिव्हाळ्याची सलगी होती. सहवासाचा हक्क होता. आपुलकीचा अधिकार होता. मगहरला लोक भेटायला येतच होते, पण लहरतारा आणि वाराणसी इथं भेटायला येणाऱ्या लोकांच्यात असलेला मोकळेपणा त्यात नव्हता. कबीरदासांचं वय आणि त्यांचं वृद्धत्व बघून लोकांनी भेटीच्या वेळेला मर्यादा घालून घेतल्या होत्या. त्यामुळेच तरी का होईना, इथे मगहरला कबीरदासांना बऱ्यापैकी एकांत मिळत असे आणि मग त्या एकांतात आपल्या रामाशी संवाद साधणं, त्याच्याशी बोलणं, मनातले विचार त्या रामाला सांगणं यांत त्यांचा वेळ जात असे. त्या एकांतात मात्र राम ही शक्ती आहे या विचाराबरोबरच राम ही एक भक्ती आहे अशी धारणा त्यांची होत असे. राम हा आपला आहे आणि आपण रामाचे आहोत ही भावना जी आतापर्यंत दृढ झाली होती, तिने कबीरदासांच्या मनाचा, शरीराचा, विचारांचा, भावनांचा ताबा घेतला आणि त्या एवढ्या वृद्धावस्थेतसुद्धा कबीरदासांना आपल्या

रामाच्या सहवासात वयाचा विसर पडत होता. तिथंही भेटायला येणाऱ्या लोकांना ते सांगायचे...

राँम भणि राँम भणि राँम चिंतामणी।
भाग बड़े पायौ छाडै जिनि॥
असंत संगति जिनि जाह रे भुलाइ। साध संगति मिलि हरि गुणगाई॥
हिरिदा कवँल में राखि लुकाइ। प्रेम गाँठि दे ज्यूँ छूटि न जाइ॥
अठ सिधि जव निधि नाँव मँझारि। कहै कबीर भजि चरन मुरारि॥

"राम म्हणा. राम चिंतामणिस्वरूप आहे. मोठ्या भाग्याने तो मिळाला आहे. त्याला सोडू नका. चुकूनसुद्धा दुर्जनांच्या संगतीत जाऊ नका. संतांसोबत राहून हरिगुण गा. याला हृदयाच्या कमळात जपून ठेवा आणि प्रेमाच्या धाग्याने बांधा, म्हणजे हा सुटून कुठे पडणार नाही. अष्टसिद्धी आणि नऊ निधी या रामाच्या नावाच्या आहेत. म्हणून कबीर म्हणतो, की मुरारीच्या नावाचं भजन करा."

मगहरच्या त्या एकांतात कबीरदासांना मग अनेक आठवणी येत. मागच्या शंभर वर्षांचा आणि आपल्या शंभर वर्षांच्या आयुष्याचा पट त्यांच्यासमोर उभा राहायचा. मग त्यांना आठवायची अम्मी, आठवायचे अब्बू, पुजारीबाबा, शरीफचाचा आणि आठवायचे रामानंद स्वामी. त्यांच्या पाठोपाठ आठवायचे रैदास. रैदासांची आठवण आल्यावर त्यांना आठवली राजस्थानच्या मेवाड प्रांतातली संत मीराबाई, जी महान कृष्णभक्त होती, जिने कृष्णाच्या भक्तीपायी अतिशय छळ सोसला. तिरस्कार सोसला. घरच्यांनी तिला जिवे मारण्याचा तीन वेळा प्रयत्न केला. राजघराण्याची स्नुषा असलेली मीरा कृष्णाच्या भक्तीपोटी गोकुळातल्या, वृंदावनातल्या रस्त्यांवरून श्रीकृष्णाची भजनं गात अनवाणी पायांनी फिरायची. तिनं कृष्णासाठी सगळी सुखं नाकारली. सगळी धनसंपत्ती सोडली. सगळे हक्क, अधिकार सोडले. सगळी नातीगोती सोडली. समाजाची बंधनं तोडली. राजघराण्याची मर्यादा सोडली. तिची भक्ती इतकी जाज्वल्य, की शेवटीसुद्धा कृष्णमूर्तीत विलीन झाली. मीरा खरोखरच महान कृष्णभक्त होती. तिची भक्ती बघून श्रीकृष्णानं तिला आपलंसं केलं. तिला आपल्यात सामावून घेतलं. तसं माझा राम मला त्याच्यात सामावून घेईल का?" आठवणींचा पट उलगडता उलगडता कबीरदास या प्रश्नापाशी येऊन थांबत.

त्यांना आठवलं. एक दिवस त्यांना भेटायला असाच एक जण चौधरी म्हणून कुणीतरी आला होता. तो बोलता बोलता कबीरदासांना म्हणाला, "कबीरदास,

तुम्ही जसे रामाचे भक्त आहात, तसेच विठ्ठल नावाच्या देवाचे अनेक भक्त महाराष्ट्र नावाच्या राज्यातल्या पंढरपूर नावाच्या गावांत होऊन गेले. त्यातसुद्धा नामदेव नावाचे एक भक्तश्रेष्ठ होते आणि जनाबाई नावाची एक श्रेष्ठ भक्त नामदेवांच्या घरी मोलकरीण होती. कबीरदासजी, हे दोघेही पंढरपुरात राहत होते. पण नामदेवांनी मात्र भारतभर फिरून भक्तीची पताका घरोघरी पोहोचवली आणि श्रीराम, श्रीकृष्ण हे जसे दशावतारातील अवतार आहेत, तसाच विठ्ठलसुद्धा विष्णूचा अवतार मानला जातो. तोही भक्तांचा अतिशय लाडका देव आहे!'' त्या चौधरीचं हे बोलणं ऐकून कबीरदास दिवसरात्र विठ्ठलाचा विचार करत होते. एके रात्री ते त्यांच्या झोपडीच्या अंगणात निजले असताना त्यांना हाक ऐकू आली, ''कबीर, उठ आणि चल माझ्याबरोबर!'' कबीरदासांनी डोळे उघडले, तेव्हा ते विठ्ठलासमोर उभे होते. ती सावळ्या रंगाची मूर्ती कमरेवर हात ठेवून विटेवर उभी होती. त्या मूर्तीचा अत्यंत देखणा चेहरा अतिशय प्रसन्न दिसत होता. त्या मूर्तीच्या चेहऱ्यावर एक प्रेमळ, आश्वासक आणि प्रसन्न स्मितहास्य विलसत होतं. त्या हास्यात कबीरदास भेटल्याचा आनंदही दिसत होता आणि समाधानसुद्धा. त्या मूर्तीकडे कबीरदास कितीतरी वेळ नजर लावून एकटक बघत राहिले होते. मनात कुठेतरी कुणीतरी आपलं भेटल्याची भावना होती. हृदयाचं गूज हृदयाला समजलं होतं. कबीरदासांच्या हृदयातून, मनातून, विचारांतून, बुद्धीतून, भावनेतून, डोळ्यांतून समाधान ओसंडून वाहत होतं. विठ्ठलानं कबीरदासांच्याही मनावर गारूड घातलं होतं. हेच ते गारूड होतं, जे नामदेव-जनाबाईच्या मनांवर होतं.

कबीरदासांनी अत्यंत समाधानानं डोळे मिटून घेतले आणि जेव्हा उघडले, तेव्हा ते त्यांच्या झोपडीच्या अंगणात त्यांच्या अंथरुणावर होते. नजरेसमोर विठ्ठलाची ती सावळी मूर्ती तरळत होती.

मन के मोहन बीठुला, यहु मन लागा तोहि रे।
चरन काल मन मानिया, और न भावै मोहिरे॥
षट्दल कंवल निवासिया, चहु कौं फेरि मिलाई रे।
दहुं कै बीच समाधिया, तहां काल न पासै आइ रे॥

...

...

षोडस कवल जब चेतिया, तब मिली गए श्री बनवारी रे।
जुरामरण भ्रम भाजिया, पुनरपि जनम निवारि रे॥

गुर गमि तैं पाइए, झंषि मरै जिनि कोइ रे।
तहाँ कबीरा रमि रहया, सहज समाधी सोइ रे॥

हे मनमोहन विठ्ठला, माझं मन तुझ्यावर अनुरक्त झालंय. तुझ्या चरणकमलांवर माझं मन लुब्ध झालंय आणि त्याला दुसरं काहीच चांगलं वाटत नाहीये. चारही दिशांना धावणारं माझं मन षट्दल कमळात म्हणजे स्वाधिष्ठान चक्रात निवास करून राहिलंय. दोन्ही नाड्यांच्या (इडा, पिंगला) मध्ये मी समाधी घेतलीय. तिथे काळही पोहोचू शकत नाही.

जेव्हा साधक सोळा पाकळ्यांच्या कमळावर म्हणजे विशुद्धिचक्रावर लक्ष केंद्रित करतो, तेव्हा त्याला श्रीकृष्णाचा साक्षात्कार होतो. त्यानंतर वृद्धावस्था किंवा मृत्यू यांचा भ्रम नाहीसा होतो. पुनर्जन्माची शंका दूर होते. या अवस्थेचं रहस्य गुरूकडे गेल्यावर समजतं. व्यर्थ चिंता करून काही होत नाही. कबीर म्हणतात, की मी या स्थितीतच राहतोय आणि हीच तर सहजसमाधी आहे.

कबीरदास आठवून आठवून आणि आळवून आळवून विठ्ठलाचं ते भजन गात होते आणि त्याच वेळी त्यांना आठवलं, की त्या चौधरीनं नामदेवाच्या भक्तीबद्दल, त्याच्या विठ्ठलावरच्या अधिकाराबद्दल सांगितलं होतं. नामदेवांना जाऊन दोनशे वर्षं होऊन गेली होती, पण आजही त्या पंढरपुरात लोक त्याचं नाव काढत होते म्हणे. नामदेवांसोबत जनाबाई नावाच्या एका स्त्रीचंही श्रेष्ठ भक्त म्हणून लोक नाव घेत होते म्हणे. तो चौधरी त्या वेळी हे सगळं कबीरदासांना सांगत होता आणि कबीरदास डोळे मिटून पंढरपूरातल्या त्या नामदेव-जनाबाईबद्दल ऐकत होते. भक्ताच्या हृदयाला भक्ताचं हृदय लगेच भेटतं, असं म्हणतात. कबीरदासांच्या बाबतीत असंच काहीसं झालं आणि नामदेवाचा गौरव, भक्ताचा गौरव, भक्तीचा गौरव करणारं पद त्यांनी त्या वेळी रचलं होतं. आणि त्याच वेळी रामाकडं आपलं मागणं ही सादर केलं होतं.

दरमांदा ठाढौ दरबारि।
तुम बिनु सुरति करै को मेरी। दरसन दीजै खोलि किंवार॥
तुम सम धनी उदार न कोऊ। स्रवनन सुनियत सुजस तुम्हार॥
माँगौ काहि रंक सभ देखौ। तुम ही तै मेरौ निस्तार॥
जै देऊ नाँमाँ विप्र सुदामाँ। तिनकौं क्रिया भई है अपार॥
कहै कबीर तुम समरथ दाता। चारि पदारथ देत न बार॥

''भिक्षुक दारावर उभा आहे. तुझ्याशिवाय माझी आठवण कोण काढणार? कवाड उघडून मला दर्शन दे. तुझ्यासारखा कोणीच संपन्न आणि उदार नाही. मी स्वत: तुझे गुण ऐकलेत. मी कोणाजवळ याचना करणार? तूच माझं सर्व निवारणारा आहेस. जयदेव, नामदेव तथा सुदामा यांच्यावर तुझी अपार कृपा झाली आहे. तुम्ही समर्थ दानशूर आहात. तुम्हाला चारही पदार्थ (पुरुषार्थ) द्यायला वेळ लागत नाही.''

नामदेवांच्या भक्तीबद्दल असे गौरवोद्गार काढल्यावर कबीरदासांनाही तेव्हा बरं वाटलं होतं. आता ते सगळं आठवलं आणि पुन्हा अचानक कबीरदासांना आठवली ती नामदेवांच्या घरची दासी जनाबाई! जनाबाई या नावाबरोबरच त्यांना आठवलं तिचं अचानक गुप्त होणं. विठ्ठलाच्या मंदिरासमोर असलेल्या तुळशीवृंदावनाजवळ जनाबाईंचं अचानक गुप्त होणं. जणू विठ्ठलात समर्पित होणं! कबीरदासांना आताही जनाबाईची ती हकिकत आठवली आणि भक्तीच्या त्या सायुज्यतेची ती अलौकिकता बघून त्यांनी जनाबाईलाही मनोमन हात जोडले. जनाबाई काय किंवा मीराबाई काय? दोघी किती भाग्यवान! चैतन्यावस्थेत असताना त्या त्यांच्या देवाशी एकरूप झाल्या. समर्पित झाल्या. 'खऱ्या भक्तीची आणि सच्च्या भक्ताची हीच तर कसोटी आहे.' कबीरदासांच्या मनात आलं आणि का कोण जाणे, त्यांनी लगेच रामाला विचारलं,

राँम कहौ न अजहूँ केते दिनाँ॥
जब मेरै प्राँन प्रभू तुम्ह लीनाँ॥
भौ भ्रमत अनेक जनम गया। तुम्ह दरसन गोब्यंद छिन न भया॥
भ्रमि भूलि पर्‍यो भवसागरा। कछू बसाइ बसोधरा॥
कहै कबीर दुख भंज नाँ। करौ दया दुरत निकंदनाँ॥

''हे रामा, मला सांग की मला तुझ्यात विलीन होण्यासाठी अजून किती दिवस उरले आहेत. संसाराच्या चक्रात सापडून भटकत असताना अनेक जन्म होऊन गेले. पण, हे गोविंद, एक क्षणभरही तुझं दर्शन झालं नाही. बुद्धीचा भ्रम होऊन मी सगळं विसरून या संसाराच्या समुद्रात पडलोय. या पृथ्वीवर काहीच नीट होत नाहीये. कबीर म्हणतो, की हे दु:खविनाशक, पापांचा नाश करणाऱ्या रामा, माझ्यावर दया कर.''

जनाबाई-मीराबाईसारखं आपल्या रामानं आपल्यालाही त्याच्यात विलीन करून घ्यावं, अशी याचना रामाला केल्यावर कबीरदासांना थोडं समाधान वाटलं. शांत मनानं ते आपल्या नवीन कामाकडे वळले. इथं मगहरला राहायला आल्यावर

कबीरदासांनी एक नवीन भक्तिमार्ग अवलंबला होता. सगळ्या अक्षरांची ओळख करून घ्यायची राहून गेलेल्या कबीरदासांनी दोन अक्षरांची मात्र ओळख करून घेतली होती. ती म्हणजे 'राम'. आता इथं मगहरला त्यांच्या शिष्यवर्गानं त्यांना राहण्यासाठी जे घर बांधून दिलं होतं, त्याच्या भिंती चुन्यानं सारवलेल्या होत्या. आपल्या रामाचं नामस्मरण करायला कबीरदासांना त्या भिंती मदतीला आल्या. कोळशाचा तुकडा घेऊन कबीरदास त्या पांढऱ्या स्वच्छ भिंतीवर 'राम-राम-राम' असं लिहू लागले आणि आपल्या दैवताचं - रामाचं नाव असं पुन्हापुन्हा लिहिताना त्यांना अपरिमित आनंद होऊ लागला. एकदा ते बघून एकानं विचारलं, ''कबीरदासजी, आपण इतके दोहे, पदं रचली आहेत. ती का नाही लिहून काढत? ती मुखोद्गत का करता?''

कबीरदासांनी त्याला उत्तर दिलं, ''मी फक्त दोनच अक्षरं लिहायला शिकलो आहे. 'राम'. आणि माझ्या एकट्याच्याच नव्हे, तर संपूर्ण विश्वाच्या, या ब्रह्मांडाच्या आयुष्याला पुरून उरतील अशी ती दोन अक्षरं आहेत. ज्यात अवघं ब्रह्मांड सामावलंय ते मी शिकलोय, मग मला आणखी शिकण्याची गरजच काय? ही दोनच अक्षरं मला सर्वज्ञानी बनवण्यासाठी पुरेशी आहेत!'' असं त्या माणसाला सांगून त्याचं तोंड बंद करून कबीरदास पुन्हा आपल्या कामात रंगून गेले. भिंतीवर लिहीत राहिले 'राम-राम-राम!'

'राम' हे नाम लिहून त्यांनी त्या घराच्या तीन भिंती भरून टाकल्या. आणि आनंदानं त्यांचं जणू भान हरपलं. आता आपण संपूर्णपणे राममय झालो आहोत अशी त्यांच्या मनानं ग्वाही दिली.

रे मन जाहि जहाँ तोहि भावै।
अब न कोई तेरे अंकुश लावै॥
जहाँ जहाँ जाइ तहाँ तहाँ राँमा। हरिपद चीन्हि कियौ विश्रामा॥
तन रंजित तब देखियत दोई। प्रगट्यौ ज्ञान जहाँ तहाँ सोई॥
लीन निरंतर वपु बिसराया। कहै कबीर सुखसागर पाया॥

हे मना, तू आता तुला पाहिजे तिथे जा. मी तुझ्यावर आता कसलाही अंकुश लावणार नाही. मन जिथे जिथे जाईल, तिथे तिथे त्याला रामाचं अस्तित्व जाणवेल. ईश्वरचरण जिथे आहेत, ते स्थान ओळखून ते आता तिथे राहू लागलंय. जोवर मन देहात वास करून राहतं, तोवर त्याला द्वैत दिसतं. एकदा ज्ञान प्रकट झालं, की

जिकडे पाहावं तिकडे ईश्वर दिसतो. त्यात विलीन होऊन ते देहाला विसरू लागतं आणि शेवटी त्याला ब्रह्मानंदाची प्राप्ती होते.

मगहरला राहून कबीरदास असे पुरते राममय झाले होते. कबीरदासांची कीर्ती आता 'संत कबीर' म्हणून दूरदूर पसरली होती. कबीरदास वाराणसी, लहरतारा सोडून मगहरला राहायला आलेत ही वार्तासुद्धा वाऱ्यासारखी पसरली होती. दूरदूरहून लोक त्यांना भेटायला, दर्शन घ्यायला येऊ लागले. त्यात सामान्यातले सामान्य लोक होते, तसेच राजे-महाराजे, नवाब, सरदार असे मोठमोठे लोकही येऊ लागले. मगहर हे लोकांच्या आदराचं, श्रद्धेचं ठिकाण बनलं. कबीरदासांना भेटण्यासाठी त्या वेळचे काशीनरेश वीरसिंहदेव बघेला, रिवानरेश रामसिंह, अयोध्येचा नवाब, महमुद्दौला अशी सगळी मोठमोठी माणसं मगहरला येऊ लागली आणि त्यामुळे इतके दिवस थोडंसं दुर्लक्षित असलेलं मगहर कबीरदासांच्या तिथल्या वास्तव्यामुळं पवित्र तर झालंच, पण प्रकाशातही आलं. त्या मगहर नावाच्या छोट्याशा गावाचा जणू पुनर्जन्म झाला. मगहर हे आता महत्त्वाचं ठिकाण बनलं. जत्रा लोटावी, तशी गर्दी मगहरला होऊ लागली. मगहरचा नवाब बिजलीखान पठाण याने येणाऱ्या सर्व लोकांच्या भोजनाची व्यवस्था केली. पण त्या गावाला शंकराचा शाप मिळाल्यामुळे त्या गावातून वाहणारी दयाघरा ही नदी कायमची कोरडी पडली होती. त्यामुळे लोकांचे पाण्याविना हाल होत होते. ''हे सगळे लोक आपल्यामुळं आणि आपल्यासाठी इथं आले आहेत आणि त्यांचे पाण्यावाचून हाल होतायत. पाण्याविना ते तडफडतायत हे कबीरदासांना बघवेना. बरं! त्या लोकांना थांबवणं, येऊ नका म्हणून सांगणंही त्यांच्या हातात नव्हतं. कबीरदासांना काय करावं सुचेना. त्यांनी रामाचा धावा करायला सुरुवात केली.

या करीम बलि हिकमती तेरी।
खाक एक सूरति बहु तेरी॥
अर्ध गगन में नीर जमाया। बहुत भाँति करी नूर निपाया॥
अबलि आदम पीर मुलाना। तेरी सिफति करि भये दिवाँना॥
कहै कबीर यहु हेत बिचारा। या रब, या रब यार हँमारा॥

''हे कृपाळू ईश्वरा, तुझ्या बुद्धिकौशल्याची कमाल आहे. तू एकाच मातीपासून अनेक रूपं निर्माण केलीस. तू आकाशाच्या खालच्या भागात पाणी साठवलंस. (ढग जमा केलेस). कित्येक प्रकारचे तेज (चंद्र, सूर्य, ग्रह, तारे

इत्यादी) निर्माण केलीस. सर्वांत आधी मनुष्य आणि नंतर सर्व ज्ञानी तुझे गुणगान करू लागले. तुझं माझ्यावरचं प्रेम बघून मला असं वाटतंय, की हे ईश्वरा, तू माझा परममित्र आहेस. तेव्हा माझ्यावर दया कर. या लोकांची तहान भागवण्यासाठी पाणी आणायला मला मदत कर! मला मदत कर!'' देवाचा असा धावा करून कबीरदास काठी टेकत त्या कोरड्या नदीच्या पात्राकडे गेले. तिथं पडलेला एक सपाट दगड त्यांनी थरथरत्या हातानं उचलला आणि हातातल्या कोळशाच्या तुकड्यानं त्यावर लिहिलं 'राम'! एकदा तो दगड कपाळाला लावून त्यांनी त्या शक्तीला वंदन केलं. आवाहन केलं. कसंतरी धडपडत चालत जाऊन त्यांनी तो दगड त्या कोरड्या नदीपात्रात बरोबर मध्यभागी ठेवला आणि म्हणाले, ''तू आता इथं या कोरड्या वाळूत आहेस. तुलाच तहान लागली, तर पाणी नाही. तूच कर्ता-करविता आहेस! पाणी निर्माण कर आणि सर्वांची तहान भागव!'' असं आवाहन करून कबीरदास त्या पात्रातून बाहेर आले आणि पात्राबाहेर असलेल्या वाळूवर हात जोडून बसले. मुखातून रामनामाचा जप चालला होता. मध्येच म्हणत होते, ''तुझे नाम लिहिलेले दगड समुद्रात तरले. मग इथंही दाखव ना तुझ्या नामाचा महिमा.'' कबीरदासांचे डोळे मिटलेले होते. अचानक...

अचानकच अंधारून आलं. आकाशात काळे ढग जमा झाले आणि बघता बघता धोऽ धोऽ पाऊस पडू लागला. मोठमोठे थेंब पडायला लागले. लोकांनी कबीरदासांना धरून त्यांच्या घरात आणून बसवलं आणि धुवांधार पाऊस पडू लागला. इतका पाऊस पडला, इतका पाऊस पडला, की ते दयाघरा नदीचं कोरडं पात्र दुथडी भरून वाहू लागलं आणि पाऊस थांबला तरी वाहतच राहिलं. लोकांनी आनंदानं जल्लोष केला. कबीरदासांनी त्या नदीचं नाव 'अमी' असं ठेवलं. 'अमी' म्हणजे अमृत. आणि खरोखरच त्या नदीचं पाणी अमृतासारखं होतं. कबीरदासांच्या भक्तीचा हा साक्षात्कार बघून लोकांनी कबीरदासांचा जयजयकार केला. आता तर ते मगहर गाव एक पवित्र स्थान बनलं.

हे सगळं झालं, तरी कबीरदास मात्र काहीसे खिन्न होते. त्यांना मधूनच लहरताराची, वाराणसीची आठवण यायची आणि ते उदास व्हायचे. रामाला म्हणायचे, ''अरे, या गावाचा कलंक पुसला जावा आणि मला इथं मृत्यू यावा म्हणून मी इथं मगहरला येऊन राहिलो ना? मग तू मला तुझ्याजवळ बोलावून का घेत नाहीस? मी तुझ्यात विलीन व्हायला फार उत्सुक आहे रे! तू कधी येशील? कधी

मला दर्शन देशील आणि कधी मला तुझ्याजवळ घेशील? मला बोलाव नपेक्षा तू तरी ये!

अजहूँ मिलै कैसे दरसत तोरा।
बिन दरसन मन माँ नै क्यों मोरा॥
हमाहि कुसेवग कि तुमहिं अयाँनाँ। दुह मैं दोस कहि भगवाँनाँ॥
तुम कहियतु त्रिभुवन पतिराजा। मन वांछित सब पुरवन काजा॥
कहै कबीर हरि दरस दिखावौ। हमहिं बुलावौ कै तुम चलि आवौ॥

''हे रामा, मला आज आत्ता तुझं दर्शन कसे होईल? दर्शन झाल्याशिवाय माझं मन कसं तृप्त होईल? एक तर मी कुसेवक आहे किंवा तू माझ्याविषयी जाणत नाहीस. दोघांच्यात दोष कोणाचा आहे? तू त्रैलोक्याचा राजा म्हणून ओळखला जातोस आणि सर्वांच्या मनोकामना पूर्ण करतोस. कबीर सांगतोय की, हे हरी, एक तर मला दर्शन दे, मला तुझ्याजवळ बोलावून घे; नाही तर तू स्वतः तरी इकडे ये!''

कातर स्वरात कबीरदास रामाला आळवत होते. बोलावत होते. आपल्याला बोलावून घे म्हणून सांगत होते. 'त्याची' वाट बघत होते. प्राण सगळे डोळ्यांत एकवटले होते. मन व्याकूळ झालं होतं. शरीर तर कधीच थकलं होतं. गात्रं विलीन व्हायला उत्सुक होती. आता फक्त 'तो' यायचा बाकी होता. कबीरदास डोळ्यांत प्राण आणून त्याचीच वाट बघत होते.

कबीरवाणी...

प्रेम न बारी ऊपजै, प्रेम न हाटि विकाइ ।
राजा परजा जिहिं रुचै, सीस देइ लें जाइ॥

प्रेम बगीचामध्ये उत्पन्न होत नाही, आणि ते बाजारात विकलेही जात नाही. राजा अथवा प्रजा ज्या कोणास ते हवे असेल त्याने आपले शिर द्यावे आणि प्रेम घेऊन जावे. (बलिदानास तयार असावे.)

२४.

आज सकाळपासून कबीरदासांना फार अस्वस्थ वाटत होतं. आयुष्याच्या या वळणावर मागे वळून बघताना त्यांना सगळे जुने दिवस आठवले. आणि आठवले आपले लहरतारा आणि वाराणसीतले दिवस; दिवसरात्र राबणारी लोई; आपल्या सेवेला उत्सुक असलेले, आपली सतत काळजी घेणारे आपले अनुयायी. त्यांच्या मनात त्या सगळ्या आठवणी रुंजी घालू लागल्या. या मगहरचा कलंक पुसण्याच्या नादात, लोकांच्या मनातली अंधश्रद्धा दूर करण्याच्या पायी आपण आपली जन्मभूमी, कर्मभूमी सोडून इथं या तिऱ्हाईत गावात, परक्या ठिकाणी येऊन राहिलो. चार-आठ दिवस झाले, आपण मृत्यूची वाट बघतोय. पण तो अजून येतही नाही. आपण मात्र गतकाळातल्या आठवणींनी अस्वस्थ होतोय. आपली वाराणसी, आपली कर्मभूमी, आपली माणसं यांची आठवण मला अस्वस्थ करते आहे. रामा, मी केलंय ते योग्य की अयोग्य हे मला माहीत नाही. पण एवढं नक्की, की मृत्यूनंतर मी तुझ्यात विलीन होणार आहे.

अब कहु राँम कवन गति मोरी।
तजिले बनारस मति भई थोरी॥

ज्यौं जल छोड़ि बाहरि भयौ मींजा। पुरुब जनम हौं तप का हीनाँ॥
सगल जनम सिवपुरी गँवाया। मरती बार मगहर उठी आया॥
बहुत बरिस तपु कीया कासी। मरनु भया मगहर का बासी॥
कासी मगहर सम बीचारी। ओछी भगति कैसे उतरसि पारी॥
कहु गुर गजि सिव सभको जाँनै। मुआ कबीर रमत स्री रामैं॥

''हे रामा, आता माझी कोणती गती असेल? मी वाराणसीचा त्याग केला, तेव्हा माझी बुद्धी द्विधा झाली होती, जसा पाण्याविना मासा तडफडतो (तसे माझे झाले आहे.) पूर्वजन्मात माझं तप कमी झालं असावं. त्यामुळेच सगळं आयुष्य वाराणसीत घालवल्यावर मी मृत्यूसमयी मगहरला आलोय. खूप वर्षं मी काशी इथे तपस्या केली आणि आता मृत्यूच्या वेळी मगहरनिवासी झालो. मी काशी आणि मगहर दोन्ही समान मानलंय. पण माझ्या अल्प भक्तीने मी हा भवसागर कसा पार करू? कबीर म्हणतो, की हे गुरू, तुम्ही शिवाला सांगा, की मृत्यूनंतर कबीर रामातच विलीन होणार आहे.''

रामाजवळ अशी कबुली दिल्यावर कबीरदासांना बरं वाटलं. आता इथं मगहरमध्ये त्यांचा दिवस लोकांच्या भेटीगाठी घेण्यात जाऊ लागला. ते वरवर सगळ्यांशी बोलायचे, पण अंतर्मनात रामाची प्रतीक्षा असायची. अंतर्मनात त्याची आळवणी चालू असायची. मनातल्या मनात ते रामाला हाक मारत राहायचे. एकदा कुणीतरी विचारलं, ''तुम्हाला वाराणसी-काशी सोडून इथं आल्याबद्दल वाईट वाटतंय का?'' कबीरदासांनी उत्तर दिलं, ''हो! काही क्षण मला वाईट वाटलं होतं. पण त्या क्षणी ती मनाची अवस्था होती. पण लोकहो, एक गोष्ट तुम्ही लक्षात ठेवा,

लोका मति कै भोरा रे।
जौ कासी तन तजै कबीरा तौ राँमहि कहा निहोरा रे॥
तब हम वैसे अब हम ऐसे। इहै जनम का लाहा॥
ज्यूँ जल मैं जल पैसिन निकसै। यूँ ढुरि मिलै जुलाहा॥
राँम भगति परि जाकौ हितचित। ताकौ अचिरज काहा॥
गुर प्रसाद साध की संगति। जग जीते जादू जुलाहा॥
कहै कबीर सुनहु रे संतो। भ्रमि परे जिनि कोई॥
जस कासी तस मगहर ऊसर। हिरदै राम सति होई॥

"लोकहो, तुम्ही भोळे आहात. जर काशीला मृत्यू आल्यावर कबीराला मुक्ती मिळेल, तर यात रामाचं कोणतं यश आहे? किंवा कोणती कृपा आहे? कारण काशीमध्ये मृत्यू पावलेल्या माणसाला मोक्ष मिळतोच ही सर्वसाधारण मान्यता आहे. सुरुवातीला मीसुद्धा अंधविश्वास ठेवून त्याप्रमाणेच वागत होतो. पण आता ईश्वरावर श्रद्धा ठेवल्यामुळे माझे विचार बदलले आहेत. हाच या जन्मातला लाभ आहे. ज्याप्रमाणे पाणी पाण्यात मिसळले, की त्यातच मिळून जाते, वेगळे होत नाही; त्याप्रमाणे हा विणकर ईश्वराच्या भक्तीने पाझरून ईश्वरात मिसळून गेलाय. रामाची भक्ती हेच ज्याचं प्रेम आहे आणि रामाच्या चरणी ज्याचं चित्त गुंतलंय, त्याला याचं आश्चर्य वाटत नाही. गुरूची कृपा आणि संतांची संगत यामुळे हा कबीर जग जिंकून जाणार आहे. कबीर म्हणतो, हे संतसज्जनांनो, तुम्ही संभ्रमात पडू नका. जशी काशी तसंच मगहरचं महत्त्व. दोन्हींत काहीच अंतर नाही. पण अट एकच आहे, मनात रामाप्रति खरा भक्तिभाव असला पाहिजे. मग यातल्या कोणत्याही ठिकाणी मृत्यू आला, तरी नक्कीच मोक्ष मिळेल."

कबीरदासांनी असं स्पष्टीकरण केलं, की लोकांना ते पटायचं. त्यांच्या मनात काशी आणि मगहरबद्दल असलेली अंधश्रद्धेची समजूत दूर व्हायची. लोकांना हे जरी सगळं पटवून सांगत असले, तरी कबीरदासांचं मन मात्र 'त्याची' चाहूल घेत राहायचं.

आणि एक दिवस त्यांना ती चाहूल लागली. कबीरदास नेहमीप्रमाणे हातात कोळसा घेऊन भिंतीवर 'राम-राम' लिहीत होते. लिहिता लिहिता इतर दोन भिंतींवर नजर टाकत होते, ज्या रामनाम लिहून भरून गेल्या होत्या. त्या दिवशी त्या उरलेल्या भिंतीवर 'राम-राम' लिहीत असताना त्यांनी बाजूच्या भिंतीवर नजर टाकली आणि क्षणभर ते थबकले. आश्चर्यचकित झाले. आपल्या थरथरणाऱ्या हातांनी आपले डोळे चोळून पुन्हा त्यांनी त्या भिंतींवर नजर टाकली. क्षणभरापूर्वी 'रामनाम'नं भरलेल्या त्या भिंती आता चक्क कोऱ्या दिसत होत्या. कुणीतरी जाणीवपूर्वक पुसावं, तसं त्या भिंतींवरचं रामनाम पुसलं गेलं होतं. चुन्याने सारवलेल्या त्या पांढऱ्याशुभ्र भिंतींवर काळ्या कोळशानं लिहिलेलं रामनाम खरं तर उठून दिसायचं. पण आता चक्क त्या भिंती पांढऱ्या स्वच्छ दिसत होत्या. कबीरदासांनी पुन्हापुन्हा डोळे चोळून बघितलं. छे! भिंतींवर अक्षरं नव्हतीच. भिंती अशा स्वच्छ होत्या, की कुणी कधी त्यावर लिहिलेलंच नसावं. कबीरदासांनी पाहिलं, पुन्हापुन्हा पाहिलं आणि ते समजले.

भिंतींवरच्या अक्षरांना पुसून टाकत तो आता स्वत: येणार होता. रामभेटीची वेळ आली होती. कबीरदास समजले. आनंदानं त्यांच्या डोळ्यांत पाणी भरलं. ''मेरे राम! आखिर तुम आ रहे हो!'' त्यांनी आनंदानं उद्गार काढले. त्यांची चिंता, त्यांची शंका, त्यांचे प्रश्न, त्यांच्या मनातली सगळी वादळं, सगळा गोंधळ, सगळी अस्वस्थता एका क्षणात दूर झाली. रामाला भेटण्याची वेळ आली होती. कबीरदास आतूर होऊन त्याची वाट बघत बसले. भिंतींवरच्या पुसल्या गेलेल्या अक्षरांनी त्यांना कौल दिला होता. जणू त्यांचा राम त्यांना न्यायला येणार आहे, याची त्यांना ग्वाही मिळाली होती. क्षणभर भारावून गेलेले कबीरदास याचा उलगडा झाल्यावर दुसऱ्या क्षणाला शांत झाले. निश्चिंत झाले, समाधान पावले.

दुपारची जेवणाची वेळ झाली. मुरारी नावाच्या सेवकानं कबीरदासांना लापशी आणून दिली. एरवी त्यानं लापशी आणली, की कबीरदास तो वाडगा उचलून हळूहळू लापशी प्यायचे. हल्ली त्यांचं हेच तर जेवण होतं. पण आज काही वेगळंच झालं. मुरारीनं लापशीची कटोरी आणून ठेवली आणि कबीरदास ती कधी पितात याची वाट बघत तो एका बाजूला जाऊन उभा राहिला. पण आज काहीतरी वेगळंच घडत होतं. कबीरदासांनी त्या वाडग्याकडे डोळे भरून पाहिलं. नंतर तो वाडगा उचलून कपाळाला लावून त्याला वंदन केलं. मुरारी विचित्र नजरेनं हे पाहत होता. त्यानं कबीरदासांना विचारलं, ''महाराज, हे आपण काय करताय?''

कबीरदासांनी एकदा मुरारीकडं पाहिलं आणि म्हणाले, ''मुरारी, या पृथ्वीतलावरचं माझं हे शेवटचं खाणं आहे. माझ्या वाट्याचं हे शेवटचं अन्न आहे. म्हणून त्या अन्नाला मी वंदन करतोय. माझा राम मला न्यायला येणार आहे. त्यानं मला तसा संकेत दिलाय.'' कबीरदासांनी सांगितलं. त्यांचा स्वर प्रसन्न होता. कबीरदासांचं हे बोलणं ऐकून मुरारी घाबरला. तो धावतच बाहेर गेला आणि कबीरदास काय म्हणाले ते त्याने बाहेर जाऊन सगळ्यांना सांगितलं. ते ऐकून बाहेर घोळक्यानं उभी असलेले लोक घाबरून आत धावले. कबीरदासांनी लापशी पिऊन संपवली होती आणि एकतारी घेऊन ते भजन म्हणत बसले होते. लोक आत येऊन दाटीवाटीनं उभी राहिली. ते बघून भजन गायचं थांबवून कबीरदास म्हणाले, ''लोकहो, मला नेण्यासाठी राम स्वत: येणार आहे. माझी त्याच्यासोबत जाण्याची वेळ झाली आहे. मला आता त्याची वाट बघत शांत बसू दे. मला एकट्याला बसू दे. आपण सगळे बाहेर जा. तुमचा हा कबीरदास आता तुम्हाला

सोडून त्याच्या रामाकडे चाललाय. त्याला प्रेमाने निरोप द्या!'' कबीरदासांनी असं सांगितल्यावर दुःखी मनानं लोक बाहेर गेले. मात्र त्यातल्या काहींनी काशी नरेश वीरसिंहदेवांना निरोप धाडला. काहींनी तातडीनं हा वृत्तान्त रिवा-नरेश रामसिंहांना जाऊन सांगितला. तर काही जणांनी अयोध्येचा नवाब महमद्दौला यालाही निरोप पाठवला. काही जण हे सांगायला मगहरचा नवाब बिजलीखान पठाणाकडे धावले. बघता बघता कबीरदासांच्या घराबाहेर हे सगळे लोक जमले. काशीनरेश आले, रिवानरेश आले. अयोध्येचा नवाब आला, तर मगहरचा नवाबही आला. बघताबघता तिथं जत्रा भरल्यासारखी गर्दी झाली. कबीरदास दाराला कडी लावून बसले होते आणि हे सगळे लोक बाहेर थांबले होते. ते वाट बघत होते कबीरदासांनी दार उघडायची आणि कबीरदास मात्र वाट बघत होते 'त्याची'! 'तो' त्यांना न्यायला येणार होता त्याची.

मात्र बाहेरून लोकांच्या हाका ऐकू येऊ लागल्या. त्या हाकांची तीव्रता वाढली, तसं कबीरदास उठले. लटपटत जाऊन त्यांनी दार उघडलं. दारात काशी नरेश उभे होते. हात जोडून ते म्हणाले, ''कबीर महाराज, तुमच्या भक्तांना काही उपदेश करा! आम्ही सगळे कृतार्थ होऊ!'' कबीरदासांनी हात जोडले म्हणाले, ''माझा राम मला न्यायला येणार आहे. मी त्याची वाट बघत बसलोय. पण तुमची इच्छा मी पूर्ण करतो. लोकहो ऐका...

न कछु रे न कछु राँम बिनाँ।
सरीर धरे की रहै परमगति। साध संगति रहनाँ॥
मंदिर रचत मास दस लागे। बिन सत एक छिनाँ॥
झूठे सुख के कारनि प्राँनि। परपंच करता घना॥
तात, मात, सुत लोग कुटुंब मैं। फूल्यो फिरत मनाँ॥
कहै कबीर राँम भजि बौरे। छाड़ि सकल भ्रमनाँ॥

''लोकहो, रामाशिवाय काहीच अर्थ नाही. शरीर धारण करण्याची सार्थकता संत-साधूंच्या संगतीत राहण्यात आहे. देहरूपी मंदिराची रचना पूर्ण व्हायला दहा महिने लागतात. नष्ट होण्यासाठी एक क्षण पुरेसा होतो. मनुष्यप्राणी खोट्या सुखाच्या मागे लागून प्रपंच करतो. आईवडील, पुत्र कुटुंब यांत अकारण मनाने गुंतत राहतो. कबीर सांगतो आहे, की हे सगळं मायाजाल सोडून रामाचं भजन करा! रामाचं भजन करा! रामाचं भजन करा!'' असं पुन्हापुन्हा सांगत कबीरदासांनी दार पुन्हा लावून

घेतलं. ते बोलत असताना हात जोडून सगळे जण उभे होते. त्यांना डोळे भरून बघत होते. आता-आता कदाचित-कदाचित त्यांचा कबीर, सगळ्यांचे कबीरदास पुन्हा कधीच दिसणार नव्हते. लोकांच्या अडीअडचणी सोडवणारे, त्यांच्यातली भांडणं मिटवणारे, त्यांना मार्गदर्शन करणारे, चांगल्या मार्गावर नेणारे, जीवनाचा अर्थ समजावून सांगणारे, प्रेमळ पण कठोर, सत्य पण परखड, श्रद्धाळू पण अंधश्रद्धाविरोधी, धर्म मानणारे पण डोळस असे कबीरदास परत कदाचित दिसणार नव्हते. लोकांच्या डोळ्यांतून अश्रूंच्या धारा लागल्या होत्या. सगळंच थोडंस धूसर दिसायला लागलं होतं. डोळ्यांत भरलेल्या पाण्यानं, की खरंच!

खरचं धूसर झालं होतं सगळं. अचानक अंधारून आलं. आकाशात ढगांनी सूर्य झाकोळला. सोसाट्याचा वारा सुटला. दुथडी भरून वाहणाऱ्या अमी नदीचं पाणी उसळू लागलं. लाटा किनाऱ्याकडे झेपावू लागल्या. जणू कुणाला तरी भेटायला उत्सुक, अतिउत्सुक झाल्या होत्या. वाऱ्यानं अवघा आसमंत व्यापला. वाऱ्यासोबत धूळ उडू लागली. तिने सगळं आकाश भरून गेलं. मधूनच विजा चमकू लागल्या. धुळीनं भरलेल्या आकाशावर विजांनी अग्निरेखा काढायला सुरुवात केली. वाऱ्याचा जोर वाढला. लोक घाबरले. त्यांनी डोळे मिटून घेतले. अचानक लखाखणाऱ्या विजेची ती अग्निरेखा खाली आली. कबीरदासांच्या घराच्या छतावर उतरली. क्षणार्धात ते गवताचं छत जळून गेलं. क्षणभर खोलीत उतरून डोळ्यांचं पातं लवतं न लवतं तोच ती विजेची अग्निरेखा पुन्हा आकाशात परतली. वाऱ्याचा जोर एवढा वाढला, की जड वस्तूसुद्धा पाचोळ्यासारख्या आकाशात उडू लागल्या. क्षणभर ते अवघं आकाश उजळलं आणि पुन्हा अंधारलं. तो अंधारही काही क्षणच राहिला आणि अचानक ढग पांगले. सूर्य पुन्हा आकाशात तळपू लागला. वाराही थांबला. अमी नदीतल्या लाटा निरूल्या. नदीचं पाणी पुन्हा स्थिर झालं. सगळं कसं शांतशांत झालं. वातावरणही निवळलं. धूळ खाली बसली. आकाशही निरभ्र झालं. क्षणापूर्वी इथं वादळ येऊन गेलं होतं याची पुसटशी खूणही वातावरणात राहिली नाही. लोकही सावध झाले.

त्यांनी कबीरदासांच्या घराकडे धाव घेतली. दाराला लावलेली कडी निखळून पडली होती. दरवाजा सताड उघडा होता. छत संपूर्ण जळून गेलं होतं. फक्त भिंती शाबूत होत्या. लोकांनी आत धाव घेतली. आत एक शुभ्र पांढरं कफन (चादर) पसरून पडलं होतं, कुणीतरी अंगावर घेऊन झोपल्यासारखं. ते बघितलं

आणि लोक हुंदके देत बाहेर गेले. त्यांचे लाडके कबीरदास जणू त्या कफनाखाली चिरविश्रांती घेत होते. काशीनरेश, रिवानरेश, अयोध्येचा नवाब, मगहराचा नवाब सगळे एकत्र जमले. कबीरदासजी या जगात राहिले नाहीत याबद्दल त्यांचं एकमत झालं. कबीरदासांच्या पार्थिवावर अंत्यसंस्कार करायचा विषय निघाला आणि वाद सुरू झाला. काशी आणि रेवा नरेश म्हणत होते, की कबीरदास हिंदू होते. ते रामाचे भक्त होते, तेव्हा त्यांच्यावर हिंदू धर्माप्रमाणे अग्निसंस्कार करावा. तर अयोध्येचा नवाब आणि मगहरचा नवाब म्हणत होते की, कबीर मुसलमान होते, तेव्हा त्यांचं पार्थिव मुस्लीम धर्माप्रमाणे दफन करावं. दोन्ही बाजूंचे हे लोक आपलीच बाजू बरोबर आहे असं ठामपणे सांगू लागले. त्यांच्यात वाद सुरू झाला. हिंदू म्हणू लागले, की त्यांनी आयुष्यभर रामाची भक्ती केली. त्याची पदं रचली. रामाचं गुणगान केलं. मुस्लीम धर्माच्या क्रूर अशा परंपरांवर प्रहार केला. ते कधीतरी राम मंदिरात जात असत, पण ते दर्ग्यात कधीच गेले नाहीत. त्यांचे गुरूसुद्धा हिंदूच होते. स्वामी रामानंद. ते रामाची भजनं रचत आणि गात असत, पण त्यांनी नमाज कधीच अदा केली नाही. हिंदू धर्मात पवित्र मानल्या गेलेल्या गाईच्या वधाला त्यांचा विरोध होता. तो ते वेळोवेळी बोलूनही दाखवत. ते श्रेष्ठ असे रामभक्त होते. म्हणून ते हिंदू होते. त्यांच्यावर हिंदू धर्माप्रमाणे अंत्यसंस्कार करून त्यांच्यावर अग्निसंस्कार करावा. त्यांचं दहन करावं.

मुसलमान म्हणू लागले की, कबीरदास मुस्लीम होते. त्यांचे आईवडील मुसलमान होते. त्यांनी हिंदू धर्मावरही टीका केली आहे. ते राम हा देव नसून ती एक शक्ती आहे असे मानत. रामाच्या मूर्तीची पूजा त्यांनी कधीच केली नाही. कुठल्याच देवाच्या मूर्तीची पूजा करणं त्यांना मान्य नव्हतं. ते मूर्तिपूजेच्या विरोधात होते. म्हणून ते मुस्लीम आहेत.

असा वाद सुरू झाला आणि आता दोन्ही धर्मांचे जमलेले लोक आपापल्या धर्माप्रमाणे कबीरदासांचे अंत्यसंस्कार केले जावेत याचा आग्रह करू लागले. प्रत्येक जण आपलं म्हणणंच कसं बरोबर आणि सयुक्तिक आहे हे हिरिरीनं सांगू लागला. सगळेच आपापली मतं ओरडून मांडू लागले. वाद विकोपाला गेला. एकच कल्ला झाला. दोन्हीकडच्या लोकांनी लाठ्याकाठ्या उगारल्या. चारही नरेशांनी आपापल्या तलवारी काढल्या. आता त्या जागेचा सगळा रंगच पालटला. कबीरदासांच्या पार्थिवावर अंत्यसंस्कार कसे आणि कोणत्या धर्माप्रमाणे करायचे यावर झालेले

मतभेद टोकाला गेले आणि तिथं युद्धजन्य परिस्थिती निर्माण झाली. आता एकमेकांवर वार करायला हात आणि तलवारी दोन्ही एकत्रच सरसावल्या गेल्या. भयंकर परिस्थिती निर्माण झाली. कोणीच कोणाला अडवत नव्हतं. अडवणारंही नव्हतं. आता तिथं मुडदे पडतायत की काय अशी परिस्थिती निर्माण झाली. दोन्ही धर्मांचे नरेश आणि दोन्ही धर्मांचे लोक एकमेकांसमोर वैरी म्हणून उभे राहिले. आता तलवारीसुद्धा उगारल्या गेल्या. त्यांचे घाव एकमेकांच्या मस्तकावर बसणार तोच कोणीतरी जोरात ओरडलं, ''थांबाऽऽ! थांऽऽबाऽऽऽ!''

जिवाच्या आकांताने दिलेली ती हाक ऐकून तलवारीचे घाव घालायला सरसावलेले हात जिथल्या तिथे थांबले. ओरडून वाद घालणारी तोंडं एकदम बंद झाली. सगळी एकदम स्तब्ध झाली. 'कोण असं ओरडलं?' या भावनेनं एकमेकांकडे पाहू लागली. आजूबाजूला पाहू लागली आणि त्यांना दिसला मुरारी! होय! मुरारीच! शेवटच्या त्या आठ-दहा दिवसांत कबीरदासांची जीव तोडून सेवा करणारा मुरारीच होता तो! कबीरदासांच्या त्या घराबाहेर उभा राहून तो ढसाढसा रडत होता. त्या लोकांच्यात भांडणं लागली, तीही कबीरदासांच्या अंत्यसंस्कारावरून! आणि ती भांडणं विकोपाला जाऊन आता तलवारीने एकमेकांची डोकी फुटतील हे सहन न होऊन मुरारी जोरात ओरडला. सगळी शांत झालेली बघून पुन्हा रडू लागला. काशीनरेश पुढं झाले. मुरारीच्या खांद्यावर हात ठेवून त्याला म्हणाले, ''मुरारी, काय झालं? तुला काही सांगायचंय का? कबीर महाराजांनी तुला काही सांगितलंय का?'' त्यांनी आपुलकीनं केलेली विचारपूस बघून मुरारीला पुन्हा भरून आलं. आपला हुंदका कसाबसा आवरून तो म्हणाला, ''मी काय सांगतो ते ऐका. कबीरदास महाराजांनी आज सकाळी माझ्याकडे फुलं मागितली. मला म्हणाले, ''मला आज खूप फुलं आणून दे!'' मी विचारलं, ''इतकी फुलं कशाला?'' तर म्हणाले की, मला दोन हार बनवायचे आहेत! मी म्हणालो, ''मी बनवतो!'' तर म्हणाले, ''नको! मीच बनवेन! प्रत्येक फूल ओवताना मला त्यात राम आणि रहीम ओवायचे आहेत!'' मी विचारलं, ''असं कसं करताय? आणि का? कशासाठी?'' तर म्हणाले, ''की हे दोन हार माझ्या नश्वर देहाचा न्यायनिवाडा करतील! तू फुलं आणून दे!'' मला काहीचं कळलं नाही. मी त्यांना फुलं आणून दिली. ते काहीतरी पुटपुटत हार करत बसले. नंतर मी त्यांच्यासाठी लापशी घेऊन गेलो, तेव्हा त्यांचे दोन हार करून झाले होते.

त्यांनी लापशी घेतली. मग दार लावून घेतलं. मग तुमच्या सांगण्यावरून पुन्हा उघडलं. आपल्याला रामाचं भजन गात उपदेश केला आणि त्यानंतर पुन्हा त्यांनी दार लावून घेतलं. मग ते वादळ आलं. बिजली छतातून खाली उतरली. परत गेली. आणि आपण सगळ्यांनी तिथं जाऊन पाहिलं, तर तिथं कफन आहे. माझे, आपले कबीर महाराज आपल्याला सोडून गेले आणि तुम्ही लोक दुःख करायचं सोडून भांडत बसलाय? युद्धाला तयार झालाय? ते कफन काढून कुणीतरी बघितलंय का, की कबीरमहाराज तिथं आहेत ना?'' मुरारीच्या या कथनानं आणि आक्रंदनानं सगळ्यांचे जणू डोळे उघडले. आपापल्या तलवारी म्यान करून सगळे कबीरदासांच्या त्या घराकडे धावले. काशीनरेश आणि बिजलीखान पुढे झाले. आत घरात जाऊन त्यांनी तिथे पसरलेलं ते कफन, ती पांढरी चादर उचलली. तत्क्षणी सगळ्यांचे डोळे विस्फारले गेले.

त्या चादरीखाली कबीरदासांचा देह नव्हताच. कबीरदासांचं पार्थिव त्या अंथरुणावर त्या कफनाखाली नव्हतंच. एवढंच नव्हे, तर तिथं कोणी झोपल्याचंही त्या अंथरुणावर चिन्हं नव्हतं. कसल्याही खुणा नव्हत्या. कसला ठसा उमटलेला नव्हता. अंथरलेली चटई रिकामीच होती. मात्र त्या चटईवर, त्या चादरीखाली, त्या कफनाखाली फुलांच्या दोन माळा पडल्या होत्या. विशेष म्हणजे त्या दोन्ही माळा कशातरी पडलेल्या नसून दोन्ही माळा विशिष्ट आकारांत पडल्या होत्या. प्रत्येक माळ विशिष्ट आकार दर्शवत होती. ते बघून सगळ्यांचे डोळे विस्फारले गेले. काशीनरेश आणि बिजलीखान दोघेही अवाक होऊन बघत उभे राहिले. कारण त्या माळांनी घेतलेले आकार स्पष्टपणे कबीरदासांच्या आयुष्यभर जपलेल्या विचारांची बैठक दाखवत होते. अगदी स्पष्टपणे. तिथं वादाला जागा नव्हती, प्रतिवादाला स्थान नव्हतं. दोन धर्मांत होणारं युद्ध, रक्तपात, संघर्ष आणि या पायी संत असलेल्या कबीरदासांवर येणारा अपवाद. सगळं सगळं त्या माळांच्या आकारांनी एका क्षणात पुसलं होतं. काशीनरेशांनी हे दृश्य पाहायला रिवानरेशांना बोलावलं, तर बिजलीखानने अयोध्येच्या नवाबांना. आत येऊन दोघांनीही ते दृश्य पाहिलं आणि त्यांचे डोळे भरून आले. कबीरदासांनी आयुष्यभर जपलेलं आणि मांडलेलं धर्मविषयक तत्त्वज्ञान त्या माळांच्या आकारांत प्रतीत होत होतं. माळांच्या आकारांत.

होय! त्यातली फुलांची एक माळ त्या चटईवर अशी पडली होती जिच्या आकारातून 'राम' ही अक्षरं उमटत होती. तर दुसरी फुलांची माळ चटईवर अशी

पसरली होती जिच्या आकारातून 'रहीम' ही अक्षरं दिसत होती. त्या विजेच्या कल्लोळातून कबीरदासांची जीवनज्योत आकाशी गेली होती. पण जातानाही आपली तत्त्वं, आपली मतं, आपले विचार, हे सगळं त्या माळांना मिळालेल्या आकारांच्या रूपात मागं ठेवून गेली होती. आपल्या माघारीही सर्वसामान्यांना मार्गदर्शन करण्यासाठी. जीवित असतानाही कबीरदासांनी लोककल्याणचाच फक्त विचार केला होता आणि मृत्यूनंतरही त्यांनी दोन धर्मांत होणारं भांडण, संघर्ष मिटवला होता. युगानुयुगं कबीरदासांचे हे विचार या दोन्ही धर्मांना मार्ग दाखवणारे ठरणार होते.

डोळ्यांतलं पाणी पुसत मुरारी पुढं झाला. 'राम' या अक्षरांचा निर्देश करणाऱ्या आकारात पडलेली ती माळ त्यानं मोठ्या भक्तिभावानं उचलली, एकवार मस्तकाला लावली आणि मोठ्या श्रद्धेनं त्यानं ती काशीनरेश वीरसिंह वाघेलांच्या हातात दिली. ती माळ मोठ्या श्रद्धेनं हातात धरून काशीनरेश तिथून बाहेर पडले. त्यांच्या पाठोपाठ सगळे हिंदू डोळ्यांतले अश्रू तसेच वाहू देत बाहेर पडले. मुरारीने अत्यंत श्रद्धेनं ती 'रहीम' या अक्षरांचा निर्देश करणाऱ्या आकारात पडलेली दुसरी माळ उचलली. एकवार तीवर मस्तक टेकवलं आणि ती मोठ्या भक्तीनं अयोध्येच्या नवाबांच्या हातात दिली. त्यांनी ती बिजलीखानाला देऊन सांगितलं, "बिजलीखान, मगहर इथं या माळेचं दफन करा आणि त्या जागेवर एक कबीरदासांचा रौजा (कबर) बांधून घ्या." बिजलीखानानंही मोठ्या आदरानं आणि भक्तीनं ती माळ आपल्या हातात घेतली आणि तो तिथून बाहेर पडला. पाठोपाठ अयोध्या नवाब आणि जमलेले सगळे मुस्लीमही बाहेर पडले. काशी नरेशांनी चंदनाची चिता रचून त्यावर ती माळ ठेवून तीवर अग्निसंस्कार केला. बिजलीखानाने चंदनाचा जनाजा (पेटी) बनवून त्यात ती माळ ठेवून त्या जनाजाचे दफन केले.

कबीर नावाच्या एका डोळस महात्म्याचा अंत झाला होता. ज्या चंदनात त्यांचं प्रतिकात्मक दहन-दफन केलं होतं, त्या चंदनाप्रमाणे त्यांच्या कार्याचा आणि भक्तीचा सुगंध युगानुयुगं दरवळत राहणार होता. सामान्य माणसांच्या मनांवर फुंकर घालत राहणार होता. या पृथ्वीतलावर जोपर्यंत रामाचं नाव आहे, तोपर्यंत कबीरदासांचंही अस्तित्व राहणार आहे. या समाजात जेव्हा जेव्हा डोळस श्रद्धेच्या, निरपेक्ष भक्तीच्या आणि बुद्धिप्रामाण्यतेच्या गोष्टी निघतील, तेव्हा तेव्हा कबीरदासांचं नाव निघेल. त्यांचे विचार, त्यांची तत्त्वं, त्यांचा भक्तिमार्ग, त्यांचं

काव्य हेच तर अधोरेखित करते. त्यामुळेच तर कबीरदासांचं नाव अजरामर ठरलं. जेव्हा जेव्हा सामान्य माणसाला कसली तरी वैचारिक अडचण येईल, कसला तरी संभ्रम पडेल, त्याला वाट सापडणार नाही, तेव्हा तेव्हा कबीरदासांचे दोहे त्याला वाट दाखवतील. आपले विचार, आचार, उच्चार यांनी युगायुगांवर आपला अमीट ठसा उमटवणारे, परखड पण खरी मतं मांडणारे, धर्माच्या थोतांडात न पडणारे, 'राम' या नावातलं खरं सामर्थ्य ओळखणारे, धर्माच्या आणि जातीच्या पलीकडे असलेले, मानवतेचे उत्तराधिकारी असणारे सच्चे संत म्हणजे कबीरदास! या पृथ्वीवर जोवर काम, क्रोध, लोभ, मद, मोह, मत्सर हे षड्रिपू आहेत, तोवर त्याला छेद देणारी कबीरदासांची वाणी मानवाला मार्ग दाखवत राहील. सामान्य माणसाच्या जीवनाशी निगडित असणारे, निर्मोही आणि बहुभाषिक संत म्हणून कबीरदासांचं नाव कालातीत ठरणार आहे. सर्वसामान्यांचे मित्र, मार्गदर्शक आणि तत्त्ववेत्ता अशी ज्यांची ओळख युगानुयुगं माणसांच्या मनांवर राज्य करते आहे, ते हे संत कबीरदास!

✽

लेखक परिचय

मंजुश्री नंदकुमार गोखले
एम.ए. (मराठी), बी.एड. (मराठी, हिंदी)

'मंजुश्री', प्लॉट नं. ५५, राजेंद्रनगर,
कोल्हापूर - ४१६००४
भ्रमणध्वनी : ९८५००६०८३८, ८८०५३५५२००

अनुभव व छंद

- कॉलेजमध्ये अध्यापनाचा अनुभव
- पुणे, सांगली, कोल्हापूर आकाशवाणीवरून कविता व भाषणांचे प्रसारण
- निवेदन - अरुण दाते (शुक्रतारा), शांताराम नांदगांवकर, श्रीधर फडके यांच्यासमवेत अनेक कार्यक्रमांचे निवेदन
- व्याख्याने - पुणे विद्यापीठात संत साहित्यावर व्याख्याने; तसेच महाराष्ट्र, गुजरात, कर्नाटक, मध्य प्रदेश या राज्यांतील अनेक शहरांत संतसाहित्यासह विविध विषयांवर व्याख्याने
- अनेक दर्जेदार वृत्तपत्रातून ज्वलंत विषयावर अभ्यासपूर्ण लेख व लेखमालिका.
- एकांकिका व नाटकांचे लेखन, दिग्दर्शन. त्यात पुरस्कार
- राज्यस्तरीय नाट्यस्पर्धा व वक्तृत्व स्पर्धांच्या परीक्षक म्हणून काम
- अखिल भारतीय मराठी साहित्य परिषद व अखिल भारतीय मराठी नाट्य परिषद - आजीव सभासद
- शालेय व महाविद्यालयीन काळात राज्य पातळीवर खो-खो खेळासाठी निवड

एकूण ५० पुस्तके प्रकाशित

- कादंबरी - एकूण २३ : संतांच्या जीवनावरील - १२ (आगामी २), रहस्यमय - ४ (आगामी २), सामाजिक - ६ (आगामी २), बालकादंबरी (आगामी १)
- कथासंग्रह - एकूण ४ : (सामाजिक २, विनोदी २)

- कवितासंग्रह - एकूण ५
- बालसाहित्य - एकूण ९
- प्रवासवर्णन - १
- लेखसंग्रह - १
- आध्यात्मिक
- पारायणी पोथी - ४ (आगामी २)
- नाटक - (आगामी १)
- अनुवाद १ -(आगामी १)
- संपादन - १
- रेसिपी बुक - १
- इंग्रजी अनुवाद - १

पुरस्कार

- माजी राष्ट्रपती प्रतिभाताई पाटील पुरस्कारासह एकूण २१ पुरस्कार

सकाळ प्रकाशनाची इतर पुस्तके

सरश्री लिखित चरित्रात्मक पुस्तके

- संत सूरदास
- महान भक्त शबरी
- आदि शंकराचार्य
- ज्ञानगंगेचे भगीरथ संत रविदास
- तीन संन्यासी
- इंद्रधनुष्य विजेते गोस्वामी तुलसीदास
- असमर्थांचे बळ : समर्थ रामदास
- महात्मा - भक्त - कवी सर्वांचे नामदेव
- संत कबीर : जीवनचरित्र आणि कबीरवाणी
- बाहुबली हनुमान
- संत एकनाथ : जीवनचरित्र आणि अमूल्य शिकवण
- रामकृष्ण परमहंस
- येशू ख्रिस्त
- संत तुकाराम महाराज : अभंग रहस्य आणि जीवन चरित्र
- भगवान महावीर
- भगवान बुद्ध : जीवन चरित्र आणि निर्वाण अवस्था
- स्वामी विवेकानंद : भारतातील गुरू-शिष्य परंपरेची मशाल
- सद्‌गुरु नानक : साधना रहस्य आणि जीवन चरित्र

- रामायण : वनवास रहस्य
- संत ज्ञानेश्वर : समाधी रहस्य आणि जीवन चरित्र
- अंतर्मनाच्या शक्तीपलीकडील आत्मबळ

इतर लेखकांची पुस्तके

- अजिंक्य योद्धा- थोरले बाजीराव
- छत्रपती संभाजी : जीवन आणि बलिदान
- क्रांतिसूर्य : महात्मा बसवेश्वर
- सर्वस्पर्शी डॉ. बाबासाहेब
- हसरा संघर्ष
- लोकमान्य टिळक चरित्र
- महात्मा फुले यांचे वैचारिक चरित्र
- थोरांचे अज्ञात पैलू
- समाजसुधारक
- ऋषी परंपरा

www.ingramcontent.com/pod-product-compliance
Lightning Source LLC
LaVergne TN
LVHW050847051026
849532LV00006BA/2140